சிறகிசைத்த காலம்

14 கலைஞர்களின் பள்ளிப்பருவ நினைவுகளும் படைப்புகளும்

தொகுப்பு

பவா செல்லதுரை - வே.நெடுஞ்செழியன்

வம்சி

சிறகிசைத்த காலம்	:	உரைகளும் படைப்புகளும்
தொகுப்பு	:	பவாசெல்லதுரை - வே.நெடுஞ்செழியன்
	:	ஆசிரியருக்கு
முதற்பதிப்பு	:	ஆகஸ்ட் 2002
ஏழாம்பதிப்பு	:	செப்டம்பர் 2022
வெளியீடு	:	வம்சி புக்ஸ்
		19, டி.எம்.சாரோன்,
		திருவண்ணாமலை - 606 601
		செல்: 9445870995 , 04175-235806
அச்சாக்கம்	:	மணி ஆப்செட், சென்னை-600 077
விலை	:	₹300/-
ISBN	:	978-93-80545-22-6

Siragisaitha Kaalam	:	Essays & Short stories
Edited by	:	Bava Chelladurai -V. Nedunchezhiyan
	:	© Author
First Edition	:	August - 2002
Seventh Edition	:	September - 2022
Published by	:	Vamsi Books
		19.D.M.Saron,
		Tiruvannamalai-606 601.
		Cell :9445870995, 04175-235806
Printed by	:	Mani Offset, Chennai-600 077
	:	₹300/-
ISBN	:	978-93-80545-22-6

www.vamsibooks.com -   e-mail: kvshylajatvm@gmail.com

மாணவர்களே
பாடமாகிறார்கள் சிலபோது.
பக்கமிருப்பவன் மேல்
வெறுப்பு மேலிட்டால்
வேரறுத்துக் கொள்வதில்லை.
காய் விட்டுக் கொள்கிறார்கள்.
பழம் விடுவதற்கு வசதியாய்.

ஞானபீடத்தின் நுழைவாயிலிருந்து...

இறைபக்தியின் மூலம் ஞானத்தை வளர்க்கலாம் என்பது வேதாகமத்தின் சித்தாந்தம். தன்னலமற்ற சேவை, அர்ப்பணிப்பு, இறை சிந்தனை, இவற்றோடு டென்மார்க்கு நாட்டினர் திருவண்ணாமலை நகரில் 1898ல் டேனிஷ் மிஷன் பள்ளியை ஒரு விதை போல ஊன்றினர்.

இன்று அது விருட்சமாகி, 4000 மாணவர்கள் 125 ஆசிரியர்கள், வளர்ந்து நிற்கும் வகுப்பறைக் கட்டிடங்கள், பரந்துகிடக்கும் மைதானங்கள் என்று விரிந்து, மாணவர்களின் ஞானபீடமாகியிருக்கிறது.

நான் என் 10வது வயதில், 6ம் வகுப்பு மாணவனாக இப்பள்ளிக்குள் நுழைந்த காலத்தை இந்த விநாடி நினைத்துப் பார்க்கிறேன். இப்பள்ளியில் கல்வி பெற்று, பெற்ற கல்வியை, அனுபவத்தை, விசாலப்படுத்த வேறு பள்ளிகளில் பணியாற்றி இந்தியாவிற்குள்ளும் வெளியிலும் பயணப்பட்டு, மீண்டும் இதே பள்ளியின் தலைமையாசிரியனாக வந்து சேர்ந்ததும், வரலாற்றின் பதிவுகளில் நிச்சயமாகிவிட்ட இதன் நூற்றாண்டு விழாவின்போது நானே இப்பள்ளியின் தலைமைப் பொறுப்பிலிருந்ததும், இன்று என் ஆசிரியப் பணியை இப்பள்ளியிலேயே நிறைவு செய்வதும் கடவுள் எனக்குத் தந்த பாக்கியமாகவே கருதுகிறேன்.

1999, டிசம்பரில் நடந்த இப்பள்ளியின் நூற்றாண்டு விழா, வெறும் ஆரவாரதிருவிழாபோலன்றி, இறைசிந்தனையாளர்கள்,

அறிஞர்கள், அமைச்சர்கள், படைப்பாளிகள், கலைஞர்கள் என்று ஒட்டுமொத்த சிந்தனையாளர்களையும் ஒருமுகப்படுத்திய விழா. அது, பார்த்தவர்களின் ஞாபக அடுக்குகளில் என்றென்றும் படிந்திருக்கும். மூன்றாம் நாள் விழாவில், எழுத்தாளர்களும், கலைஞர்களும், ஓவியர்களும் தங்கள் பள்ளி நாட்களை நினைவுபடுத்தி ஆற்றிய உரைகளைப் பதிவு செய்ய வேண்டும் என்றும், மாணவர்கள், ஆசிரியர்கள் என்ற எல்லைக் கோடுகளைத் தாண்டி, அது தமிழ்நாடெங்கும் பரவ வேண்டும் என்றும் ஓர் எண்ணம் எனக்கு, அவ்விழா முடிந்து. ஆளற்ற வெற்று மைதானத்தைப் பார்த்துக் கொண்டிருந்த சில தனிமையான நிமிடங்களில் தோன்றியதுண்டு.

அக்கனவினை மெய்ப்படச் செய்தவர்கள் என் அன்பு சகோதரர் பவா செல்லதுரையும் பேரா. வே. நெடுஞ்செழியனும்.

இவ்வரிய படைப்பு நமக்குக் கிடைப்பது அபூர்வம். விலைமதிக்க முடியாத பரிசு. இதைப் பார்க்கும்போதும், படிக்கும்போதும், படித்துக் கொண்டிருக்கையிலும், நிலவும், நட்சத்திரங்களும், பூக்களும் நிரம்பிய நம் பால்யத்தில் வசிக்கும் சில நிமிடங்களும் நம் வாழ்வின் முக்கிய தருணங்கள்.

இப்புத்தகம் புதிய சிந்தனைகளை, புதிய சாளரங்களை நம் மாணவர்களுக்கும், ஆசிரியர்களுக்கும் திறக்கும் ஞானப்பரிசு. அதைத் தருவதில் மிகுந்த சந்தோஷம். இதை வாய்க்கச் செய்ததில் கடவுளுக்கும், என் சக ஆசிரியர்களுக்கும், இது சாத்தியப்பட வேண்டும் என மனதளவில் நினைத்தவர்களுக்கும், எத்தனை யோசித்தும் சொல்வதற்கு வேறு வார்த்தை இல்லை,

நன்றியைத் தவிர!

ஜூலை 3, 2003
திருவண்ணாமலை

அன்புடன் வணங்கி,
டி. ரிச்சர்ட் பாஸ்கரன்
தலைமையாசிரியர், தாளாளர்,
செயலாளர் ஏ.எல்.சி.

காய்ந்த வெய்யிலிலும் பெய்த மழையிலும்

1999ல் நிகழ்ந்த டேனிஷ் மிஷன் மேனிலைப் பள்ளியின் நூற்றாண்டு விழா பல வகைகளிலும் பதிவு செய்யப்பட்ட வேண்டியது. மூன்றாம் நாள் துவங்கிய "சிறகடித்துப் பறந்த என் பள்ளி நாட்களில்..." என்ற கருத்தரங்கில் தமிழ்நாட்டின் பல துறைகளில் உச்சத்தில்லிருக்கும் கலைஞர்களால் அம்மேடை கர்வப்பட்டுக்கொண்டதை நாங்கள் கவனித்தோம்.

அதில் பரவசமான தங்கர்பச்சான், அம்மேடையிலேயே என்னிடம், "இது இந்திய அளவில் புகழ்பெற்ற விழாவாகிறது. இத்தனை கலைஞர்களையும் ஒரே நேரத்தில், ஒரே மேடையில் பார்ப்பதென்பது எங்கும் சாத்தியமானதல்ல. எப்படியாகிலும் இதைப் பதிவு செய்யுங்கள்' என்றார். அந்த வார்த்தை என் மனதில் ஒரு முற்றிய விதை மாதிரி விழுந்தது.

அதன் பிறகு மாறிய பருவங்கள், அடித்த காற்று, பெய்த மழை, காய்ந்த வெய்யில் எல்லாவற்றிலும் தன்னைக் கரைத்துக்கொண்ட அவ்விதையே இன்று உங்கள் முன் ஒரு புத்தகமாயிருக்கிறது.

இதில் ஒவ்வொரு உரையையும் கவனமாகத் தொகுத்த பேரா.நெடுஞ்செழியனின் ஈடுபாடு என்னைப் பிரமிக்க வைத்தது.

இவைகளைப் புத்தகமாக்கலாம் என்றவுடனே, ஒரு புன்னகையால் அங்கீகரித்து, அதன் பின்பான நாட்களில் என்

மன உணர்வுகளுடனே இதில் ஈடுபாடு காட்டிய, இப்பள்ளியின் தலைமையாசிரியர் திரு.ரிச்சர்ட் பாஸ்கரன் அவர்கள் இல்லையேல், இது சாத்தியமில்லை.

இவ்விழாவில் தமிழின் முக்கிய எழுத்தாளரான சுந்தர ராமசாமியை அழைக்க எண்ணி அது சாத்தியமற்று போனது. ஆனால் கண்ணனிடம் சு.ரா.வின் படைப்பைக் கோரியபோது தாரளமாகப் பயன்படுத்திக்கொள்ளுங்கள் என்ற நட்புக்கு நன்றி.

இப்புத்தகத்தின் உருவாக்கத்தில் என்னுடனான உரையாடலில், இதன் முழுமையில் பங்கெடுத்த கே.வி.ஷைலஜா, நண்பன் ஜாஷ்வா பீட்டர், நண்பன் ராஜகோபால், கே.வி. ஜெயஸ்ரீ, இந்துப்பிரியா, பாஸ்கரன் என எல்லோருக்கும் என் நன்றி.

ஐந்தாம் பதிப்பாக இப்போது இத்தொகுப்பு வரவேண்டிய அவசியத்தைத் தமிழ் வாசகர்களே உருவாக்கியிருக்கிறார்கள். இந்தப் பத்தாண்டுகளில் தமிழகக் கல்வியில், சிந்தனையில், படைப்பாளிகள் கூறிய கருத்துகளில் பல மாறுதல்கள் ஏற் பட்டுள்ளன. சென்ற வருடம் ஒரு பள்ளியில் ஜெயமோகனைப் பேசச் சொன்னபோது ஒன்றரை மணிநேரம் நீண்ட அவர் உரை அந்தப் பள்ளியில் ஆசிரியர்களை உறைய வைத்தது. அந்த உரையையும் காலத்தின் தேவை கருதி, இத்தொகுப்பில் இணைத்துள்ளோம். அதனூடே அவரின் புகழ்பெற்ற தேர்வு கட்டுரையையும் கூட.

சில படைப்பாளிகளின் முந்தைய படைப்புகளுக்கு மாற்றாக அதைவிடப் புதுசான அவர்களின் படைப்புகளைச் சேர்த்திருக்கிறோம்.

இப்பதிப்பை முழுமையாக இப்போது மீண்டும் வாசிக்கிற போது அத்தனை புதுசாக இருக்கிறது. அதுவே இத்தொகுப்பின் வெற்றியெனக் கருதுகிறோம்.

எளிய அன்போடு,
பவா செல்லதுரை

19, டி.எம்.சாரோன்,
திருவண்ணாமலை.
செல் - 9443222997
bavachelladurai@gmail.com

உள்ளே...

பிரபஞ்சன்	10
பேச்சு	12
சிறுகதை	19
பொன்னீலன்	29
பேச்சு	31
எழுத்து	40
பவா செல்லதுரை	45
பேச்சு	47
சிறுகதை	49
டிராட்ஸ்கி மருது	59
பேச்சு	61
கோட்டோவியங்கள்	67
தங்கர் பச்சான்	72
பேச்சு	74
சிறுகதை	82
திலகவதி	97
பேச்சு	99
சிறுகதை	110
பாரதி கிருஷ்ணகுமார்	119
பேச்சு	121
சிறுகதை	131

எஸ். ராமகிருஷ்ணன்...........................	138
பேச்சு	140
நாவல்	151
பீ. லெனின்....................................	170
பேச்சு	172
நேர்காணல்	177
ஞாநி..	186
பேச்சு	188
கட்டுரை	196
நாசர்..	200
பேச்சு	202
கட்டுரைகள்............................	218
சுந்தரராமசாமி................................	226
கட்டுரை	228
சிறுகதை	235
துரைமுருகன்.................................	251
பேச்சு	253
நேர்காணல்............................	258
ஜெயமோகன்.................................	262
பேச்சு	264
கட்டுரை..............................	285

பிரபஞ்சன்

நானூறுக்கும் அதிகமான சிறுகதைகள், பத்துக்கும் மேற்பட்ட நாவல்கள், இன்றளவும் தொடரும் கட்டுரைகள், முட்டை என்றொரு நாடகம் என்று எழுத்து மட்டுமே ஜீவன் என வாழும் பிரபஞ்சன் பாண்டிச்சேரியைச் சேர்ந்தவர்.

'வானம் வசப்படும்' என்ற நாவல் இவருக்கு சாகித்ய அகாடமி விருதைப் பெற்றுத்தந்தது. 'பாரதீய பாஷா பரிஷத்' தமிழக அரசு பரிசு. புதுவை அரசு, கனடாவின் இயல் உரைநடை விருது என்று கிடைக்கும் பரிசுகளைப் பார்த்துக் கொஞ்சமும் பரவசப்படாமல் தன் எழுத்தின் வலுவைக் கூட்டிக் கொண்டே போகும் பிரபஞ்சன் தன் மூச்சுமாதிரி வாசிப்பையும் நினைப்பவர்.

எழுத்து மட்டுமின்றி, ஆண் பெண் உறவுச் சிக்கல்கள், இன்றைய கல்வி முறையின் அவலங்கள் எனத் தொடரும் சமூக அவலங்களுக்கு எதிராக ஜனங்களின் குரலாக ஓங்கி ஒலிப்பவை இவரின் படைப்புகள். 'பிரபஞ்சன் கதைகள்' என்ற இவரின் மொத்த சிறுகதைகளும் 'கவிதா' வெளியீடாக வெளிவந்துள்ளது.

பேச்சு

வணக்கத்துக்கும் போற்றுதலுக்கும் உரிய பேராயர் அவர்களே, அன்புக்கும் போற்றுதலுக்கும் உரிய ஆசிரியப் பெருமக்களே, மாணவ நண்பர்களே, என்னுடன் உரையாற்ற வந்திருக்கின்ற என் அரும் இலக்கிய உலக - கலை உலக சகாக்களே, நண்பர்களே, தோழர்களே, உங்களுக்கெல்லாம் என்னுடைய வணக்கத்தையும் வாழ்த்துகளையும் சொல்லி, சில கருத்துகளை உங்களோடு பகிர்ந்து கொள்ள வந்திருக்கிறேன்.

பள்ளிக்கூட நினைவுகளைப் பற்றிப் பேச வேண்டுமென்றால், பள்ளிக்கூடம் உங்களை மாதிரி எனக்கும் சந்தோஷமாக இருந்தது இல்லை. எப்போது நான் சந்தோஷமாக இருந்தேன் என்றால், எப்போதெல்லாம் பள்ளிக்கூடம் மூடியிருந்ததோ அப்போதெல்லாம் நான் சந்தோஷமாக இருந்தேன் (மாணவர் ஆரவாரம்). நீங்களும் என்னை மாதிரித்தான் சிக்கிக் கொண்டிருக்கிறீர்கள் என்பது தெரிகிறது. இந்த அழகான காலை நேரத்தில் பார்க்க வேண்டிய காட்சிகள் எத்தனையோ இருக்கின்றன. படிக்க வேண்டிய காட்சிகள் எத்தனையோ இருக்கின்றன. அனுபவிக்க வேண்டிய விஷயங்கள் எத்தனையோ இருக்கின்றன. அதையெல்லாம் விட்டுத் தொலைத்துவிட்டு இப்படி ஒரு இடத்தில் வெறுப்படித்துக் கொண்டு உட்கார வேண்டியிருக்கிறதே என்று உங்களில் சிலர் தூங்கக்கூடும். அப்படி சிலர் தூங்கினால் உங்களை நான் பாராட்டுகிறேன்.

நண்பர்களே, நீங்கள் எல்லாம் பத்து வருஷம் படிக்கிற படிப்பை நான் பதினைந்து வருஷம் படித்தவன். எஸ்.எஸ்.எல்.சி. முடிக்கும் போது எனக்கு வயது இருபது. பள்ளிக்கூடத்திலேயே பெரிய பையன் நான்தான், சில வாத்தியார்களைக் காட்டிலும். அதற்குக் காரணம் இருந்தது. என்னுடைய தந்தையார் பிரெஞ்சுக்காரர்களை எதிர்த்த போராட்டத்தில் தலைவராக விளங்கியவர். நான் பாண்டிச் சேரிக்காரன். பாண்டிச்சேரி பிரெஞ்சுக்காரர்களுக்கு அடிமைப் பட்டுக் கிடந்த காலம். என்னுடைய தந்தையார் முதலிலே என்னைக் கொண்டுபோய் பிரெஞ்சுப் பள்ளிக்கூடத்திலே சேர்த்தார். அஞ்சு வருஷம் படிச்சேன். திடீர்னு ஒருத்தன் எங்க அப்பாவைப் பார்த்துக் கேட்டான். ‘பிரெஞ்சுக்காரனுக்கு எதிரா நீ போராடுற. உன் பையன் பிரெஞ்சுலே படிக்கிறானேய்யா’ அப்டீன்னு கேட்டான். உடனே அஞ்சாங்கிளாஸ் படித்துக் கொண்டிருந்த என்னை அழைத்து வந்து ஒண்ணாம் வகுப்பில் இங்கிலீஷில் சேர்த்தார். கிட்டத்தட்ட பத்து வயசுக்காரனான நான் மூணு வயசு நாலு வயசு குழந்தைகளோடு உட்கார்ந்து படிச்சேன். இப்படி ஒரு சோகம் தொடக்க காலத்திலே எனக்கு ஏற்பட்டது.

பள்ளிக் கூடம் மூடுகிற சனிக்கிழமையும் ஞாயிற்றுக் கிழமையும் என்னைப்போல சந்தோஷப்படுகிறவர்கள் வகுப்பிலேயே இருக்க மாட்டார்கள். திங்கட்கிழமை வருகிறபோது நான் அந்தரங்கமாக வேண்டிக்கொள்வேன், அகில இந்தியத் தலைவர்கள் யாராவது சாகமாட்டார்களா என்று. நண்பர்களே, கடவுள் என் பக்கம் இல்லை. அப்படியே செத்தாலும் ஞாயிற்றுக்கிழமையாகப் பார்த்து சாகிறார்கள். ஞாயிற்றுக்கிழமை வருகிற தீபாவளி போல. தீபாவளி, பொங்கல் எல்லாம் திங்கட்கிழமை வரவேண்டாமா?

எனக்கு கணக்குதான் ரொம்ப கஷ்டமான பாடம். கொஞ்சம் கூட வரவே வராது. நான் ஒரு கிறிஸ்டியன் மிஷனரி ஸ்கூல்லே படிச்சேன். அதுக்கு பெட்டிசெம்னரி ஹைஸ்கூல் என்று பெயர். அதுக்கு அருகிலேதான் ஜெயில் இருக்கு. சிறைக்கூடத்துக்குப் பக்கத்திலேதான் எங்க பள்ளிக்கூடம். இந்தப் பக்கம் வார்டர்கள் நடந்து போவார்கள். அந்தப் பக்கம் ஆசிரியர்கள் வந்து போவார்கள். வார்டர்கள் பெரும்பாலும் இடுப்பிலே துப்பாக்கி வைத்திருப்பார்கள். எங்க பள்ளிக்கூட வாத்தியார்கள் பிரம்பு வைத்திருப்பார்கள்.

இரண்டுக்கும் பெரிய வித்யாசம் இல்லை. அதைவிட முக்கியமான செய்தி ஒண்ணு இருக்கு. எங்க பள்ளிக்கூடத்துக்கு எதிரிலே பெண்கள் பள்ளிக்கூடம்.

எங்கள் பள்ளிக்கூடத்திலே மொத்தம் ஏழு வகுப்பு. காலை எட்டு மணிக்கும், இரண்டு மணிக்கும் ஆரம்பிச்சு காலையில் நாலு வகுப்பு; மாலையில் மூன்று வகுப்பு. நாங்களாகவே ரெண்டு வகுப்பை உருவாக்கிக் கொண்டோம். காலையில் ஏழரை முதல் எட்டு வரைக்கும் மாலையில் நாலரையிலிருந்து அஞ்சு வரைக்கும். இந்த வகுப்புக்குப் பேரு WG கிளாஸ். WG என்றால் Watching Girls என்று அர்த்தம். டைம் டேபிளிலேயே எழுதி வைச்சிருந்தேன். ஒரு முறை பார்த்துவிட்டு அப்பா கேட்டாரு. E வந்து இங்கிலீஷ், T வந்து தமிழ்னு தெரியுது. அது என்னப்பா WGன்னு கேட்டார். நான் Watching Geographyன்னு சொன்னேன். அவர் ஜாகரபியைக் கூட வாட்ச் பண்ணுவீங்களான்னு கேட்டார். ஆமாம் இங்கிலாந்து நாட்டை அட்லஸ்ல பார்ப்போம்னு செ ானனேன். ஆண்கள் பள்ளிக்கூடமும் பெண்கள் பள்ளிக்கூடமும் பிரித்து நடத்தப்பட்டால் அப்படித்தான் நடக்கும். இந்தியாவில் மட்டும்தான் குழந்தைகள் ஆண் குழந்தைகளாகவும் பெண் குழந்தைகளாகவும் பிறக்கிறார்கள். உலகம் முழுக்க குழந்தைகள் குழந்தைகளாகப் பிறக்கிறார்கள். குழந்தைகளாக வளர்கிறார்கள். இந்தியாவில் மட்டும்தான் ஆண் குழந்தைகள் என்றும் பெண் குழந்தைகள் என்றும் பிரித்து வளர்க்கப்படுகிறார்கள். இதுதான் சோகம். இங்கே நடக்கிற அத்தனை கோளாறுகளுக்கும் இதுதான் காரணம்.

ஆண்களையும் பெண்களையும் பிரித்துவைத்துக் கொண்டேயிருக்க, கோளாறுகள் அதிகமாகிக் கொண்டே இருக்கும். இங்கே சேர்த்து வைத்தால் ஏதோ நடந்து விடும் என்கிறீர்களே. அதெல்லாம் நடக்கவே நடக்காது. நீங்க கவலையே படவேண்டாம். நாம் ஒவ்வொருவரும் ஒவ்வொருத்தருக்கும் போலீஸ்காரர்களா இருக்க வேண்டாம்.

என்னுடைய ஆளுமையை உருவாக்கியதில் ஆசிரியர்களுடைய பங்கு இல்லை என்று சொல்லிவிட முடியாது. நான் இன்று தமிழ்நாட்டில் ஓரளவு அறிந்த மனிதனாக இருக்கிறேன் என்றால்,

என்னுடைய ஆசிரியர்கள்தான் காரணம். எனக்குப் பத்து ஆசிரியர்கள். அவர்களில் எட்டுப் பேர் ஆசிரியராக இருக்கத் தகுதி இல்லாதவர்கள். மற்ற ரெண்டு பேரில் ஒருவர் திருநாவுக்கரசு என்கிற வாத்தியார். நண்பர்களே எனக்குத் தமிழ் சொல்லிக் கொடுத்த ஆசான் திருநாவுக்கரசுதான். அவர்தான் அந்தச் சாமியார்கள் பள்ளிக்கூடத்தில் இருந்துக் கொண்டு, தேம்பாவணியை வீரமா முனிவர் எழுதவில்லை என்று சொன்னார். பின்பு யார் எழுதியது? ஒரு தமிழ்ப் பேராசிரியர் எழுதியது என்று சொன்னார். நண்பர்களே, நான் பிரச்சனைக்குள் போகவில்லை. தேம்பாவணியை வீரமா முனிவரே எழுதியிருக்கக் கூடும். ஆச்சரியம் இல்லை. ஆனால், அந்த ஆசிரியருக்கு அப்படிச் சொல்வதற்குத் தைரியம் இருந்தது என்பதுதான் முக்கியம். இந்த தைரியத்தில்தான் ஒரு பகுதியை நான் எடுத்துக் கொண்டேன். உன்னை அறிந்தா தமிழை ஓதினேன் என்று முதல் அமைச்சர்களைப் பார்த்து, பிரதமர்களைப் பார்த்து கேட்கிற தைரியம் அந்த திருநாவுக்கரசரைப் பார்த்துதான் வந்தது.

என்னுடைய முதல் கதை பிரசுரமாகிற போது எனக்கு வயது பதின்மூன்று. முதல் கட்டுரை பிரசுரமாகிறபோது, எனக்கு வயது பதினான்கு. அந்தக் கட்டுரையின் தலைப்பே காதல் என்பது. எனது முதல் கவிதை பிரசுமாகிறபோது, எனக்கு வயது பதிமூணு. இந்த மூன்றுமே தமிழகத்தின் முக்கியமான தமிழ்ப் பத்திரிகைகளில் வெளியாயின. இதற்குக் காரணம் அந்தத் திருநாவுக்கரசுதான். அந்தத் திருநாவுக்கரசுதான் எனக்கு இந்தக் கலையைச் சொல்லிக் கொடுத்தார். அப்போது தமிழைக் கற்றுக் கொடுத்தவர் இன்னொருவர் இருந்தார். அவர் நா. பார்த்தசாரதி. அவர் எழுதிய குறிஞ்சி மலர் என்ற நாவலை நான் பள்ளிக் கூடத்தில் பயின்று கொண்டிருந்த காலத்திலேயே படிக்கத் தொடங்கினேன். குறிஞ்சி மலர் கதை நாயகன் அரவிந்தனைப் பார்த்து நானும் வேட்டி கட்டிக் கொண்டேன். பள்ளிக்கூடத்திலே வேட்டி கட்டிக்கொண்டு போன ஒரே மாணவன் நான்தான். அவ்வளவு பெரியவன். அது மட்டுமல்ல. அரவிந்தன் போல வேட்டி கட்டிக் கொண்டதனாலேயே எனக்குப் பூரணி என்கிற பாத்திரம் தேவைப்பட்டது. அரவிந்தனின் காதலி பூரணி. கடைசி வரை எனக்குப் பூரணி கிடைக்கவில்லை. வேட்டி கட்டிக் கொண்டதனாலேயே எனக்குப் பூரணி கிடைத்துவிட

மாட்டாள் என்பது கல்லூரிக்குப் போன பிறகுதான் தெரிந்தது. ஆகவே என்னுடைய ஆளுமையை உருவாக்கியதில் திருநாவுக்கரசுக்கு ஒரு பங்கு உண்டு. நான் எட்டாம் வகுப்பு வருகிறபோது எல்லாப் போட்டிகளிலும் கலந்து கொள்கிற அளவுக்கு எனக்குக் கற்றுக் கொடுத்தவர் அவர்தான்.

உங்களுக்கு ஹோம் வொர்க் கொடுக்கிறாங்களா? எழுதாதீங்க. வீட்டுப்பாடம் கொடுக்கிறவர்களை நான் ஆசிரியர்களாகவே ஒத்துக் கொள்வதில்லை. எட்டுமணி நேரம் பள்ளிக்கூடத்திலே வச்சிருக்கீங்க. காலையில் எட்டு மணிக்கு ஆரம்பித்து ஐந்து மணி வரைக்கும் பவுண்ட்ல அடைச்சு வைக்கிற மாதிரி அடைக்கிறீங்க. அதன் பிறகு வீட்டுப்பாடம் கொடுத்து அந்தக் குழந்தைகளைச் சித்திரவதை செய்வதற்கு உங்களுக்கு உரிமை இல்லை. மாணவர்கள் எவ்வளவு உற்சாகமாகக் கை தட்டுகிறார்கள் என்பதை ஆசிரியர்களாகிய நீங்கள் புரிந்து கொள்ள வேண்டும். நானும் ஆசிரியனாக வேலை செஞ்சவன்தான். நான் படித்து முடித்த பிறகு இரண்டு ஆண்டுகள் தமிழாசிரியனாக வேலை பார்த்தேன். மூன்றாம் ஆண்டு இனியொரு முறை என் வாழ்க்கையில் ஆசிரியனாகப் பணியாற்றுவதில்லை என்ற முடிவோடு வெளியே வந்தேன். ஐந்து மணிக்கு மேல் குழந்தைகளை விளையாட அனுமதியுங்கள்.

நமக்குக் கல்வித் திட்டத்தை யாரும் தீட்ட வேண்டியதில்லை . பாரதி கொடுத்த கல்வித் திட்டம் ஒன்று போதும்.

காலை எழுந்தவுடன் படிப்பு - பின்பு

கனிவு கொடுக்கும் நல்ல பாட்டு

உங்களுக்குக்கெல்லாம் பாட்டு சொல்லித் தராங்களா? இல்லையா? அப்ப இது பள்ளிக்கூடமே இல்லை. குழந்தைகளைப் பாட்டின் மூலமும், ஓவியத்தின் மூலமும் மலரவைக்க முடியவில்லை என்றால் நீங்கள் மனிதர்களை உருவாக்கவே முடியாது என்று பொருள். குமாஸ்தாக்களை உருவாக்குகிறீர்கள் என்று பொருள். குழந்தையை மனிதனாக நீங்கள் பாவிக்க வேண்டும் என்றால் பாட்டையும் ஓவியத்தையும் கற்றுக் கொடுங்கள். இந்த இரண்டு கலைகள்தான் மனிதனை மனிதனாக மலரச்செய்யும் என்கிறான் பாரதி. பிறகு

மாலை முழுதும் விளையாட்டு

ஹோம்வொர்க் கிடையாது. மாலை முழுக்க விளையாடுங்கள்.

என்று வழக்கப் படுத்திக்கொள்ளு பாப்பா

என்கிறான். பாரதியை விடப் பெரிய பள்ளிக்கூடம் இல்லை.

பள்ளிக்கூடத்தில் பத்தாண்டுகள் கற்றுக்கொள்வதைவிட, மூன்றாண்டுகளில் உங்களுக்கு அறிவை உண்டாக்க என்னால் முடியும். மீதி ஏழு வருஷத்துப் படிப்பும் புண்ணாக்குக்குச் சமம். இந்தப் பத்து வருஷத்துப் படிப்பும் வீண்.

ஒரு மனிதனின் ஆயுள் காலத்தில் அற்புதமான முதல் இளமைப் பருவத்தை ஒரு கூரையின் கீழே கழிப்பதற்குப் பள்ளிக் கூடம் என்று பெயரானால் அந்தப் பள்ளிக்கூடத்தை ஏற்பதற்குத், தயாராக இல்லை அது வீண். ஆனால் இந்திய அரசாங்கம் குமாஸ்தாக்களை உருவாக்கத்தான் துடிக்கிறது. அறிவாளிகளை உருவாக்கப் பிடிக்கவில்லை. அறிவாளிகள் உருவாகிற தேசத்தில் இப்படிப்பட்ட பள்ளிக்கூடங்கள் இல்லை. ஆகவே எனக்குப் பள்ளிக் கூடங்களின் மீது மரியாதை இல்லை. ஆனாலும் தவிர்க்க முடியாமல் நமது விதி பள்ளிக்கூடத்துக்குப் போக வேண்டியிருக்கிறது. படிக்க வேண்டியிருக்கிறது. பரீட்சைக்குப் போக வேண்டியிருக்கிறது. பாஸ் பண்ண வேண்டியிருக்கிறது.

ஆர்க்கிமிடிஸ் தீரம்னா என்னன்னு நூறு முறை இம்போசிஸன் எழுதியிருக்கேன். பித்தாகரஸ் தீரம்னா என்னன்னு ஆயிரம் முறை இம்போசிஸன் எழுதியிருக்கேன். ஆனா, இன்னைக்கும் புரியவில்லை. பித்தாகரஸ் தீரம் தெரியாம, ஆர்க்கிமிடிஸ் தீரம் தெரியாம, நான் மனிதனாக, கௌரவம் மிக்க மனிதனாக வாழ்ந்து கொண்டிருக்கிறேன் என்றால் அதைப் புரிந்து கொள்ள வேண்டும். வீட்டுப் பாடத்தை ஒரு போதும் செய்யாதீர்கள். அது உங்கள் ஆத்மாவைச் சாகடித்து விடும். மாலையானால் விளையாடுங்கள். ஊர் சுற்றுங்கள். ஊர் சுற்றுபவர்கள்தான் அறிவாளிகளாக இருப்பவர்கள் என்பது என் அனுபவம்.

பள்ளிக்கூடம் எனக்கு எதையும் கற்றுத் தந்ததே இல்லை. அது மட்டுமல்ல, ஆசிரியர்கள் மாணவர்களுக்குக் கற்றுக்

17

கொடுக்கிறார்கள் என்பதே பொய். யாரும் யாருக்கும் கற்றுத்தர முடியாது. சில சந்தேகங்களை ஆசிரியர்கள் விளக்குகிறார்கள். இன்றைய தேதியில் பல ஆசிரியர்களுக்கு மாணவர்கள்தான் கற்றுத்தர வேண்டியிருக்கிறது. இப்படிச் சொல்வதன் மூலம் இந்தக் கல்வித்திட்டத்தை முழுக்க நான் எதிர்க்கிறேன் என்று பொருளல்ல. தவிர்க்க முடியாமல் இந்தப் பள்ளிக்கூடத் திட்டத்தை, பத்தாண்டுப் படிப்பை, இரண்டாண்டு பிளஸ் டூவை, மூன்றாண்டு டிகிரியை நாம் அங்கீகரித்துதான் ஆக வேண்டியிருக்கிறது. ஆனால் அது சரி இல்லை என்று சொல்லவே இங்கு இவ்வாய்ப்பைப் பயன்படுத்திக் கொள்கிறேன்.

இந்தப் பள்ளிக்கூடம் இன்னும் நூறாண்டுகள் வளர்ந்து நல்ல மனிதர்களை, நேயம் மிக்க மனிதர்களை, அன்பு மிக்க காதல் கொண்ட மனிதர்களை உருவாக்க வேண்டும். காதல் என்பது மிகவும் முக்கியம். நீங்கள் காதலிக்க வேண்டும். அது தப்பே இல்லை. ஆண்களும் பெண்களும் கலந்து உறவாடி, ஒருவரையொருவர் புரிந்துகொண்டு வாழ்க்கையில் சேரலாம் என்றால் சேர்ந்து கொள்ளுங்கள். பிரிந்து கொள்ளலாம் என்று முடிவு செய்தால் பிரிந்து கொள்ளுங்கள். இந்த தைரியத்தை எந்தப் பள்ளிக்கூடம் தருகிறதோ அதுதான் பள்ளிக்கூடம். பள்ளிக்கூடத்திலும் கல்லூரியிலும், ஆண்களும் பெண்களும் கலந்து உறவாடவில்லையென்றால் வேறு எங்கே நீங்கள் சந்திக்க முடியும். ஆகவே கலந்து பேசுங்கள். பழகுங்கள். ஒண்ணும் ஆகாது. பெற்றோர்கள் நினைப்பது போல ஒண்ணும் ஆயிடாது.

ஆகவே, நீங்கள் எல்லோரும் நல்ல மனிதர்களாக, நேயம் மிக்க மனிதர்களாக, நல்ல ஆண்களாக, நல்ல பெண்களாக, நல்ல குழந்தைகளாக வாழவேண்டுமென்று மனப்பூர்வமாக வாழ்த்துகிறேன். இந்தப் பள்ளிக்கூடம் இன்னுமொரு நூற்றாண்டைத் தாண்டும் என்று வாழ்த்தி விடைபெறுகிறேன்.

சிறுகதை

மரி என்கிற ஆட்டுக்குட்டி

"தமிழ் சார்... அந்த அற்புத மரிக்கு டி..சி... கொடுத்து அனுப்பிடலாம்னு யோசிக்கிறேன்" என்றார் எச்.எம்.

"எந்த அற்புத மரி?" என்றேன் நான்.

"இந்த ஸ்கூல்ல தொள்ளாயிரத்துத் தொண்ணூற்றெட்டு அற்புத மரி இருக்காளா ஓய்? எந்த அற்புத மரிங்கறீர்? அதான் அந்தப் பத்தாம் வகுப்பு அற்புத மரிங்காணும்"

தினத்தாளை மடித்து வைத்து விட்டு, அந்த அற்புத மரியின் முகத்தை மனசுக்குக் கொண்டுவர முயற்சித்தேன். வந்துவிட்டாள். எப்போதும் சூயிங்கம் மெல்லுகிற, அப்படி மெல்லுவதின் மூலமாக இந்தப் பள்ளிக்கூடம், அதன் ஆசிரியர்கள், மாணவர்கள், மாணவிகள், சட்ட திட்டங்கள், ஒழுங்கு விதிகள் எல்லாவற்றையும் அலட்சியப் படுத்துகிற, நான் உங்களையெல்லாம் ஒரு பொருட்டாகவே நினைக்கிறதில்லை. நீங்களெல்லாம் எனக்கு ப்பூ... என்கிற முக பாவமும் திமிர்த்தனமும் கொண்ட ஒரு சண்டைக்கார மாணவி என் நினைவுக்கு வந்தாள். எனக்கும் அவள் மாணவிதான்.

"என்னத்துக்கு சார் டி..சி.?"

"என்னத்துக்கா? நீர் இந்த உலகத்தில்தான் இருக்கிறீரா? அவள் உம்ம ஸ்டூண்ட்தானேங்காணும்?"

"ஆமாம். அப்பப்போ இஷ்டப்பட்டால், ஏதோ எனக்கு தயவு பண்ணுகிற மாதிரி கிளாசுக்கு வரும், போகும்"

19

“உம். நீரே சொல்கிறீர் பாரும்” என்று சொல்லிவிட்டு, இரண்டாள் சேர்ந்து தூக்க வேண்டிய வருகைப்பதிவு ரிஜிஸ்டரையும், இன்னும் இரண்டு மூன்று ஃபைலையும் தூக்கி என் முன் போட்டார்.

“பாரும் நீரே பாரும். போன ஆறு மாச காலத்திலே எண்ணிப் பன்னிரண்டே நாள்தான் ஸ்கூலுக்கு வந்திருக்கிறாள். வீட்டுக்கும் மாசம் ஒரு கடிதம் எழுதிப் போட்டுக் கொண்டுதான் இருக்கேன். ஒரு பூச்சி, புழு இப்படி எட்டிப் பார்த்து, அந்தக் கடுதாசி போட்ட கம்மனாட்டி யாருன்னு கேட்டுச்சா? ஊகூம். சர்த்தான் போடா நீயுமாச்சு உன் கடுதாசியுமாச்சுன்னு இருக்கா அவள். சரி, ஏதாச்சும் மெடிக்கல் சர்டிபிகேட் கேட்டு வாங்கிச் சேர்த்துக்கலாம்னா, வந்தால்ல தேவலாம். நம்ம டி.இ.ஓ மாதிரியில்லே ஸ்கூலுக்கு இஷ்டப்பட்டால் வருகிறாள். வந்தாலும் ஸ்டூட்ண்ட் மாதிரியா வர்றாள்? சே.. சே.. சே.. என் வாயாலே அதை எப்படிச் சொல்றது? ஒரு பிரெஞ்சு சைக்கிள்ளே, கன்னுக்குட்டி மேலே உட்கார்ந்து வர்ற மாதிரி பாண்ட் போட்டுக் கொண்டு வர்றாள். பாண்ட்டுங்காணும்.. பாண்ட் என்ன மாதிரி பாண்ட்டுங்கறீர். அப்படியே ‘சிக்’குன்னு பிடிச்சிக்கிட்டு, போட்டோவுக்குச் சட்டம் போட்ட மாதிரி, அதது அப்படி அப்படி தெரியற மாதிரி, திடீர்னு பின் பக்கத்துத் தையல் பட்பட்டுன்னு தெரிச்சுடுமோன்னு நமக்கெல்லாம் பீதியை ஏற்படுத்தற மாதிரி டிரெஸ் பண்ணிட்டு வர்றாள். சட்டை போடறாளே, மேலே என்னத்துக்குங்காணும் இரண்டு பட்டனை அவுத்துவிட்டுட்டு வர்றது? அது மேலே சீயான்பாம்பு மாதிரி ஒரு செயின். காத்தாடி வால் மாதிரி அது அங்கிட்டும் இங்கிட்டும் வளைஞ்சு வளைஞ்சு ஆடறது. கூட இத்தினி பசங்க படிக்கிறாங்களேன்னு கொஞ்சமாச்சும் உடம்பிலே வெக்கம் வேணாம். இந்த இழவெடுத்த ஸ்கூல்லே ஒரு யூனிபார்ம், ஒரு ஒழுங்கு, ஒரு மண்ணாங்கட்டி, ஒரு தெருப்புழுதி ஒன்னும்கிடையாது. எனக்குத்தெரியுங்காணும்...நீர்அதையெல்லாம் ரசிச்சிருப்பீர்!”

“சார்...”

“ஓய் சும்மா இருங்காணும். நாப்பது வருஷம் இதுல குப்பை கொட்டியாச்சு? ஐ நோ ஹ்யூமன் சைக்காலஜி மிஸ்டர் டமிள்! தமிழ் சார். எனக்கு மனோதத்துவம் தெரியும்பா. உமக்கு என்ன வயசு?”

"இருபத்தொன்பது சார்!"

"என் சர்வீசே நாற்பது வருஷம்"

"பாண்ட், சட்டை போடக் கூடாதுன்னு விதியொன்றும் நம்ம ஸ்கூல்லே இல்லியே சார்"

"அதுக்காக, அவுத்துப் போட்டுட்டும் போகலாம்னு விதி இருக்கா என்ன? வயசு பதினெட்டு ஆகுதுங்காணும் அவளுக்கு! கோட்டடிச்சு கோட்டடிச்சு இப்பத்தான் டென்த்துக்கு வந்திருக்கிறாள். எங்க காலத்திலே பதினெட்டு வயசுல இடுப்பிலே ஒண்ணு, தோள்லே ஒண்ணு இருக்கும். போதாக் குறைக்கு மாங்காயைக் கடிச்சிக்கிட்டு இருப்பாளுக. போனவாட்டி, அதான் போன மாசத்திலே ஒரு நாள் போனாப் போவுதுன்னு நம்ம மேலே இரக்கப்பட்டு ஸ்கூலுக்கு வந்தாளே அப்போ, அவள் ஒரு நாள்லே, ஆறு மணி நேரத்துக்குள்ளாறே - ஹார்ட்லி சிக்ஸ் அவர்ஸ் சார் - என்ன பண்ணி இருக்காள் தெரியுமா? யாரோ நாலு தடிக் கழுதைங்களோட - பிரண்ட்சாம் - நீங்கள்ளாம் ரொம்ப கௌரவமா சொல்லிப்பேளே பிரண்ட்ஸ் அப்டீன்னு - நாலு தடிக்கழுதைங்களோட ஸ்கூல் வாசல்லே சைக்கிள் மேலே உட்கார்ந்து கொண்டு ஐஸ் க்ரீம் தின்னுட்டு சிரிச்சுப் பேசிட்டு இருந்திருக்கிறாள். நம்ம ஹிஸ்டரி மகாதேவன் இருக்கே... அது ஒரு அசடு. நம்ப ஸ்கூல் வாசல்லே, நம்ம ஸ்டூடண்ட் இப்படி மிஸ்பிகேவ் பண்ணறாளேன்னு அவகிட்டே போய், இப்படியெல்லாம் பண்ணப்படாது அற்புத மரி உள்ளே வா' என்று கூப்பிட்டிருக்கான். அவள் என்ன சொன்னாள் தெரியுமோ?"

"சொல்லுங்க சார்."

"உங்களுக்கென்ன பொறாமையா இருக்கா சார்ன்னு கேட்டுட்டாள் அந்தப் பசங்க முன்னால வச்சு. மனுஷன் கண்ணாலே ஜலம் விட்டுட்டு எங்கிட்டே சொல்லி அழுதார். 'இந்த ஸ்கூல் காம்பசுக்குள்ளே நடக்கிறதுக்குத்தான் நீங்க பொறுப்பு. வெளியிலே நடக்கிற விவகாரத்துக்கெல்லாம் நீங்க என்னைக் கட்டுப்படுத்த முடியாது சார்'னு மூஞ்சியிலே அடிச்ச மாதிரி சொல்றாள். யாருகிட்டே.? இந்த நரசிம்மன் கிட்டே"

எச்.எம்.முக்கு முகம் சிவந்து மூக்கு விடைத்தது.

“இந்த அநியாயம் இத்தோடு போகலே. சாயங்காலம், பி.டி. மாஸ்டர்கிட்டே சண்டை போட்டுக்கொண்டாள். அவன் இப்படிப் பண்ணப்படாது, இப்படி வளையணும், இந்த மாதிரி கையை வச்சுக்கணும்னு அவளைத் தொட்டுச் சொல்லிக் கொடுத்திருக்கான். தொட்டவன், எசகு பிசகா எங்கேயோ தொட்டுட்டான் போலிருக்கு. இவ என்ன கேட்டிருக்காள் தெரியுமா?”

“என்னைத் தொட்டுப் பேசாதீங்கன்னு சொல்லியிருப்பாள்”

“மனுஷ ஜாதின்னா அப்படித்தான் சொல்லியிருக்கணும்? இவள் என்ன சொன்னாள் தெரியுமா?”

எச்.எம். தலையைக் கையில் தாங்கிப் பிடித்துக் கொண்டார். அவர் முகம் வேர்த்து விட்டிருந்தது.

“சார். உங்க பொண்டாட்டியோட நீங்க படுக்கறது இல்லையான்னு கேட்டுவிட்டாள். பாவம்! நம்ம பி.டி. பத்மநாபன் லீவு போட்டுவிட்டு போய்விட்டான். முடியாதுப்பா முடியாது. நானும் நாலு பெத்தவன். இந்த ராட்சஸ ஜென்மங்களையெல்லாம் வச்சிக்கிட்டு, இரத்தக் கொதிப்பை வாங்கிக்கிட்டு அல்லாட முடியாதுப்பா. அந்தக் கழுதையைத் தொலைச்சுத் தலைமுழுகிட வேண்டியதுதான்”

“இப்போ போய் டி.சி. கொடுத்துவிட்டால், அவள் எஸ்.எஸ். எல்.சி எழுத முடியாமல் போயிடும் சார். அவள் வாழ்க்கை வீணாகப் போய்விடும்”

“அந்தக் கழுதைக்கே அதைப் பத்திக் கவலை இல்லை, உமக்கெதுக்கு?”

நமக்கெதுக்கு என்று என்னால் இருந்துவிட முடியாது. அது என் சுபாவமும் இல்லை. அத்தோடு, அந்த மரி என்ற ஆட்டுக்குட்டி, ஒரு சின்னப் பெண். அப்படி என்ன பெரும் பாவங்களைப் பண்ணி விட்டாள்? அப்படியேதான் பண்ணியிருக்கட்டுமே. அதற்காக அவளைக் கல்லெறிந்து கொல்ல நான் என்ன அப்பழுக்கற்ற யோக்கியன்?

நான் சுமதியிடம் சொன்னேன். எச்.எம். மாதிரிதான் அவளும் சொன்னாள்.

"உங்களுக்கெதுக்கு இந்த வம்பெல்லாம்? நீங்க சொல்றதைப் பார்த்தால், அது ரொம்ப ராங்கி டைப் மாதிரி தெரியுது. உங்களையும் தூக்கி எறிஞ்சு ஏதாச்சும் பேசிட்டால்?" என்றாள்.

அவளைச் சம்மதிக்க வைத்து, அவளையும் அழைத்துக் கொண்டு மரி வீட்டுக்கு ஒரு நாள் சாயங்காலம் போனேன்.

என் வீட்டுக்கு ரொம்ப தூரத்தில் இல்லை அவள் வீடு. ரயில் நிலையத்துக்கு எதிரே இருந்த வரிசை வீடுகளில், திண்ணை வைத்த முன்பகுதி ஓடு போட்டு, பின் பகுதி ஒட்டிய பழங்காலத்து வீடு அவளுடையது. விளக்கு வைத்த நேரம். திண்ணை புழுதி படிந்து, பெருக்கி வாரப்படாமல் கிடந்தது. உள்ளே விலை மதிப்புள்ள நாற்காலிகள் சோபாக்கள் இருந்தன. ஆனாலும் எந்த ஒழுங்கும் இன்றி, கல்யாண வீடு மாதிரி இரைந்து கிடந்தன.

"மரி," என்று நான் குரல் கொடுத்தேன். மூன்று முறை அழைத்த பிறகுதான், "யார்?" என்று ஒரு குரல் உள்ளிருந்து வந்தது. கலைந்த தலையும், தூங்கி எழுந்த உடைச் சுருக்கங்களோடும், சட்டையும் கைலியுமாக வெளிப்பட்டாள் மரி.

என்னைப் பார்த்ததில் ஒரு ஆச்சரியம், வெளிப்படையாக அவள் முகத்தில் தோன்றியது. என் மனைவியைப் பார்த்ததில் அவளுக்கு இரட்டை ஆச்சரியம் இருக்க வேண்டும்.

"வாங்க சார்... வாங்க, உட்காருங்க" என்று எங்கள் இருவரையும் பொதுவாக வரவேற்று விட்டு நாற்காலிகளை ஒழுங்குபடுத்தினாள். சோபாவில் நானும் சுமதியும் அமர்ந்தோம். எதிரே இருந்த ஒரு நாற்காலியில் அவள் அமரச் சொன்னதும் அமர்ந்தாள்.

"தூக்கத்தைக் கலைச்சுட்டேனாம்மா?" என்றேன்.

"பரவாயில்லே சார்," என்று வெட்கத்தோடு தலையைக் கவிழ்த்துக் கொண்டாள். முகத்தில் விழுந்த முடியை மேலே தள்ளிவிட்டுக் கொண்டாள்.

"நீங்க எப்படி இங்கே...?"

"சும்மாத்தான். பீச்சுக்குப் போய்க்கிட்டு இருந்தோம், வழியிலே

தானே உங்க வீடு. பார்த்து ரொம்ப நாளாச்சேன்னு நுழைஞ்சிட்டோம். அழையாத விருந்தாளி. உடம்பு சரியில்லையா?"

"தைலம் வாசனை வருதா சார்? லேசா தலைவலி. ஏதாச்சும் சாப்பிடறீங்களா சார்?"

"எல்லாம் ஆச்சு. வீட்டிலே யாரும் இல்லையா?"

"வீடா சார் இது...? வீடுன்னா அப்பா, அம்மா இருக்கணும். அப்பா எப்பவோ போயிட்டாரு. போயிட்டாருன்னா செத்துப் போயிடலே. எங்களை விட்டுட்டுப் போயிட்டாரு. அம்மா என்னைச் சுத்தமாக விட்டுலை. அப்பப்போ நாங்க சந்திக்கிறோம். சமயங்களிலே இரண்டு நாளுக்கு ஒரு முறை நாங்க பார்த்துக் கொண்டால் அது அதிகம். அவுங்க போக்கு அப்படி. அதனால்தான் இது வீடான்னேன். எனக்கு ஏதோ லாட்ஜிலே தங்கற மாதிரி தோணுது"

எனக்கு சங்கடமாய் இருந்தது. இரவுகளில், நசுங்கிய அலுமினியப் பாத்திரத்தை எடுத்துக்கொண்டு பிச்சைக்கு வருகிற குழந்தையைப் பார்ப்பது போல இருந்தது.

"சாப்பாடெல்லாம் எப்படியம்மா?"

"பெரும்பாலும் பசி எடுக்கறப்போ, எங்க தோணுதோ அங்கே சாப்பிடுவேன். ஓட்டல்லேதான். அம்மா வீட்டிலே தங்கியிருந்தா ஏதாவது செய்வாங்க. அம்மா சமையலைக் காட்டிலும் ஓட்டலே தேவலை. நல்லாயிருக்காதுன்னு சொல்லலை. அம்மான்னு நினைச்சு சாப்பிட முடியலே. பொண்ணுன்னு நினைச்சு அவங்களும் பண்ணலை"

சுமதி என்னை முந்திக்கொண்டு கேட்டாள்.

"உன் அம்மாதானே அவங்க?"

"ஆமாங்க, இப்போ வேறு ஒருத்தரோட அவங்க இருக்காங்க. அவரை எனக்குப் பிடிக்கலை. என்னையும் அவருக்குப் பிடிக்கலை. சரி அவங்க வாழ்க்கையை அவங்க வாழறாங்க. என் வாழ்க்கையை நான் வாழ்ந்து கொண்டு தீர்க்கிறேன்"

ஓர் இறுக்கமான மௌனம் எங்கள் மேல் கவிந்தது. நான்,

சாவி கொடுக்காமல் எப்போதோ நின்று போயிருந்த கடிகாரத்தைப் பார்த்துக் கொண்டிருந்தேன்.

"மரி...ஸ்கூலுக்கு வந்தால், ஒரு மாறுதலா இருக்குமில்லே?"

"நான் யாருக்காக சார் படிக்கணும்?"

"உனக்காக"

"ப்ச்!" என்றாள் அவள். இதற்கு மேல் எதுவும் பேசக்கூடாது என்று எனக்குத் தோன்றியது.

"பீச்சுக்குப் போகலாம் வாயேன்"

"வரட்டுமா சார்?" என்று ஆச்சரியத்துடன் கேட்டாள்.

"வா"

"இதோ வந்துட்டேன் சார்" என்று துள்ளிக் கொண்டு எழுந்தாள். உள்ளே ஓடினாள்.

நான் சுமதியைப் பார்த்தேன்.

"பாவங்க," என்றாள் சுமதி.

"யாருதான் பாவம் இல்லே? இந்தப் பெண்ணை விட்டுவிட்டு எங்கேயோ இருக்கிற அந்த அம்மா பாவம் இல்லையா? இத்தோட அப்பா பாவம் இல்லையா? எல்லோருமே ஒருவிதத்திலே பாவம்தான்" என்றேன் நான்.

அப்போதான் பூத்த ஒரு பூ மாதிரி, மழையில் நனைந்த சாலை ஓரத்து மரம் மாதிரி, ஓடைக் கூழாங்கல் மாதிரி வெளிப்பட்டாள் மரி. பேண்ட்தான் போட்டிருந்தாள். சட்டையை டக் பண்ணியிருந்தாள். அழகாகவே இருந்தது அந்த உடை. உடம்புக்குச் சௌகரியமானதும், பொருத்தமானதும்தானே உடை.

"ஸ்மார்ட்!" என்றேன்.

"தேங்க்யூ சார்," என்றாள், பரவசமான சிரிப்பில்.

நான் நடுவிலும், இரண்டு புறமும் இருவருமாக, நாங்கள் நடந்தே கொஞ்ச தூரத்தில் இருந்த கடற்கரையை அடைந்தோம்.

25

கடற்கரை சந்தோஷமாக இருந்தது. ஓடிப் பிடித்து கல் குதிரைகளின் மேல் உட்கார்ந்து விளையாடும் குழந்தைகள். குழந்தைகள் விளையாட்டைப் பார்த்து ரசிக்கும் பெற்றோர்கள். உலகத்துக்கு ஜீவன் சேர்க்கும் யுவர்களும் யுவதிகளும். கடலைகள், கடல் மணலில் சுகமாக வறுபட்டன.

குழந்தைகள் வாழ்வில் புதிய வர்ணங்களைச் சேர்த்து பலூன்கள் பறந்தன. ஸ்டூல் போட்டு பட்டாணி சுண்டல் விற்கும் ஐயரிடம் வாங்கிச் சாப்பிட்டோம்.

"கார வடை வாங்கிக் கொடுங்க சார்" என்றாள் மரி. கொடுத்தேன் தின்றாள்

"மத்தியானம் சாப்பிடல்லே சார். சோம்பேறித்தனமாக இருந்துச்சு, தூங்கிட்டேன்"

"ராத்திரி எங்களோடுதான் நீ சாப்பிடறே," என்றாள் சுமதி.

"இருக்கட்டுங்க்கா"

"என்ன இருக்கட்டும். நீ வர்றே"

வரும்போது, சுமதியின் விரல்களில் தன் விரல்களைக் கோத்துக்கொண்டு, சற்றுப் பின்தங்கி மரி பேசிக்கொண்டு வந்தாள். நான் சற்று முன் நடந்தேன்.

சாம்பாரும் கத்தரிக்காய் கறியும்தான். மத்தியானம் வறுத்த நெத்திலிக் கருவாடு இருந்தது.

"தூள்க்கா... தூள்!" இந்தச் சாம்பாரும் நெத்திலிக் கருவாடும் பயங்கரமான காம்பினேஷங்க்கா, என்றாள் மரி. இப்போதெல்லாம் காலையும் மாலையும் தவறாமல் எங்கள் வீட்டுக்கு வந்து போய்க் கொண்டிருந்தாள். காலை இட்டிலி எங்கள் வீட்டில்தான். வருஷம் 365 நாட்களும் எங்கள் வீட்டில் இட்டிலி அல்லது தோசைதான். "ஆட்டுக் கல்லை ஒளித்துவைத்து விட்டால், சுமதிக்கு ஹார்ட் அட்டாக்கே வந்துவிடும். மரி," என்பேன். மரி விழுந்து புரண்டு சிரிப்பாள். சாயங்காலங்களில் எங்கள் வீட்டில்தான் அவள் வாழ்க்கை கழிந்தது. பேண்ட் போட்ட அந்தப் பெண், சிரமப்பட்டுச் சம்மணம் போட்டு உட்கார்ந்து சுமதிக்கு வெங்காயம் நறுக்கித் தருவதைப் பார்க்க வேடிக்கையாக இருக்கும்.

"ஏம்மா... சைக்கிள்ளே ஊரைச் சுற்றுகிற பெண் நீ. இங்கே இவளுக்கு வெங்காயம் நறுக்கித் தர்றியோ?" என்றேன்.

"இதுதான் சார் த்ரில்லிங்கா இருக்கு. கண்ணிலே நீர் சுரக்கச் சுரக்க வெங்காயம் நறுக்கிறது பயங்கரமான எக்ஸ்பீரியன்ஸ்" என்றாள். ஐயோ இந்த பயங்கரமே!

"சார், ஒண்ணு சொல்லட்டுமா?"

"ஊகூம். ரெண்டு மூணு சொல்லு"

"சீரியஸாகக் கேட்கிறன், சார். நான் இங்கே வந்து போறதிலே உங்களுக்குத் தொந்தரவு இல்லையே சார்?"

"சத்தியமாகக் கிடையாது"

கொஞ்ச நேரம் அமைதியாக இருந்துவிட்டு அவள் சொன்னாள்.

"ஏன் சார்... கெட்டுப் போனவள்னு எல்லோரும் சொல்லுகிற என்னை எதுக்கு உங்க வீட்டிலே சேர்த்து, சோறும் போடறீங்க?"

சிரிப்புத்தான் வந்தது.

"பைத்தியமே! உலகத்திலே யார்தான் கெட்டுப் போனவங்க? யாராலுமே கெட முடியாது. தெரியுமா? மனசுக்குள்ளே நீ கெட்டுப் போனவள்னு நினைக்கிறியாக்கும்? அதை விட்டுடு. நீயும் கெட்டவள் இல்லை, உங்க அம்மாவும், அப்பாவும், யாரும் கெட்டவங்க இல்லே."

அவள் சொன்னாள்; "எங்க அம்மாவைப் பழி தீர்க்கணும்னுதான் அப்படியெல்லாம் நடந்துக்கறேன் சார்"

"எனக்கும் தெரியும்" என்றேன்.

பத்து நாள் இருக்குமோ? இருக்கும். ஒரு நாள் மரி என்னிடம் கேட்டாள்.

"சார்... நான் ஸ்கூலுக்கு வர்றதே இல்லைன்னு நீங்க ஏன் கேட்கவில்லை?"

நான் அவள் முகத்தைப் பார்த்தேன். இரண்டு மணிகள் உருண்டு விழத் தயாராய் இருந்தன, அவள் கண்களில்.

“என்னை நீங்க கேட்டிருக்கணும் சார். ஏண்டி ஸ்கூலுக்கு வரலைன்னு என்னை அறைஞ்சு கேட்கணும் சார். அப்படி யாரும் என்னைக் கேட்க இல்லேங்கறதுனாலதானே நான் இப்படி விட்டேத்தியா இருக்கேன்? என் மேல் இப்படி யாரும் அன்பு செலுத்தினது இல்லே சார். அன்பு செலுத்தறவங்களுக்குத்தானே அதட்டிக் கேக்கவும் அதிகாரம் இருக்கு?”

“உனக்கே அது தோணனும்னு தானே நான் காத்திருக்கேன். அதனாலே என்ன? ஒன்றும் முழுகிப் போய்விடவில்லை. இன்னைக்குப் புதுசா ஆரம்பிப்போம். இன்னைக்குத்தான் டென்த் கிளாஸ்லே நீ சேர்ந்தன்னு வச்சுக்க. நாளையிலேர்ந்து நாம் ஸ்கூலுக்கு போறோம்” என்றேன்.

மரி, முகத்தை மூடிக்கொண்டு விசும்பி விசும்பி அழுதாள்.

பொன்னீலன்

'புதிய தரிசனங்கள்' நாவலுக்காக சாகித்ய அகாதமி விருது பெற்றவர். 200க்கும் அதிகமான சிறுகதைகள். கட்டுரைகள் என்று இன்னமும் எழுதிக் கொண்டிருப்பவர். இவருடைய 'கரிசல்' நாவல் இன்றளவும் எல்லோராலும் அதன் படைப்பு நேர்த்திக்காகப் பேசப்படுகிறது. இவருடைய சிறுகதை 'மெட்டி' என்ற பெயரில் இயக்குநர் மகேந்திரனால் இருபது ஆண்டுகளுக்கு முன்பே படமாக்கப்பட்டது.

கல்வித் துறையில் ஒரு ஆசிரியராகத் தன் பணியைத் துவங்கி இணை இயக்குநராகப் பணியை நிறைவு செய்தவர். உணர்வுப் பெருக்கில் மேடைகளில் பேசுபவர். தமிழ்நாடு கலை இலக்கியப் பெருமன்றத் தலைவர்களில் ஒருவர்.

பேச்சு

இன்றைய கருத்தரங்கத் தலைவர் வணக்கத்துக்கு உரிய பேராயர் அவர்களே! என்னோடு உங்களைச் சந்திப்பதற்காகக் காத்திருக்கும் நண்பர்களே! தோழிகளே! மிக அருமையான கருத்துகளைக் கூறி விடை பெற்றிருக்கும் பிரபஞ்சன் அவர்களே! நூற்றாண்டு விழா கொண்டாடிக் கொண்டிருக்கிற இந்தப் பள்ளியின் தலைமையாசிரியர் அவர்களே! ஆசிரியப் பெருமக்களே! எல்லாவற்றுக்கும் மேலாக, இந்த ஊரின், வருங்காலத் தலைவர்களான அன்பான குழந்தைகளே! உங்கள் அனைவருக்கும் என்னுடைய வணக்கங்கள்.

பிரபஞ்சன் அவர்கள் பத்து வகுப்பைப் பதினைந்து வருஷமாகப் படித்தவர். நான் பத்து வகுப்பை எட்டு வருஷமாகப் படித்தவன். என்ன காரணமென்று தெரியவில்லை. என்னுடைய பெற்றோர் ஐந்தாவது வயதில் மூன்றாவது வகுப்பில் சேர்த்து விட்டார்கள். என்னுடைய படிப்புக் காலம் முழுவதும் இது ஒரு சங்கடமாக அமைந்தது. எட்டு வயது முடிந்த மாணவர்களுக்கு இடையிலே நான் பூனைக்குட்டி மாதிரி உட்காந்திருப்பேன். அதனால என்ன பிரச்சனைன்னா, அந்த காலத்துல ஆசிரியப் பெருமக்கள் பிரம்பில்லாம வரமாட்டாங்க. பிரபஞ்சன் ரொம்ப அழகாச் சொன்னாரு. ஜெயிலுக்குள்ள துப்பாக்கி வச்சிருப்பாங்க. பள்ளிக்குள்ளே பிரம்பு வச்சிருப்பாங்க. இந்த ரெண்டும் கிட்டத்தட்ட ஒண்ணுதான். அப்ப, பெரிய மாணவர்களெல்லாம் 15 வயசு 20 வயசு மாணவர்களெல்லாம் கூட என்னோட படிப்பாங்க - அவங்களிலே

யார் தப்பு செய்தாலும், உதை வாங்கக்கூடியது முன்னால இருக்கிற நான்தான். யாராவது சிரிப்பான். நீ ஏண்டா சிரிச்சேன்னு என்னை அடிப்பாங்க. ஏன்னா, நான் ரொம்ப பொடியன். எதிர்த்துப் பேச முடியாது. ஏழாவது வகுப்புன்னு நினைக்கிறேன். எனக்கும் கணக்கு வராது. என்ன காரணம்னு யோசிச்சுப் பார்க்கிறேன். என் காரணமும் பாதி இருக்கலாம். வீட்டுப் பாடம் செய்ய மாட்டேன். அதைவிட முக்கிய காரணம் என்னுடைய கணக்கு வாத்தியார். ஏழடி உயரம் இருப்பார். அல்ஜீப்ராவிலே சில பெரிய கணக்குகளை எழுதிப் போட்டிருப்பார். படிச்சியாடா அப்படீன்னு கேட்பாரு. படிச்ச தெல்லாம் மறந்துடும். எல்லாம் மறந்து நிப்போம். முதுகிலே குனிய வச்சி போடுவாரு அடி. ரொம்ப காலம் பள்ளிக்கூடத்துக்குப் போகக் கூடாதுன்னு நான் நெனச்சிருக்கேன். இந்த மாதிரியான நிகழ்ச்சிகள் நிறைய நடந்திருக்குது.

பிரபஞ்சனுக்குக் கொஞ்சம் முந்திப் படிச்சவன் நான். என்னுடைய ஊர் இந்தியாவினுடைய தென்கோடியில் உள்ள கன்னியாகுமரி. நாங்களெல்லாம் ஆரம்பத்திலே படிச்சது புஸ்தகத்திலே இல்லை. பள்ளிக்கூடத்திலே பக்தவச்சலம். பக்தவச்சலம் இங்கே வா, இதுதான் பாரதியார் புஸ்தகம். இதிலே அந்த நாலு வரியையும் மனப்பாடம் செய்யணும். கவிமணி தேசிக விநாயகம் பிள்ளையோட பாடலைச் சொல்லு.

தோட்டத்தில் மேயுது வெள்ளைப்பசு - அங்கே

துள்ளிக் குதிக்குது கன்றுக் குட்டி

அடடா, கன்னுக் குட்டி கற்பனை பண்ணிப் பாருடா. கண்ணை மூடுடா, பாருடான்னு சொல்வாரு. அவர்தான் முதன் முதலா, எனக்குப் பள்ளிக்கூடத்திலே இலக்கியம் கற்றுக் கொடுத்த ஆசான். அவர் அன்று என்னைத் தட்டிக் கொடுப்பாரு. தப்பு போடுவாரு. எழுதிக் கொடுத்து மனப்பாடம் பண்ணியும் பெரியோர்களே, தாய்மார்களேன்னு அதோட நின்னுபோயிடும்.

இங்கிலீசுக்கு ஒரு வாத்தியார் உண்டு. My dear friends, ladies and gentlemen - ன்னு எழுதித் தந்திருப்பாரு. அதுக்கு மேலே வராது. பிரம்பு வச்சிருப்பாரு. My dear friends, ladies and gentlemen அப்படியே நின்னுடும். உடனே பளார்னு

முதுகிலே விழும். அதோட இங்கிலீஷ் போச்சு. ஆசிரியர்களுடைய கைப்பிரம்பு இருக்கிறதே, அது ரெண்டாயிரம் வருஷத்துக்கு முன்னாலே இருந்த காரியம். ஜனநாயக யுகத்திலே அதை முதலிலே முறிச்சு தூரப் போடணும். அது வகுப்பறையில் மிகப்பெரிய கேடு செய்யக் கூடியது. அது மாறணும். அந்தப் பிரம்புதான் கணக்குப் பாடத்திலே வெறுப்பைத் தந்தது. அந்தப் பிரம்புதான் இங்கிலீஷிலே வெறுப்பைத் தந்தது. அந்தப் பிரம்பு இல்லாமதான் என்னுடைய தமிழாசிரியர் தோட்டத்தில் மேயுது வெள்ளைப் பசு, வெள்ளைப் பசுடா. அங்கே, துள்ளிக் குதிக்குது கன்றுக்குட்டிம்பாரு. கன்றுக் குட்டிக்கு கன்னுக்குட்டின்னு வரும். பரவால்லே, பரவால்லேன்னு என் முதுகைத் தட்டித் தட்டி, தடவித் தடவி அவர் வளர்த்தார். எந்த ஆசிரியர் மாணவர்களை உற்சாகப்படுத்தத் தெரிந்து கொண்டாரோ, அவர்தான் ஆசிரியர்.

எனக்குசாகித்யஅகாதெமிவிருதுகிடைத்து, நாகர்கோயிலிலே பெரிய பாராட்டு விழா நடந்தது. நான் மேடையிலேர்ந்து பார்க்கிறேன். ஒரு மூலையிலே என் ஆசிரியர். அந்த தாணுமாலையப் பெருமாள் உட்கார்ந்திருக்காங்க. நான் அவரைப் பார்க்கிறேன். அவர் என்னைப் பார்த்தார். என் தோளில் விழுந்த துண்டையும் மாலையையும் அவருக்குப் போட்டு அப்படியே காலிலே விழுந்து வணங்கினேன். நல்ல ஆசிரியப் பெருமக்கள். இந்தச் சாதாரணமான மண்ணை, பாரதி பாடுவானே, கல்லை வயிர மணியாக்கல் - அது மாதிரியான, மனிதர்களை உருவாக்குற ஆசிரியப் பெருமக்கள் நிறைய பேர் இருக்கிறார்கள். அவர்களால்தான் ஐம்பது அறுபது ஆண்டுகளுக்குள்ளாக இந்தத் தேசம் இந்த அளவுக்கு எழுச்சி பெற்றிருக்கிறது. இன்னைக்கு உலகுக்குச் சமமான தேசமாக இருக்கிறது. அந்த மாதிரியான ஆசிரியப் பெருமக்கள் நிச்சயமாக இந்தப் பள்ளியிலும் இருப்பார்கள். அவர்களுக்கு என்னுடைய வணக்கத்தைத் தெரிவித்துக் கொள்கிறேன்.

நிறைய ஆசிரியர்களைப் பார்த்திருக்கிறேன். சேதுராம அய்யர் என்றொரு ஆசிரியர். கல்லூரியிலே எனக்குத் தமிழ்ப்பாடம் நடத்தினார். கம்பராமாயணத்தில் நிபுணர். ஒரு நாள் காலையிலே எனக்கு உடம்புக்கு முடியல்லே. ஆஸ்பத்திரிக்குப் போனேன். அவரும் ஆஸ்பத்திரிலே இருக்கார். நம்ம சார் இன்னைக்கு

ஆஸ்பத்திரிக்கு வந்திருக்காரே? என்ன விஷயம். லீவு போடுவாரோ என்று எனக்கு ஒரு சந்தோஷம். ஆஹா, வாத்தியாரு இன்னைக்கு லீவுதான். அவர் வரமாட்டார்னு நெனச்சுக்கிட்டேன். பக்கத்திலே போய் சார் ஏன் வந்திருக்கீங்கன்னு கேட்டேன். குழந்தையைக் கொண்டு வந்திருக்காங்க. குழந்தைக்கு ட்ரீட்மெண்ட் கொடுத்தாங்க. குழந்தை செத்துப்போச்சு. அப்ப உங்களைப்போல விடலைப் பருவமா இருந்ததினாலே குழந்தை செத்தது பத்திக்கூட கவலைப்படாம அவர் லீவுன்னு நெனச்சு சந்தோஷப்பட்டேன்.

வகுப்பறையில் ரெண்டாவது பாடவேளையில் தமிழ். போய் உட்கார்ந்திருக்கிறோம் அதே சேதுராம அய்யர். முகத்திலே எந்த சோகமும் இல்லாமல் - அந்த சோகங்களையெல்லாம் மறைத்துவிட்டு - எங்க வகுப்பறையிலே வந்து நின்று பாடம் நடத்தினார். கம்பராமாயணத்தை நடத்தினார். நடத்தி முடிச்ச பிறகு சொன்னாரு. என்னுடைய மகள் இறந்து போனாள். அதனால் நான் சுடுகாட்டுக்குப் போகிறேன். ஒரு மணி நேரம் பர்மிஷன் போட்டிருக்கிறேன். சாயங்காலம் கட்டாயம் வந்திடுவேன். அப்படீன்னு சொல்லிவிட்டுப் போனார். மத்தியானத்துக்குள்ளே சுடுகாட்டுக்குப்போய் காரியங்களை முடிச்சிட்டு மத்தியான வகுப்புக்கு வந்தார். இது மாதிரியான ஆசிரியப் பெருமக்களால்தான், இந்தியாவில் எங்கோ எழுத்தறிவில்லாமல் கிடந்தவங்க, ரொம்ப சாதாரணப்பட்டவங்களெல்லாம் இன்று முளைத்து மேடையில் வந்திருக்கிறோம். எனவே ஆசிரியப் பெருமக்களை இந்த வேளையில் மேடையில் நின்று மனப்பூர்வமாகக் கும்பிடுகிறேன்.

அதே நேரத்திலே இன்னொரு செய்தி. இவர் செய்யுள் நடத்துறாரு. இன்னொருத்தர் டிராமா நடத்துறாரு. அவருக்குத் தமிழே வராது Today we are going to see Manonmaniyam epic என்பார். அவர் பேர் ஞானசிகாமணி. பயலுக அவர் வருவதற்கு முன்னாலே D.G- ன்னு போர்டுல எழுதி, நடுவிலே சின்னதா ‘o’ போட்டிடுவாங்க. அவர் வந்ததும் அரைமணி நேரம் எவண்டா போட்டது எவண்டா போட்டதுன்னு கத்துவாரு. நாங்க பின்னால உட்கார்ந்துகிட்டு ‘o’ ன்னு குரல் கொடுப்போம். எதுக்கு ஊளை போடறேன்னு அவர் என்னைத் துரத்திட்டாரு. மூணு மாசம் இந்த வகுப்புப் பக்கம் வரக் கூடாதுன்னு துரத்திவிட்டார். எங்கே போக?

வகுப்புப் பக்கம் போக முடியாது. நூலகத்துக்குப் போனேன். நூலகத்திலே தன்னந்தனியா இருந்தேன். லைப்ரரியன் சிரில்னு பேரு. கொஞ்சம் கூனல் உள்ளவர். தம்பி என்ன விஷயம்னு கேட்டார். சார், சின்ன தப்பு பண்ணிட்டேன். வகுப்பாசிரியர் துரத்தி விட்டுட்டாரு. நான் என்ன பண்றதுன்னேன். அட, போப்பா, அங்கே சொல்லிக் கொடுக்கிறத விட இங்கே நிறைய படிக்கலாம். இங்கே வா தினசரி, நான் புத்தகம் எடுத்துத்தரேன் படி. தினம் ஒரு நூலைத் தந்து அந்தக் கூனல் உள்ள மனிதர் அந்த நூலகத்தின் வழியே என்னை நல்ல மனிதனாக உருவாக்கினார். எத்தனை புத்தகங்கள்! அந்த ஆசிரியர் வகுப்பை விட்டுக் கொடுத்ததிலே எனக்கு எந்த வருத்தமும் இல்லை. தொடர்ந்து நூலகத்தில் படித்தேன். எனவே, நான் உங்களுக்குச் சொல்கிறேன். நூலகத்தை நன்றாகப் பயன்படுத்துங்கள். எந்தப் பள்ளிக்கூடத்திலும் இல்லாத அறிவு, எந்த ஆசிரியராலும் சொல்லித் தர முடியாத அறிவு நூலகத்தில் கட்டாயம் இருக்கும். நூலகத்தைப் பயன்படுத்தத் தெரியவில்லையென்றால், நீங்கள் படித்ததில் பொருள் இல்லை.

சாயங்காலம் ஆனா, இப்பவெல்லாம் எத்தனை கவர்ச்சி வீட்டுக்குள்ளே. ஒரு மாயப்பெட்டி வந்திருக்குது. மனுசனை யோசிக்க விடாது, பேச விடாது. மாமா வருவாக 'உக்காருங்க', சித்தப்பா வருவாக, 'உக்காருங்க' கண் அங்கும் இங்கும் அசையாது. அந்த மாயப்பெட்டி டி.வி. பெட்டி. அந்த மந்திரவாதப் பெட்டியினாலே தமிழ்நாடு கிட்டத்தட்ட அழிஞ்சு போகுது. நல்லது காட்டினா பரவால்லே. எப்பப் பார்த்தாலும் காதல் காதல் காதல். மனுசனுக்குக் காதலைத் தவிர எதுவும் இல்லையா? எத்தனை விஷயங்கள் இருக்கின்றன. உலகத்தின் மீது காதல் கொள். கொள்கையின் மீது காதல் கொள். மனித இனத்தின் மீது காதல் கொள். உன் வெற்றிக்குக் காதல் கொள். படிப்பின் மீது காதல் கொள். ஆயிரம் விஷயங்கள் உள்ளன.

காதல் என்பது சிறு விஷயம். அது பருவத்தில் வரவேண்டிய விஷயம். பருவத்துக்கு முன் காதல் என்றால் கதை முடிஞ்சு போச்சு. எனவே அந்த உணர்வு புத்தகக் காதலாக இருந்தால் நல்லது. முக்கியமாக எவன் புத்தகத்தைப் படிக்கிறானோ, அவன் உலகத்தைப் படிக்கிறான். ஞானத்தைப் படிக்கிறான். அறிவை விருத்தி செய்து

கொள்கிறான். ஆன்மாவை வளர்த்துக் கொள்கிறான். வேறு எந்தப் படிப்பும் புத்தகப் படிப்புக்கு இணையாகாது. எனவே, என்னுடைய அன்பான தம்பிகளே, தங்கைகளே, நிறைய படியுங்கள். புத்தகத்தைப் படியுங்கள். ஓய்வு கிடைக்கும் போதெல்லாம் புத்தகத்தைப் படியுங்கள். புத்தகத்தின் மூலமாக வாழ்வைப் படியுங்கள். புதிய வாழ்வுக்காக நீங்கள் தயாராகுங்கள்.

நான் மாவட்டக் கல்வி அதிகாரியாக இருந்தபோது, ஒரு பள்ளிக்கூடத்துக்குப் போனேன். கீத்துக் கொட்டகை. அதுலே CDCEO என்று இருக்கு. திருநெல்வேலி கிறிஸ்துவ டயாசிஸின் பள்ளிக்கூடம். எட்டாவது வகுப்பு வரை இருக்குது. மூணு மணிக்கு மேலே போய்ப் பார்த்தா, ஆறாம் வகுப்பைக் காணலே. என்னடா ஆறாம் வகுப்பைக் காணோம்னு கேட்டா, ஹெட் மாஸ்டர் சொல்றாங்க. 'வேண்டாம் ஸார். அப்புறமா பார்த்துக்கலாம்!' நான் 'அதெல்லாம் கிடையாது. ஆறாம் வகுப்பை நான் பார்க்கணும்னு' சொன்னேன். வேற வழியில்லாம கூட்டிக்கிட்டுப் போறாரு . சத்துணவுக் கூடம் இருக்கே. அது ஓரத்திலே ரெண்டு குச்சு வச்சு அதுல கீத்தைப் போட்டு. அதுதான் ஆறாம் வகுப்பு. மெதுவா குனிஞ்சு உள்ள நொழஞ்சு பார்க்கிறேன். இருபது பிள்ளைகள். அதுல பாதிபேர் சட்டையில்லை. ஒரு டீச்சர். கருகருன்னு தேசிய நிறம். முப்பது வயசு இருக்கலாம். அருமையான டீச்சர்.

நாற்காலி மூணு கால்தான் இருக்குது. நாலாவது கால் ஒடிஞ்சு போச்சு. பின்னாலே செவுரோட சாச்சிப் போட்டு மல்லாக்கப் படுத்த மாதிரி உட்கார்ந்திருக்குது. என்ன நடக்குதுன்னு பார்க்கிறேன். ஒரு கிழிஞ்சு போன இந்தியா படம். என்ன பாடம் நடத்துதுன்னு பார்க்கிறேன். ஒரு பொம்பள புள்ளையை, ஏய் மாரியம்மா வாடி, நீ கல்கத்தா போறியான்னு கேட்டுச்சு. உடனே இன்னொரு பையன் மாடசாமி, டீச்சர், நான் போறேன் டீச்சர்னு சொல்ல, சரி, மாடசாமி நீ கல்கத்தாவுக்குப் போன்னு சொல்லிச்சு. அங்க நிக்கிறான் பையன். உடனே கிளம்புறான் டர்ர்ன்னு. உடனே பசங்களெல்லாம் கத்துறானுங்க. டீச்சர். இவர் வந்து கார்ல போனா கல்கத்தா என்னைக்குப் போக முடியும்? உடனே இன்னொரு குழந்தை ம்ம்ம்ம்னு... ஏரோப்ளேன்ல கிளம்புது. கடைசியில சுத்தி சுத்தி கல்கத்தாவுக்குப் பதிலா பம்பாயிலக் கொண்டு போய்

விட்டான். உடனே, பசங்கள்ளாம் கத்துறாங்க. ஐயய, கல்கத்தாவுக்குப் போறதுக்குப் பதிலா பம்பாயில கொண்டு போய் விட்டான். டீச்சர் உடனே, 'போடா நீ'ன்னு சொல்லிச்சு. உடனே, ஒரு பொம்பள புள்ள ஏரோப்ளேன்ல புறப்பட்டு கல்கத்தாவுல போய் இறங்கியாச்சு. எல்லோரும் கை தட்டுறாங்க. நான் பின்னாலிருந்து பார்க்கிறேன். அந்த நேரம் என் கண்ணிலேர்ந்து கண்ணீர் சொட்டுச் சொட்டாக வடிந்தது. ஒரு வசதியும் இல்லை. கட்டிடம் இல்லை. செவுரு இல்லே. நாற்காலி இல்லே. ஒரு மேப் கூட இல்லே. ஆனால் எந்த வகுப்பிலும் செய்ய முடியாத அதிசயத்தை அந்த ஆசிரியப் பெருமாட்டி, முப்பது வயது கூடத் தாண்டாத அந்தச் சகோதரி, அங்கே நிகழ்த்திக் கொண்டிருந்தார். பிள்ளைகள் நெஜமாகவே இங்கிலாந்துக்கும், பிரான்சுக்கும் போய் வந்துகிட்டிருந்தாங்க. இந்த மாதிரியான ஆசிரியப் பெருமக்களால்தான் இந்த நாட்டில் கல்வி வளர்ந்து வந்திருக்கிறது.

கல்வியின் வரலாறு உங்களுக்குத் தெரியாது.

இருநூறு ஆண்டுகளுக்கு முன்னால் இந்தக் கல்வியைக் கீழ்ச் சாதிக்காரர்கள் படிக்க முடியாது. மேல் ஜாதிக்காரர்களா இருந்தாத்தான் பள்ளிக்கூடத்துக்குப் போகலாம்னு ஒரு சட்டம் இருந்தது. ஐயன்காளி என்கிற பெரியவர் எம் பிள்ளைங்களையும் பள்ளிக்கூடத்துக்கு அனுப்பணும்னு சொல்லி, உண்ணாவிரம் நடத்தி, போராட்டம் நடத்தி, கீழ்ச் சாதிக்காரங்கள்ளாம் பள்ளிக் கூடத்துக்குப் போனாங்க. அப்படி இந்தத் தேசத்திலே நூத்துக்கு எண்பது பேர் ஒடுக்கப்பட்டிருந்த காலத்திலே இந்த ஆசிரியப் பெருமக்கள்தாம் மாணவர்களை எடுத்து வளர்த்து பண்படுத்தி இப்படி உருவாக்கியிருக்கிறார்கள். ஆசிரியர் பெருமைதான் இந்தியாவின் பெருமை. அவர்களை மிஞ்ச இந்தியாவில் யாரும் இல்லை. நான் அடிக்கடி நினைத்துப் பார்ப்பதுண்டு. தமிழ்நாட்டிலே நூறாண்டுகளுக்கு அதிகமாக வளர்த்துள்ள எந்தப் பள்ளிக்கூடத்தை வேண்டுமானாலும் தேடிப் பாருங்கள். அங்கே ஆசிரியர் பயிற்சி பெற்று வந்து தன்னுடைய துணைவியோடு முப்பது முப்பதைந்து நாற்பதாண்டு காலம் ஆசிரியப் பணி செய்து குழந்தைகளை வளர்த்து, பள்ளிக்கூடத்தையும் வளர்த்து, அதுக்குள்ளேயே புதையுண்டுபோன - எலும்பாகவும் சாம்பலாகவும் மாறிப்போன ஆசிரியர்களைத் தேட முடியும். எனவே தமிழ்நாட்டினுடைய

இன்றைய வளர்ச்சி என்பது ஆசிரியர்களுடைய வளர்ச்சி என்று நான் திட்டவட்டமாகக் கூறமுடியும்.

ஆங்கிலம் இன்று நம்மை ஆட்சி செய்து கொண்டிருக்கிறது. தஞ்சாவூரில் உலகத் தமிழாராய்ச்சி மாநாடு நடந்தது. அந்த மாநாடு முடிந்த போது இன்னொரு மாநாடும் நடந்தது. கல்வியாளர்கள் கூட்டிய மாநாடு அது. ஆசிரியர்களைக் கூப்பிடவில்லை. அறிஞர்களைக் கூப்பிடவில்லை. வேறு யாரைக் கூப்பிட்டார்கள் என்றால், என்ஜினியரிங் காலேஜ், மெடிக்கல் காலேஜ், டெக்னிக்கல் காலேஜ், அக்ரிகல்சர் காலேஜ் இது மாதிரியான மிக உயர்ந்த கல்வி நிறுவனங்களிலே படிக்கின்ற - இன்றைய சமூகத்தின் பிரதிநிதிகளான மாணவர்கள் - நாளைய இந்தியாவாகப் பரிணமிக்கப் போகிறவர்கள். ஒரு கல்வி நிறுவனத்திற்கு ரெண்டு பேர். நாலு பேர் என ஒரு இருநூறு பேரை அழைத்து வந்து கருத்தரங்கை நடத்தினார்கள்.

உங்களுக்குப் பயிற்று மொழியாக எது தேவை தமிழா? ஆங்கிலமா? எழுபத்திரண்டு சதவீதம் பேர் தமிழ்தான் தேவை என்று சொன்னார்கள். அவங்க சொன்ன விஷயம் பெரிசில்லே. அதற்கான காரணம் ரொம்ப முக்கியமானது. ஏம்பா அப்படி சொல்றீங்கன்னு கூட்டத்தின் தலைவர் கேட்டதற்கு மாணவர்கள் சொன்னார்கள். எங்களுடைய ஆசிரியர்கள் பேசுகின்ற ஆங்கிலம் கான்ஸ்டிபேட்டரி ஆங்கிலம். முக்கி முனகி தடுமாறி வரக்கூடிய ஆங்கிலம். இந்த ஆங்கிலத்தை அவங்களுக்கும் சொல்ல முடியலே. எங்களுக்கும் சொல்ல முடியலே. ஒரு மணி நேரம் இவர்கள் பேசுகிற ஆங்கிலத்தைப் பத்து நிமிடம் தமிழில் சொல்லி விட்டால் புரிகிறது. எனவே, தமிழில் சொல்லித் தாருங்கள். மிக முக்கியமானது தமிழ் என்று நான் வலியுறுத்த விரும்புகிறேன்.

உங்களுடைய உணர்வுகளில் தமிழ் இருக்க வேண்டும். தமிழ் என்பது வெறும் மொழியல்ல. கம்பராமாயணம். மகாபாரதம், திருக்குறள், பாரதி இப்படி எல்லாம்தான் தமிழ். தமிழ் அழிந்தால் இவையெல்லாம் போய்விடும். தமிழ்ப் பண்பாடு அழிந்தால் தமிழன் என்ற அடையாளம் அழியும். தமிழன் அடையாளமில்லாத விதேசியாக அலைய நேரிடும். எல்லாவற்றுக்கும் மேலாக இருப்பதைத் தமிழன் தத்தம் செய்ய முடியாது. எனவே, மொழி ரொம்ப ரொம்ப முக்கியம். உங்களுக்குத் தமிழில் சொல்லித்

தரப்படுகிறதோ இல்லையோ, எனக்குத் தெரியாது. தமிழை நன்றாகப் படியுங்கள். இலக்கியத்தை நன்றாகப் படியுங்கள். இலக்கியம் மூலமாக வாழ்வைப் படியுங்கள்.

சயின்ஸ் படிச்சா போதும். டெக்னிக்கல் படிச்சா போதும். கம்ப்யூட்டர் படிச்சா போதும்னு ஒரு போக்கு இருக்கு. மனிதனுக்கு அறிவு மட்டுமிருந்தால் மிருகமாகி விடுவான். அவனுக்கு ஆன்மாவும் தேவை. அவனுடைய ஆன்மா அன்புகரமான ஆன்மா; கருணாகரமான ஆன்மா வளர்த்தெடுக்கப்பட வேண்டும். அந்த ஆன்மாவுக்காக நீங்கள் படிக்க வேண்டும்.

ஒரு கதை படிச்சேன். தகப்பனும் மகனும் பள்ளிக்கூடத்துக்குப் போய்க்கிட்டிருக்காங்க. அப்ப முன்னாடி ஒருத்தன் ஆட்டை இழுத்துக்கிட்டுப் போறான். மகன் கேட்கிறான். அப்பா இந்த ஆடு கத்துதே, எங்கே கூட்டிக்கிட்டுப் போறாங்கப்பா? இப்ப பள்ளிக் கூடத்துக்குக் கூட்டிட்டுப் போறீங்களே, பையன் ஏன் கத்தறான்? பள்ளிக்கூடம் என்பது கசாப்புக் கடையை விட மோசமானது என்று அந்தப் பையனுக்குத் தெரியுது. அது போல் இல்லாம ரொம்ப அருமையாக மனிதன் முழுமையா வளரக்கூடிய அற்புதமான சூழலாக இந்தப் பள்ளிக்கூடம் மேலும் மேலும் வளர வேண்டும்.

இந்தப் பள்ளிக்கூடம் நூறு ஆண்டு வளர்ந்த ஒரு பள்ளிக்கூடம். டேனிஷ் மிஷனரி என்று சொன்னார்கள். இந்தத் தமிழ்நாட்டிலே மிஷனரிகள்தான் தியாக உணர்வோடு எல்லா இடங்களிலும் கல்வியைத் தொடங்கி வைத்துவிட்டுப் போனார்கள். இந்தப் பள்ளிக்கூடம் இன்னும் ஒரு மேல் நிலையில். பிரபஞ்சன் சொன்னது மாதிரி, இன்னும் அதிகமான விளையாட்டு இன்னும் அதிகமான புன்னகை, மனிதனை வளர்ப்பதற்கான இன்னும் அதிகமான சூழல், கம்பில்லாத, பிரம்பில்லாத வகுப்பறை என வளரவேண்டும். தமிழ் வளர வேண்டும். தமிழ்நாடு வளர வேண்டும். தமிழ்ப் பண்பாடு வளர வேண்டும். நீங்கள் முழுமையாக வளர்ந்து இருபத்தொன்றாம் நூற்றாண்டில் இந்த ஊரின் நாட்டின் எல்லா அதிகாரங்களையும் பதவிகளையும் கையிலெடுத்து பொன்னுலகு படைக்க வேண்டும் என வாழ்த்தி இந்த வாய்ப்பு தந்த அனைவரையும் வணங்கி விடைபெறுகிறேன்.

சிறுகதை

கரிசல் நாவலிலிருந்து ஒரு பகுதி

மரத்தில் கூடிக்கிடந்து கூச்சலிடும் கரிசல்காட்டு அந்திப் பறவைகள் போல மாணவர்கள் குதித்துக் கும்மாளம் அடித்தார்கள். ஒன்றாம் வகுப்பு முத்துவும் சீனியும் சிலேட்டுகளால் வாள்சண்டை போட்டார்கள். ஏனா நாராயணசாமியின் இரண்டு வயது தம்பி ருத்திரப்பன் ஐயலப்பனின் தமிழ்ப் புத்தகத்தை எடுத்துத் தாள் தாளாகக் கிழித்துத் தரையில் போட்டுப் பொத்துப் பொத்தென்று அடித்தான். ஐயலப்பன் தன் புத்தகத்தைப் பிடுங்கினான். புத்தகம் கிழிந்ததைப் பார்த்தால் தாய் அடிப்பாளே என்று அவன் பயந்து அழத் தொடங்கினான். தன் விளையாட்டுப் பொருள் பறிபோன கோபத்தில் ருத்திரப்பன் தரையில் புரண்டு கையையும் காலையும் உதைத்துக் கூச்சலிட்டான். அவனை அமைதிப்படுத்த முடியாமல் நாராயணசாமி தன் புத்தகத்தைக் கொடுத்தான். ஆனால் பயல் அதை வாங்கித் தூர வீசிவிட்டு முன்னிலும் பலமாகக் கதறினான். பைக்கூட்டுக்குள் தலையையும் கையையும் விட்டு, அவித்த சீனிக்கிழங்கைப் பிறருக்குத் தெரியாமல் தின்று கொண்டிருந்த வீரசேதுவைக் குமார சுவாமி பிடித்துக்கொள்ள சக்கம்மா பையைப் பிடுங்கி இழுத்தாள். தன் தம்பிக்காக வீரகாமு குமாரசாமியைக் காலால் உதைத்தான். வகுப்பறை போர்க்களமாய்க் காட்சி தந்தது.

ஒன்னுக்குப் போன கண்ணப்பன் பள்ளிக்குள் நுழைந்தான். தடுமமும் காய்ச்சலும் சேர்ந்து அவனை இரண்டு நாட்களாக வாட்டி மெலிய வைத்திருந்தது. ஆனாலும் பிள்ளைகளைப் பார்த்ததும் அவன் உற்சாகமடைந்தான்.

போட்டியும் பொறாமையும் பேராசையும் நிறைந்த அந்த ஊர் மக்களிலிருந்து வெட்டியெடுக்கப்பட்ட சிறிய மாதிரியாகவே வகுப்பறை தோன்றியது. அவர்களின் அளவுக்கதிகமான சக்தியின் வெளியீட்டில் குறுக்கிட மனமின்றிச் சிறிது நேரம் அவன் வாசலிலேயே நின்றான். "இந்த உற்சாகத்தையும் வேகத்தையும் சிறிது கூடக் கெடுத்து விடாமல் இவர்களைப் புதியதொரு சமுதாயமாக வளர்த்து விட்டால்! ஓ! அந்த சமுதாயம் எவ்வளவு மகத்தானதாக இருக்கும்." கண்ணப்பன் பெருமூச்சு விட்டான்.

"நாராயணசாமி தம்பி எம் பொஸ்தகத்தைக் கிளிச்சிட்டான்யா!"

ஐயலப்பன் கண்ணப்பனிடம் வந்து முறையிட்டான். "சரிடா. அழாதே. ஒனக்கு நான் ஒரு பொஸ்தகம் வாங்கித் தாரேன்" என்று அவனைச் சமாதானப்படுத்திவிட்டு அவன் நாற்காலியில் போய் உட்கார்ந்தான்.

ஐந்து வகுப்புக்குமாகச் சேர்த்து விஞ்ஞானம் நடத்த வேண்டிய நேரம் அது. அவன் மூன்றாம் வகுப்பு விஞ்ஞானப் புத்தகத்தைத் திறந்து பார்த்தான். அன்று நடத்த வேண்டிய பாடம் ஆடை. அந்த மழைக் காலத்துக்குப் பாடம் பொருத்தமாக அமைந்திருந்தது. கண்ணப்பன் கேட்டான்.

"இப்ப என்ன காலம்டா?"

"மழக் காலம்யா"

"சரி, மழக் காலத்தில ராத்திரி எப்படி இருக்கும்?"

"கும்முன்னு இருட்டா இருக்கும்யா"

"கூதலடிக்கும்யா... ரொம்பக் குளிரும்"

"அப்பிடிச் சொல்லுடா. ஆம்புளச் சிங்கம். குளிர தாங்காதுல்ல, என்ன செய்வ?"

"எங்காத்தா சீனிக்கெளங்கவுச்சித் தருவாயா"

"சீ.மூதி! சும்மா இருல. ராசபாண்டி, சொல்லியா"

"அடுப்புக்கு முன்ன உக்காந்துக்கிருவென்யா"

"அடுப்பு அணஞ்சி போச்சி?"

“எங்க ஊட்ல ராத்திரிதான் கஞ்சி காய்ப்பாகய்யா! அடுப்பு இருக்கும்”

“சரிடா இருக்கட்டும். வேற என்ன செய்வ சொல்லு”

“எங்க ஆத்தாளக் கட்டிக்கிட்டுப் படுத்துக்கிருவென்யா”

“ஆத்தா சம்மதிக்கல்ல?”

“அப்ப ஆத்தாமேல தண்ணியக் கோரி ஊத்துவென்”

“சீ படவா!” கண்ணப்பன் நாக்கைக் கடித்து எச்சரித்தான்.

மாணவர்கள் சிரித்தார்கள்.

“ஆத்தா இருக்கட்டும். வேற என்ன செய்வ, மாரியம்மா சொல்லு”

“எங்கய்யா வேட்டியை எடுத்துப் போத்திக்கிருவென். பெரீசா இருக்கும்”

வசந்தா சொன்னாள்: “சாக்குள்ள சுருண்டு படுத்துக்கிருவென்”

“சாக்கும் கெடைக்கல்ல?”

“போங்கய்யா. சும்மா அது இல்ல இது இல்லன்னுகிட்டு” என்று செல்லமாகக் கோபித்தாள் வசந்தா. ஐயலப்பன் டக்கென்று சொன்னான். “கவுட்டுக்குள்ள கையை வச்சிக்கிட்டு சுருண்டு கெடந்துகிருவேன்யா”

மாணவர்கள் ஓவென்று சிரித்தார்கள். கண்ணப்பனும் சேர்ந்து சிரித்தான்.

மழை இரைந்து கொண்டு வந்தது. பள்ளிக்கூடச் சுவர்களெல்லாம் ஏற்கெனவே கீறிப் போயிருந்தன. கூரையும் பல இடங்களில் பிய்ந்திருந்தது.

“சரி எல்லாரும் பைக்கூட்டத் தூக்கிக்கிட்டு வீட்டுக்கு ஓடிருங்க. பெரீய மழ வரப் போகுது” என்று எச்சரித்தான் கண்ணப்பன். மாணவர்கள் உற்சாகமாக ஆரவாரித்துக் கொண்டு ஓடினார்கள்.

கண்ணப்பனை மீண்டும் சோர்வும் தலைவலியும் பிடித்துக் கொண்டன. தொடர்ந்தாற் போல் ஏழெட்டு தும்மல் வந்து அவன்

ஈரல்குலையைக் குலுக்கிற்று. அவனால் நேராக உட்கார்ந்திருக்க இயலவில்லை. அவன் மேசை மேல் காலைத் தூக்கிப் போட்டு நாற்காலியில் நன்றாகச் சாய்ந்தான். மழை சக்கைப் போடு போட்டது.

கூரை ஒழுகிற்று. அவன் நாற்காலியைப் பல இடங்களுக்கு நகர்த்திப் பார்த்தான். எங்கும் ஒழுக்கு. வேறு வழியின்றி அவன் கரும்பலகையைக் கழற்றி மேசைமீது வைத்து விட்டு மேசையின் அடியில் சட்டத்தில் உட்கார்ந்தான். ஜலதோஷம் மூக்கைக் குடைந்தது. மூளைக்குள் ஊறல் எடுத்தது. அவன் மீண்டும் தும்மினான். பள்ளிக்கூடத் தரை முழுதும் நீர் கட்டி நின்றது. சிவலை நாய் இன்னொரு பெட்டை நாயைக் கூட்டிக்கொண்டு உள்ளே வந்தது. தொடர்ந்து ஒரு தாயோடு இரண்டு குட்டிகளும் உள்ளே அடைக்கலம் புகுந்தன.

மணி என்ன இருக்குமென்று கண்ணப்பனால் யூகிக்க முடியவில்லை. புஞ்சைக் காட்டிலிருந்து பெண்கள் வீடு திரும்பிக் கொண்டிருந்தார்கள். ஈரச் சேலை உடம்போடு ஒட்ட அவர்கள் குளிர் தாங்காமல் கூனிக் குறுகி கைகளை மார்போடு அணைத்துக் கொண்டு ஓடினார்கள். தெருவில் முழங்காலுக்கு மேல் நீர் ஓடிற்று. குனிந்து உட்கார்ந்திருப்பது கண்ணப்பனுக்குச் சிரமமாக இருந்தது. மேசையை மலர்த்திப் போட்டு அதன் கால்களில் கரும்பலகையைப் பரப்பி அதன் மறைவில் அவன் வசதியாக உட்கார்ந்தான். ஆனாலும் தரையில் விழும் நீர் மேலே தெறிக்கத்தான் செய்தது.

பரபரவென்று நகம் பிராண்டும் சத்தம் கேட்டது. கண்ணப்பன் நாய்களைப் பார்த்தான். அவை சல்லாபித்துக் கொண்டிருந்தன. தெரு நாய்களுக்கெல்லாம் போக்குக் காட்டி விட்டு இவை இரண்டும் எப்படித் தனித்து வந்தன என்று ஆச்சரியப்பட்டபடி கண்ணப்பன் தெருவைப் பார்த்தான். மொட்டையனின் மூத்தமகள் குருவம்மா தன்னை யாரும் கவனிக்கவில்லை என்ற தைரியத்தில் நாய்களைப் பார்த்துக் கொண்டு நின்றாள். சாதாரணமாகக் கண்ணப்பனைக் காணும்போதே ஓடி ஒளியக் கூடியவள் அவள். கண்ணப்பன் தனக்குள் சிரித்துக்கொண்டான்.

ஒன்றில் ஒன்று சங்கமம் ஆகும் அந்த இரண்டு உயிர்களின் இன்ப மயக்கம், சிருஷ்டியின் ஆதாரமான காதலின் பூரணத்துவம்,

வாழ்வை முழுமையுறச் செய்யும் அந்த இணைப்பின் அற்புதம், இயற்கையின் வரப்பிரசாதமான இந்த சொர்க்க சுக வசந்த விளையாட்டு, அவன் உள்ளத்தில் பொன்னியின் நினைவைக் கிளப்பிற்று? எண்ண எண்ணச் சுகமான அந்த எண்ணத்தில் அவன் தன்னை இழந்தான்.

"தொபீர்" என்ற பயங்கரச் சத்தம் கேட்டு கண்ணப்பன் திடுக்கிட்டான். பள்ளியின் மேற்குச்சுவர் வெளிப்புறமாக விழுந்து கிடந்தது. தண்ணீர் தேங்கிய புஞ்சைக்காடு, விம்மி ஓடும் ஆறு, வேலிக் கருவைப் புதர், பனைக் கூட்டம் எல்லாமே பளிச்சென்று தெரிந்தன. சுவர் விழுந்த அதிர்ச்சியில் கூரையிலிருந்து விழுந்த இரண்டு அணிற் பிள்ளைகள் கத்திக்கொண்டே அங்குமிங்கும் ஓடின. ஈரக்காற்று அவன் முகத்தில் அறைந்தது.

மற்ற சுவர்களும் விழுந்துவிடுமோ என்று அவன் சந்தேகம் கொண்டான். நாய்களையும் ஆடுகளையும் கலைத்து வெளியே தள்ளி விட்டு அவன் வாசலில் ஒதுங்கி நின்றான். பக்கத்து வீட்டுக்காரர்கள் ஓடிவந்தார்கள். மழைநீர் பள்ளிக்கூடத்துக்குள் நேராக வீசிற்று. பள்ளியின் கூரை, மூலையில் நடப்பட்ட நான்கு கல்தூண்களின் மேல் அமைக்கப் பட்டிருந்ததால் சாயவில்லை. மற்ற இரண்டு சுவர்களும் கூட பாதிக்குத் தட்டி எடுத்து விட்டால்தான் பிழைக்கும் என்று அபிப்பிராயம் சொன்னார் மொட்டையன். பச்சை இரண்டு உலக்கைகளைத் தூக்கி கொண்டு வந்தான். மொட்டையனும் முருகையாவும் சுவர்களைக் கவனமாக மேலேயிருந்து கொஞ்சம் கொஞ்சமாக இடித்துத் தள்ளினார்கள்.

இப்போது பள்ளியில் பின்சுவர் சுத்தமாக இல்லை. பக்கத்துச் சுவர்கள் இரண்டும் பாதி இடிக்கப்பட்ட கட்டை மண்கள். முன்பக்கம் மூங்கில் தட்டி. பாரத மணித்திரு நாட்டின் கல்வி நிலைக்கு ஒரு உருவம் கொடுத்தது போல நின்றது, அந்த ஓட்டைச் சாவடி!

பவா செல்லதுரை

டேனிஷ் மிஷன் பள்ளியின் பழைய மாணவர். ஒரு கவிஞனாக தன் படைப்பின் புள்ளியை துவக்கி 'நட்சத்திரங்கள் ஒளிந்து கொள்ளும் கருவறை' தொகுப்பின் மூலம் கவனம் பெற்றவர். இத்தொகுப்பு மலையாளம், ஆங்கிலம் ஆகிய மொழிகளில் முழுமையாகவும், இந்தி, தெலுங்கு, ஜெர்மனி, ஸ்பானிஷ் ஆகிய மொழிகளில் இதிலுள்ள கதைகளும் மொழிபெயர்க்கப்பட்டுள்ளன.

'19.டி.எம்.சாரோனிலிருந்து' கட்டுரைத் தொகுப்பு, தன் சக கலைஞர்களைப்பற்றிய அனுபவத் தொகுப்பு. இதுவும் ஆங்கிலத்தில் மொழிபெயர்க்கப்பட்டுள்ளது.

'எல்லா நாளும் கார்த்திகை' வாழ்வனுபவங்களின் தொகுப்பு. தமிழக அரசின் விருது உட்பட பல விருதுகளைப் பெற்றது. இது மலையாளத்தில் 'தேசாபிமானி'யில் மருத்துவர் டி.எம்.ரகுராம் மொழிபெயர்க்கப்பட்டு மிகப் பெரிய வரவேற்பை பெற்று அதே பெயரிலேயே மலையாளத்தில் புத்தகமாக வந்துள்ளது.

தமிழ்நாடு முற்போக்கு எழுத்தாளர் சங்கத்தில் தொடர்ந்து இயங்குபவர். 'டயலாக்' என்ற சமூக கலை இலக்கிய அமைப்பைத் தன் நண்பர் எஸ்.கே.பி. கருணாவோடு சேர்ந்து நடத்துகிறார். இயற்கை வேளாண்மையில் பெரிதும் ஆர்வமுள்ள விவசாயி.

பேச்சு

நான் சாரோன் போர்டிங் ஸ்கூலில்தான் படிச்சேன். ஒண்ணாங்கிளாஸ் படிக்கும்போது என் கிளாஸிலே ஜெயந்தின்னு ஒரு பொண்ணும் படிச்சா. எப்பவுமே ஜெயந்திதான் ஃபஸ்ட் ரேங்க் வருவா. நான் எப்படியாச்சும் கஷ்டப்பட்டு ஒரு தடவையாவது ஃபஸ்ட் ரேங்க் வரணும்னு முயற்சி பண்ணிக்கிட்டே இருப்பேன். அஞ்சாம் கிளாஸ் முடியற வரையிலும் என்னால ஒண்ணுமே செய்ய முடியலே. ஜெயந்திதான் ஃபஸ்ட் ரேங்க்.

ஜெயந்திகிட்டே போயி, சிக்ஸ்த் நீ எங்க சேரப் போறே, கேர்ல்ஸ் ஸ்கூல்தானேன்னு கேட்டேன். இல்லே டேனிஷ் ஸ்கூல்னு சொல்லிச்சு. மறுபடியும் அந்த சோகம் இன்னும் அஞ்சு வருஷம் தொடரும். அந்தப் பொண்ண என்னாலே ஜெயிக்க முடியலே. மறுபடியும் டேனிஷ் மிஷன் ஸ்கூல்ல சிக்ஸ்த் 'D' யிலே நானும் ஜெயந்தியும் சேர்ந்தோம். அந்த சனியன் புடிச்ச கணக்கு எனக்கு வரவே வராது. எத்தனை முறை போட்டாலும், மறுபடியும் மறுபடியும் போட்டாலும் வரவே வராது. ஜெயந்தி கணக்குல 99 மார்க் வாங்கினா கூட அழுவா. நூறு மார்க் வாங்கினாத்தான் அவளுக்குத் திருப்தி. ஹைஸ்கூல் முடிக்கிற வரையிலும் ஜெயந்திதான் ஃபஸ்ட் ரேங்க். என்னால ஒண்ணுமே பண்ணமுடியல.

பிளஸ் டூ. ஜெயந்தி நீ டாக்டருக்குதானே படிக்கப் போறேன்னு கேட்டேன். ஆமாம்னு சொல்லிச்சு. வெரிகுட்டுன்னேன். ஜெயந்தி மேத்ஸ் குரூப்பும், நான் காமர்ஸ் குரூப்பும் சேர்ந்தோம். ஒரே

மாசத்திலே அது மறுபடியும் காமர்ஸ்லே டிரான்ஸ்பர் ஆகிவந்துடுச்சி. மறுபடியும் பிளஸ் ஒண்ணுலேயும் பிளஸ் டூவிலேயும் ஜெயந்திதான் பஸ்ட் ரேங்க். அப்புறம் பிகாம்லே ரெண்டு பேரும் சேர்ந்தோம். அந்த சோகம் தொடர்ந்து கொண்டே இருந்துச்சு. அன்னைக்கு என்னை யார் கேட்டாலும் என்னுடைய மிகப் பெரிய எதிரி ஜெயந்திதான் இருக்கும். எல்லாம் முடிஞ்சு வாழ்க்கை எங்களை எங்கெங்கேயோ தூக்கிப் போட்டிடுச்சி.

ஒரு மூணு வருஷத்துக்கு முன்னாடி திருவண்ணாமலையிலே அருணா ரெஸ்டாரண்ட் முன்னாடி ஜெயந்தியைப் பார்த்தேன். நான் பார்த்த ஜெயந்தி இல்லே அது. ரொம்ப சிதைஞ்சு போயி ரொம்ப உருக்குலைஞ்சு போன பொண்ணா அது இருந்துச்சு. காபி சாப்பிடலாமான்னு கேட்டேன். சாப்பிடலாம்ன்னு சொல்லிச்சு. ரெண்டு பேரும் காப்பி சாப்பிடும் போது என்ன ஜெயந்தின்னேன். எனக்கு அடுத்த மாசம் கல்யாணம்னுச்சி. கல்யாணம்னா ரொம்ப சந்தோஷமான விஷயம்தானே? நீங்க ரொம்ப உடைஞ்சு இப்பதான் ஆஸ்பத்திரியிலேர்ந்து வந்த மாதிரி இருக்கீங்களே அப்டீன்னேன். அது வந்து, என் கல்யாணத்தைக் கூட நான் டிசைட் பண்ண முடியாதா பவான்னுச்சி. என்ன சொல்றீங்கன்னேன்.

எங்க மாமா மிலிட்டரியிலே இருக்காரு. அவருக்கு எங்க அக்காவைக் கல்யாணம் பண்ணிக் கொடுத்து பதிமூணு வருஷம் ஆவுது. அவருக்கு இப்போ நாற்பத்தெட்டு வயசு ஆகுது. எங்க அக்காவுக்குக் குழந்தையே பிறக்கலே. அதனாலே என்னை எங்க மாமாவைக் கல்யாணம் பண்ணிக்கச் சொல்லிட்டாங்க. என்னால மீற முடியலே அப்படீன்னு சொல்லி, அது ஒரு ஓட்டல்னு கூட இல்லாம ஜெயந்தி அழ ஆரம்பிச்சிடுச்சு. இந்தியாவில் தமிழ்நாட்டில் இன்றைக்குக் கூடப் பெண்கள் தோற்கிறவர்களாகவும், ஆண்கள் ஜெயிக்கிறவர்களாகவுமே இருக்கிறார்கள்.

ஒண்ணாங் கிளாஸ்லேர்ந்து பி.காம் வரை ஃபஸ்ட் ரேங்க் வாங்கின ஜெயந்தி, பேச்சுப் போட்டி, நாட்டியப் போட்டி, ஸ்போர்ட்ஸ் என்று எல்லாவற்றிலும் எப்போதும் முதல் பரிசைத் தக்கவைத்துக் கொண்டிருந்த ஜெயந்தி, இப்ப தன் வாழ்க்கையைத் தானே முடிவு பண்ணமுடியாத பெண்ணாக இருக்கிறாள்.

சிறுகதை

பிடி

அந்த பஜாஜ் ஸ்கூட்டர் ஒரு நாளும் அந்த பிரமாண்ட ஸ்கூல் கேட் முன்னால் நின்றதில்லை. மாணவர்களின் குதூகலம், ஆசிரியப் பணிவு, பெற்றோர்களின் அலைச்சல், விசாரிப்புகள் என எல்லாவற்றையும் மீறி அதன் புறப்பாடும், வருகையும், சமீபித்தலும் கனகராஜின் காதுகளுக்கு மட்டுமே கேட்கும். அவன் காதுகள் புற உலகச் சத்தத்தைத் தவிர்த்து. பஜாஜ் ஸ்கூட்டரின் சத்தத்திற்கு மட்டுமே காத்திருக்கும். அவர் கையிலிருந்து அணைக்காத எஞ்ஜின் சத்தத்துடன் ஒரு குழந்தையைக் கைமாற்றுவது மாதிரி ஸ்கூட்டரைக் கனகராஜின் கைகளுக்கு மாற்றி விடுவார்.

ஸ்கூட்டரின் வருகையும், ‘கிறீச்’ சத்தத்தோடு கேட் திறத்தலும் ஒருசேர நிகழும். அது ஒரு போதும் தவறினதில்லை. பாரபட்சமான கேட் அது. ஒரு நாளும் தாமதிக்காத கிளமண்ட் சாரைக் கூட மூடிய அதன் எதிர்ப்பக்கத்தில் நிற்க வைத்து இறுமாந்திருக்கிறது.

மெர்சி டீச்சரின் சில குதூகலமான நாட்களில், சற்று மிகையாகி புடவைக்கான மேட்சிங் வளையல்களில் ஆரம்பித்து எப்போதும் விரிக்கப்படாத வண்ணக் குடை தேர்வு வரை நீண்ட நாட்களில், அது அநியாயத்திற்கு அவர்களை வெளியில் நிறுத்தி உச்சந்தலையிலிருந்து, கால்களின் நகங்கள்வரை ஒருமுறை நிதானமாய் மேய்ந்தபிறகும் திறக்காமல், ஒரு ஆள் மட்டுமே நுழையும் அதன் சின்ன கேட்டைத் திறந்து மெர்சி டீச்சரை அனுமதிக்கும். சரியான உயரமும், அதற்கான தாட்டிகமும், மிகையில்லாத நிறமும்,

பவா செல்லதுரை

சுருள் சுருளாய், தன் முன் நெற்றியில் விழும் முடிக்கற்றையைச் சற்றே அலட்சியமாய்த் தள்ளிக்கொண்டே அந்தச் சின்ன கேட்டின் இரும்பு தன்னைத் தொட்டுவிடாமல் மிக ஜாக்கிரதையாய், தன் உடம்பை சுருக்கிக் கொண்டு உள்நுழைகையில் பார்வை மட்டும் அப்பள்ளி மைதானத்தை எட்டும். தன் அழகு எப்போதும் அந்த ஸ்கூல் கேட்டினால் அவமதிக்கப்படுவதை அவள் உள்ளூர வெறுத்தாள். அந்நிமிடங்களில் ஸ்கூல் வழியே கடக்கும் சைக்கிள் ஓட்டிகள், டூ வீலர் பயணிகளின் வேகம் குறைவதும், எப்போதாவது கடக்கும் சில நான்கு சக்கர வாகனங்கள் நிற்பதும் மட்டுமல்ல, அந்த கேட்டிற்கு அப்புறமிருந்து தவமிருந்து முளைக்கும் கண்களின் கவனிப்புகளில் அவள் நடந்துவரும் நீண்ட நடை, ஒரு அகங்காரக் கவிதை.

அளவெடுத்துச் செதுக்கப்பட்டு, கருங்கற்களால் கட்டப்பட்ட இரு மாடிகளும் பர்மா தேக்கு மரப்படிகளால் இணைக்கப்பட்டு, மரச் சட்டங்களாலான இரண்டாம் மாடியின் மேற்கூரை கறுப்பேறிய சீமை ஓடுகளாலானவை. கருந்தரை வழுக்கும். கீழே தலைமையாசிரியர் அறை, கூப்பிடு தூரத்தில் அதன் எதிரே அலுவலக அறை, தலைமையின் பார்வை எப்போதும் விழுந்து கிடக்கும் எதிருக்குப் பக்கத்து அறை ஸ்டாஃப் ரூம். மரப் படிக்கட்டுகளில் ஏறும் மாணவ பாரங்களின் சப்தத்தை அதிகரித்துக் காட்டவும், பிரேயருக்குப் பின் எனில் கால்களின் சத்தத்தை உறிஞ்சியெடுக்கவும் காத்திருந்த அந்த மரப் படிக்கட்டுகள் ஆசிரியர்களின் ஷூ போட்ட தாமத நடை களை எப்போதும் ஹெட்மாஸ்டரின் காதுகளுக்கு ரகசியமாய்க் கடத்தவும் கற்றிருந்தது. ஜன்னல் கம்பிகளில் புதைந்திருந்து பார்க்கும் மாணவர்களின் முன் எத்தனை சத்தங்கள், அவமானங்கள், அவமதிப்புகள், மீறிய கண்ணீர்த் துளிகள் எல்லாவற்றையும் கடந்து மீண்டும் படியேறும்போது ஆசிரியர்களின் ஷூ சத்தத்தையும் உறிஞ்சிக் கொள்ளும் மாயப் படிக்கட்டுகள் அவை.

அது ஒரு அரசு மானியம் பெற்ற கிறிஸ்துவ மேல்நிலைப்பள்ளி. ஐந்தாயிரம் மாணவர்களும், நூற்றுக்கும் மேற்பட்ட ஆசிரியர்களும் இருபதுக்கும் மேற்பட்ட பணியாளர்களுமாய் நிறைந்து நின்ற அவர்களுக்கு, சகல அதிகாரங்களும் வாய்க்கப்பெற்ற ஒரு மேய்ப்பனிருந்தான். சற்றே உயரத்தைத் தூக்கிக் காட்டிய ப்ரவுன் கலர் ஷூவுடனும், நல்ல அடர்த்தியான வண்ணங்களில்

வேண்டுமென்றே கழட்டிவிடப்பட்ட சட்டையின் மேல் பட்டனுடனும், அதனுள் ஒளிரும் ஐந்தாறு பவுன் எடையுள்ள கோதுமை செயினுடனும், எப்போதும் எதற்காகவும் கசிந்து விடாத புன்னகையின் ஊடே இயேசுவோ அல்லது அவரின் பெயரினால் திருச்சபையோ கொடுத்த ஒரு முழு நீளப் பிரம்புமாய் அவர் அப்பள்ளியின் மைதானத்தைச் சுற்றி வருகையில் மொத்தப் பள்ளியும் அதன் ஜீவராசிகளும் மூச்சடக்கிக் கொள்ளும். மௌனத்தின் வெற்றுத் தடத்தில் அவரின் நடையின் அதிர்வு மட்டும் அதிகாரத்தை உமிழும். இடையிடையே பிடிபடும் மாணவர்கள்மீது பிரம்பு சரமாரியாகப் பிரயோகிக்கப்படும். ஜன்னல்வழியே படியும் மாணவப் பார்வைகளுக்கும், குனிந்து கவனிக்கும் ஆசிரியர்களின் பார்வைகளுக்கும், மைதானத்தின் வெற்று மண்ணில் முட்டிபோட்டு நிற்கும் மாணவர்களின் பின்பாதி மட்டுமே தெரியும். அதிலெல்லாம் எப்போதும் ஆண் பெண் பேதமில்லை. முக்கோணவடிவில் மடித்து விடப்பட்டிருக்கும் பச்சை தாவணி, தன் முகங்களுக்கு ஈடாய் மண்ணில் படிய முழங்காலிட்டு நிற்கும் மாணவிகளின் முகங்கள் அன்று மாலைவரை மீளாது.

நல்ல படிப்பு, ஒழுக்கம் இதெல்லாம் கடுமையான அடக்கு முறையிலிருந்து கிடைக்கும் அறுவடை. 'பையன் கண்ணை மட்டும் விட்டுட்டுத் தோலை உரிங்க' என்று கசாப்பு கடைகளின் முன் ஆட்டுக்குட்டிகளின் எஜமானர்கள் இறைந்து நின்றதற்குச் சற்றுப் பிந்தின நாட்கள் அவை. திருச்சபை அவருக்கான எல்லா அதிகாரங்களையும் வழங்கியிருந்தது. அதன் எல்லைகளை மட்டும் அவரே வரையறுத்துக் கொண்டார். அதைக் குறைக்கவோ, குறைந்த பட்சம் பேசவோ கூட முடியாத உயரத்திற்கு அவர் போய்க் கொண்டேயிருந்த நாட்கள் அவை. நல்லொழுக்கத்திற்கும், நல்படிப்புக்குமென ஒரு மனிதன் எத்தனைத் தூரம் தன்னை அர்ப்பணிக்கிறாரென ஊர் பெருமிதப்பட்டது. அந்தப் பெருமிதத்தின் முன் மற்றவர்களின் அபிப்ராயங்கள், புலம்பல்கள், அவஸ்தைகள் எல்லாமும் தூசியிலும் அற்பமானவை.

அவர் பங்களாவை ஒட்டியே அவர் ஆளுமைக்குட்பட்ட இருநூறு மாணவர்களை உள்ளடக்கி ஒரு ஹாஸ்டல் இருந்தது. பள்ளி நேரம் முடிந்தும், பிரம்பு தன் கைகளிலேயே இருக்க,

51

அவரே ஏற்படுத்திக்கொண்ட நீட்டல் அது. ஸ்கூல் முடிந்து அப்பிரம்புடனேயே மௌனப்படுத்தப்பட்ட மைதானத்தை அவர் நடந்து கடக்கையில் கரையின் இப்பக்கம் உற்சாகப் பீறிடலும், கரையின் அப்பக்கம் மயான அமைதியும் ஒரு சேர நிகழும்.

சகவகுப்பு மாணவர்களிடம் நோட்டுக் வாங்க எப்போதாவது பாலு அண்ணாவோடு அந்த ஹாஸ்டலுக்குப் போவதுண்டு. அப்போதெல்லாம் சைக்கிளை கேட்டிலேயே நிறுத்தி வைத்துவிட்டு, மடித்து கட்டிய வேட்டியைக் கீழே தளர்த்தி விட்டுவிட்டு அண்ணன் பயபக்தியாய் மைதானத்தை என் துணையோடு கடக்கும்.

யாருமற்ற அந்த மைதானத்தில் ஒரு பெரிய ஈசிச்சேரில் வெற்றுடம்பில் லுங்கி மட்டும் கட்டி, எதிரில் போடப்பட்டிருக்கும் மரஸ்டூலில் கால்களைத் தூக்கிப் போட்டு லேசாகக் குறட்டை விட்டுக்கொண்டிருக்கும் ஹெட்மாஸ்டரை என்னைப்போல ஏழு மணிக்குமேல் போனால் பார்த்திருக்கமுடியும். தூங்கின பின்பும் கால் அமுத்திவிடும் ஸ்கூல் ப்யூன்களின் பவ்யம் என்னை எப்போதும் சந்தோஷப்படுத்தும். எங்களிடம் ஸ்கூலில் எரிந்து விழும் அவர்கள், அக்கால்களின் முன் மண்டியிட்டு உட்கார்ந்திருப்பது ஏதோ மனதுக்கு இதமாயிருந்தது.

காலை வருகை ஸ்கூட்டரில்தான். தன் பிரம்பும், பெரியடீச்சர் தரும் காபிப்ளாஸ்க்கும், அவர் புறப்படுதலுக்கு முன்பே கனகராஜால் கொண்டு வரப்படும். அப்பிபரம்பு அவர் கையில் சேர்ப்பித்தலுக்குப் பின்பே அறைக்குள் நுழைவார்.

பிரேயருக்கு முன் எதற்காகவோ, யாரிடமாவது எழும் அவரின் முதல் கர்ஜனை அம்முழுநாளுக்கும் போதுமானது. அதை அவர் அறியாதது மாதிரி தனக்குள் அலட்சியமாய் வைத்திருந்தார். பலநேரம் கனகராஜிடம், சிலநேரம் ஆண் ஆசிரியர்களிடம் எப்போதாவது பெண் ஆசிரியைகள் என்ற பட்டியலில் எப்போதும் மெர்சிடீச்சருக்கு மட்டும் இடமிருந்ததில்லை. அவள் அழகும், கம்பீரமும், அவர் அதிகாரத்தை எப்போதும் அசைத்துக் கொண்டேயிருந்தது. அதற்காகவே அவர் அடிக்கடி தன் சிம்மாச னத்தை விட்டு எழ வேண்டியிருந்தது.

ஏழாம் வகுப்பு 'ஏ' நிறுத்திக் கொண்ட அழகிகள் போக, மிச்சமிருந்த மாணவிகளுடன், 'பி' பிரிவில் வகுப்பை நிறைத்துக்

கொண்ட ஆண் மாணவர்களுக்கு மத்தியில் நாலாவது பெஞ்சில் இடது ஓரமாய் உட்கார்ந்திருந்தேன்.

அமைதி... அமைதி... அப்பள்ளி எப்போதும் மௌனத்தில் உறைந்திருந்தது. ஆசிரியர்களின் பேச்சே பழகிப்பழகி ரகசியம்போல மாறிவிட்டிருக்கும். எப்போதும் ஹெட்மாஸ்டரின் வருகைக்காக வாசல்படியிலேயே ஒரு கண்ணை நிரந்தரமாய் வைத்துவிட்டு ஒரு கண்ணால் எங்களுக்குப் பாடம் எடுப்பார்கள்.

எந்நேரமும் தான் அவமானப் படுத்தப்படலாம் எனும் ஜாக்கிரதை, நீர் சொட்டச் சொட்ட நாக்கை துருத்திக்கொண்டு படுத்திருக்கும் ஒரு நாயின் மூச்சிரைப்பைப்போல அவர்களுக்குள் எப்போதும் படுத்திருந்தது.

பள்ளிக்கு வெளியிலேயும் நாங்கள் பெரும்பாலும் மௌனமாகவே பேசப் பழகியிருந்தோம். விடுமுறை தினங்களின் குதூகலங்கள்கூட யாருடைய கவனிப்போ எப்போதும் எங்கள்மேல் குவிக்கப்பட்டதுபோல் குறைந்திருந்தது.

ஏழாம் வகுப்பில் எப்போதும் போல ஜெயந்தி முதல் ரேங்கும், நான் இரண்டு, மூன்று எப்போதாவது தவறினால் நான்கு என்ற தகுதியையும் தக்க வைத்துக்கொண்டோம். கணக்கு நான் எட்டிப்பிடிக்க முடியாத தூரத்திற்குப் போய்க்கொண்டிருந்த நாட்கள்அவை. ஜெயந்தி அதன் மீதே அமர்ந்திருந்தாள்.

ரத்னம் சார்தான் எங்களுக்கு வகுப்பாசிரியர். நீண்ட கிருதா வளர்த்து, முடியைச் சுருள்சுருளாய் வாரி, தன் வயதை மறைக்கும் பிரயத்தனத்தில் சதாவெற்றியடைந்துகொண்டிருந்த முதல் இளைஞர் அவர். அவ்வருடத்தின் ஜீலை மாதக் கடைசியில் ஒரு ஓய்வான மாலை நேர வகுப்பில் எங்கள் ஒவ்வொருவரையும் எழுப்பி பெயர், அப்பா பெயர், அவர் தொழில், தெரு, எதில் பயணிக்கிறோம்? சைக்கிளா? நடையா? கார்க்கானா தெருவில் அவர் வசிக்கும் தெருவிலிருந்து அம்மாணவன் அல்லது மாணவியின் வசிப்படம் எத்தனைத் தூரம்? அழைத்துப் போக யார் வருவார்கள்? என்ற விசாரிப்புகளுக்கு நல்ல விளைச்சலிருந்தது.

அவர் பை தூண்டில் மீன்களால் நிறைந்து கொண்டேயிருந்தது. பிடிபட்டும், பையில் போட்டும் மீண்டும் மீண்டும் நான் மட்டும்

53

நழுவி நழுவித் தண்ணீருக்குள் விழுந்து கொண்டேயிருந்தேன். அவ்வித்தையை அப்பா எனக்குக் கற்பித்திருந்தார். என் தப்பித்தல் மற்றவர்களை உஷார்படுத்துமென சார் உள்ளூர பயந்தார். என் மீதான வன்மம் ஒரு சிறு உருண்டை மாதிரி உருண்டு அவர் மனதின் ஓரத்தில் போய்ப்பதுங்கிக்கொண்ட முதல் நாள் அதுதான்.

அதன் பிறகு வகுப்பறை என்னை நெட்டித் தள்ளிக் கொண்டேயிருந்தது. தொடர் அவமானங்களால் நான் காயப் பட்டேன். என் சதையைக் காக்கைகள் கொத்தித் தின்று கொண்டேயிருந்தன. சகல மேன்மையும், கம்பீரமும், கௌரவமும் வாய்க்கப் பெற்ற என் அப்பாவின் பொருட்டு வலி பொறுக்கக் கற்றுக் கொண்டேன். சப்பராங்கால் போட்டு உட்கார்ந்து இரவு நேரங்களில் சொல்லிக் கொடுக்கும் அப்பாவின் வாஞ்சைமிகு தோழமையின் முன் என் அற்ப வலியை எடுத்து வைக்க விரும்பனதில்லை எப்போதும். அப்பாவின் நேர்மையும், வாழ்வை அவர் எதிர்கொண்ட திறனும் என்னுள் ஒட்டியிருந்தது. குதூகலமற்ற, புன்னகை தீய்க்கப்பட்ட என் முகத்தை எனக்கு மட்டுமே தெரிகிற மாதிரி நான் மறைத்துக் கொண்டேன். சர்வ வல்லமை பொருந்திய அப்பாவாலேயே அதைக் கண்டடைய முடியவில்லை.

அது ஒரு மே மாதம் என்பதும் சுட்டெரிக்கும் வெயிலினூடே திடீரெனத் திரண்ட கருமேகங்களும், அடித்த பேய்க்காற்றும், ஊற்றிய மழையும், முறிந்த பெருவேப்பமரமும், நசுங்கிய சேகர் அண்ணனின் சைக்கிளும் எல்லாமும் ஞாபகமிருக்கிறது. களேபரங்கள் முடிந்த அந்த மாலை நாங்கள் ஆறேழு பேர் சாரோனிலிருந்து சைக்கிளுக்கு இருவராகப் பிரிந்து ஸ்கூலுக்கு ரிசல்ட் பார்க்கப் போனோம். நெற்றியிலும் மார்பிலும் சிலுவைக்குறிகளைக் காற்றிலிருந்து எடுத்தெடுத்து அணிந்து கொண்டோம். நான் அன்று ராஜாவின் சைக்கிளுக்குப் பின் அமர்ந்திருந்தேன். என் கண்கள் மூடியிருந்தன. என்னுள் மட்டும் கவிந்த இருட்டு பயமுறுத்தியது.

நான் ஜெபித்துக்கொண்டே போனேன். உள்ளிருந்து சில வார்த்தைகள் என் அஜாக்ரதையால் கசிந்து ராஜாவைத் திரும்ப வைத்தது. ஸ்கூலில் நிறைய கும்பலிருந்தது. அப்பாக்கள் தங்கள் பிள்ளைகளோடு குவிந்திருந்தார்கள். ஒவ்வொரு வகுப்பறையும்

ரிசல்ட் கூடங்களாகத் தற்காலிகமாக மாறியிருந்தன. ஒவ்வொருவரும் நீண்டு நின்ற ஜன்னல் கம்பிகளைப் பிடித்துக் கொண்டு பார்வையை மட்டும் உள்ளனுப்ப வேண்டும்.

சாய்த்து வைக்கப் பட்டிருந்த நோட்டீஸ் போர்டில், VII 'ஏ', VII- 'பி' என்று ஆரம்பித்து VII 'எச்' வரை, தேர்வான பெயர்கள் டைப் செய்யப்பட்டிருந்தன. சிவப்பு மையினால் பிரிவுகள் அடிக்கோடிடப்பட்டிருந்தன.

நான் ஆர்வத்தின் நுனியிலிருந்தேன். மற்ற முகங்களில் தீர்க்கமிருந்தது. மற்றவர்களைத் தள்ளிவிட்டுவிட்டு நான் VII 'பி' யின் தேர்வுப் பட்டியலைப் பார்த்தேன். 'பி' யில் ஆரம்பிக்கும் என் பெயர் முதல் ஆறேழு பெயர்களில் இல்லை. நான் திடுக்கிட்டேன். கை நடுங்க ஆரம்பித்ததையும், நெற்றி வியர்வையில் துளிர்ப்பதையும் உணர முடிந்தது. தேர்வான கடைசிப் பெயர்வரை நான்காவது முறையாகப் படித்தேன். இல்லை. என் பெயரில்லை. எப்போதும் மூன்று அல்லது நான்கு ரேங்குக்குள் வரும் நானில்லை அதில்.

ரேங்க் பட்டியலில் இடமுடியாத பல பெயர்களும் அதிலிருந்தன. எனக்கு மயக்கம் வரும் போலிருந்தது. அருகிலேயே தவறினவர்களின் பெயர்கள் வரிசைப் படுத்தப்பட்டிருந்தன. நிராசையோடு அதைப் பார்த்தேன். அதில் என் பெயர் இருந்துவிடக் கூடாதென உள்ளூரப் பிரார்த்தித்தேன். சப்பராங்கால் போட்டு கிராமர் சொல்லிக் கொடுத்த அப்பாவின் குரல் கேட்டது. அவர் முன் எப்படிப் போய் நிற்பது? அவரின் ஒரு பார்வையின் ஊடுருவலில் நான் துளைக்கப்படுவதை உணர்ந்தேன். நம்பிக்கையுடனும், நம்பிக்கையற்றும் பட்டியலைப் பார்த்தேன். தவறினவர்கள் பட்டியலில் முதலில் என் பெயரிருந்தது. என் பெயர் மட்டும் அழுத்தி டைப் செய்யப்பட்டது போலிருந்தது. வன்மத்தின் விஷத்துளி என் பெயர்மீது படிந்திருந்தது.

துளிக்கும் கண்ணீரைத் துடைக்கவும் மனமின்றி யாரையும் திரும்பிப் பார்க்காமல் நடந்தேன். ஸ்கூல் கேட்டில் நின்று திரும்பினேன். ராஜா சைக்கிளில் உட்கார்ந்து தரையில் காலூன்றி என் வருகைக்காகக் காத்திருந்தான். நான் அவமானமுற்றிருந்தேன். ராஜாவின் முகத்தில் வெற்றியின் தீட்டல் இருந்தது. என் முகம்

55

கருவடைந்து போயிருந்தது. ஒரு நீண்ட நடையின் முடிவு என் வீட்டில் ஈசிசேரில் வெற்றுடம்போடு படுத்து எதையோ படித்துக் கொண்டிருந்த அப்பா முன் நின்றது.

அப்பா என்னை ஏறெடுத்தார். அந்தப் பார்வையை தாங்க முடியாமல் அவர் மேல் சரிந்தேன். அவர் தன் தடித்த விரல்களால் என் முதுகில் ஸ்பரிசித்து என்னைத் தேற்றினார். யாரும் ஒரு வார்த்தை பேசாமல் என் தோல்வியை, அல்லது பழிவாங்கலை அவருக்கு சரீரம் வழிக் கடத்தியும், பெற்றும் உணர்ந்த கணமது. வஞ்சிக்கப்பட்ட ஒரு சிறுவனுக்கான கண்ணீர் அவன் இடக்கண்ணிலிருந்து ஒரு சொட்டு சொட்டியது. என் அழுகை கேவலாய் மாறியபோது அவர் மிகுந்த வாஞ்சையோடு,

'பவாய்யா, அழாத, அப்பா இருக்கேன்டா' என்ற ஒற்றை வரியில் எல்லாவற்றிற்கும் முற்றுப்புள்ளியிட்டார்.

அதன்பிறகும் நான்தான் அழுது கொண்டிருந்தேன். அன்றிரவையும், அடுத்த நாள் காலையையும் சகஜமாக்க நானும் அப்பாவும் மாறி மாறி முயற்சித்தோம். தோல்வி சுற்றிச் சுற்றி வந்து ஒரு பாம்பு மாதிரி எங்கள் கால்களைச் சுற்றியது.

வழக்கம்போல ஷேவ் செய்து, கை வைத்த வெள்ளை பனியன் போட்டு, யாருக்கும் வாய்க்காத அழகோடு வேட்டிகட்டி, ஒரு முழுக்கை வெள்ளைச்சட்டையைக் கஞ்சி மொடமொடப்போடு போட்டுக்கொண்டு, எடுத்துவைக்கப்பட்டிருந்த காலை டிபனைப் பார்வையால் நிராகரித்து, என்னை சைக்கிள் கேரியரில் உட்காரவைத்து அந்த ஸ்கூல் மைதானத்தை அடையும்போது மணி பத்தாகியிருந்தது. நேராக ஹெட்மாஸ்டர் வீட்டு முன் நின்று கால் ஊன்றி, அங்கிருந்த வாட்ச்மேனிடம் 'ஹெட்மாஸ்டர் இருக்காரா?' என உரத்த குரலில் விசாரித்தார்.

'ஸ்கூலுக்கு போயிட்டாரு. அங்க போயி பாருங்க'அவன் தலை கவிழ்ந்து செடிகளுக்கு நீர் பாய்ச்சினான்.

அப்பாவும் நானும் ஹெட்மாஸ்டர் அறை முன் நின்றிருந்தோம். ஆறேழு பேர் எங்களுக்கு முன்பே அங்கிருந்தார்கள். புதிய சேர்க்கை, டி.சி. வாங்குதல் போன்றவை அவர்களிடமிருந்ததை உணரமுடிந்தது.

‘தனக்கோட்டி வாத்தியார்’ என கனகராஜ் வழக்கமான தன் பெருங்குரலில் கூப்பட்டான்.

ஒரு சுழல் நாற்காலியில் அவரிருந்தார். ஒரு குள்ளமான, தடித்த, சகல அதிகாரங்களும் வாய்த்த அவர் தலைக்கு மேல் அவர் பெயருக்குப் பக்கத்தில், ஹெட்மாஸ்டர் - கரஸ்பாண்டெண்ட் என்று எழுதப்பட்ட பித்தளை போர்டு இருந்தது. அதிகார நெடி அந்தக் கருங்கல் சுவர்களிலிருந்து கசிந்து கொண்டிருந்தது. ஹெட்மாஸ்டர் தன் கைகளால் எதிரிலிப்பட்டிருந்த ஒரு மர நாற்காலியை அப்பாவுக்குக் காட்டினார்.

நீடித்த அமைதியைத் தொடரவிடாமல் அப்பா தன் உரத்த குரலில் ஒரு சிறுவனுக்கு இழைக்கப்பட்ட அநீதியை விவரித்தார். எதையும் கேட்டுப் பழகியிராத அவர் இடைமறித்து,

“அவன் பெயிலாயிட்டான் அதானே” என்ற அலட்சியத்தை மறித்து, “பெயிலாக்கப்பட்டான்” என அப்பா திருத்தினார்.

“அதை எப்படி உறுதியாச் சொல்றீங்க?”

“நானும் வாத்தியார்தான் சார்”

“எலிமெண்டரி ஸ்கூல் வேற, ஹயர் செகண்டரி ஸ்கூல் வேற” அலட்சியத்தில் வார்த்தைகள் வெளிவந்தன.

“தெரியும். என் பையனப்பத்தி என்னைவிட வேறுயாருக்குத் தெரிஞ்சிடப்போவுது”

“அப்ப வீட்லேயே வச்சி நீங்களே சொல்லிக் கொடுக்க வேண்டியதுதானே”

“காலாண்டுலேயும், அரையாண்டுலேயும் மூணாவது ரேங்க் வாங்கற பையன் முழு ஆண்டில எப்படி சார் பெயிலாக முடியும்? அவன் ஆன்சர் ஷீட்டைப் பாக்கலாமா?”

“அதை உங்ககிட்ட காட்டணும்னு ரூல் இல்லை” எள்ளலும், அலட்சியமும், உதாசீனமுமாய் அவரிடமிருந்து வார்த்தைகள் வந்தன.

“கேவலம், மாசம் அம்பது ரூபா பிச்சை காசுக்காக ஒரு படிக்கிற பையன இப்படிப் பண்ணிட்டீங்களேடா” என்று அப்பா

முடிக்கும் முன், தான் ஒருமையில் அழைக்கப்படுவதைப் பொறுக்க முடியாத ஆத்திரத்தில்

"கெட் அவுட் ஃப்ரம் திஸ் கேம்பஸ்" என அந்த அறையே அதிர்வது மாதிரி கத்தினார். வெளியிலிருந்தவர்கள் கதவைத் தள்ளி உள்ளே பார்த்தார்கள். கனகராஜ் உள்நுழைந்து எங்களைச் சமீபித்து அவருக்கு அரண் மாதிரி நின்று கொண்டான்.

எதற்கோ ஆவேசம் வந்தவர்போல் அப்பா தன் இரு கைகளாலும் தன் சட்டையைப் பிய்த்தார். இரண்டு பட்டன்கள் தெறித்து ஹெட்மாஸ்டரின் மேசை மீது விழுந்தது.

"பாருய்யா, பாரு" என்று தன் தோள்பட்டையைக் காண்பித்தார். குண்டு பாய்ந்து தைக்கப்பட்ட பெரும் தழும்பு தெரிந்தது.

"வெள்ளைக்காரனை அனுப்ப வாங்குன குண்டடி"

"எல்லாம் மாறிடுச்சின்னு நெனச்சோமே, உன்னை மாதிரி ஆளுங்க இப்படிச் சின்னஞ்சிறு பசங்களைப் பழி வாங்கவா இத்தனை ரணப்பட்டோம்..."

அப்பாவின் வார்த்தைகளின் கணம் தாங்காமலோ, அது தேவையற்றது என்றோ, அவர் தன் சுழல் நாற்காலியிலிருந்து எழுந்து வெளியேறத் தயாரானார்.

அதிலும் அப்பாவே முந்திக்கொண்டார். என் கையைப் பிடித்திழுத்துக் கொண்டு, பட்டன்கள் அறுந்து கிழிந்த சட்டையோடு சைக்கிளை எடுத்தார்.

நான் முன் ஹேண்ட்பாரில் ஏறப்போனேன்.

"பின்னால கேரியர்ல உட்கார்ந்துக்கோய்யா"

நான் அமைதியாய் ஏறி உட்கார்ந்துகொண்டேன்.

"அப்பாவைக் கெட்டிமாப் புடிச்சுக்கோ"

கெட்டியாகப் பிடித்துக் கொண்டேன்.

இன்னும் பிடி தளரவேயில்லை.

டிராட்ஸ்கி மருது

தொடர்ந்து நாற்பது ஆண்டுகளாக ஓவியத்துறையில் இயங்குபவர். நவீன ஓவியத்தைத் தமிழில் ஸ்தாபிதித்தவர்களில் ஒருவர். பெரிய பத்திரிகைகள் காத்திருந்து நவீன ஓவியங்களை வாங்கிப் பிரசுரிக்க ஆரம்பித்ததில் தனி இடம் இவருக்குண்டு. சிறுபத்திரிகைகள், நவீன புத்தகங்களுக்கான அட்டைப் படம், சினிமா கிராஃபிக்ஸ், என்று சகல ஊடகங்களிலும் பங்குண்டு. நாசர் இயக்கிய 'தேவதை'யில் இவர் கலை இயக்குநராகப் பணி புரிந்து அப்படத்தை இந்திய அளவில் பேசவைத்தவர். மிஷ்கின் இயக்கிய 'நந்தலாலா'வில் கலை இயக்குநராகப் பணிபுரிந்தவர். கோவையில் நடந்த உலக செம்மொழி மாநாட்டிற்கான அனைத்துக் கலைப் பணிகளுக்கும் தலைமையேற்று நடத்தி அதை உலகம் முழுதும் கவனிக்க வைத்தவர்.

நவீனஓவியம், சினிமா, இசை இவைகளில் எப்போதும் தனித்துவப் பார்வையும், தொடர்ந்த செயல்பாடுகளுமுடையவர்.

பேச்சு

மேடையில் அமர்ந்திருக்கும் அனைவருக்கும் என்னுடைய வணக்கம். எல்லாரும் சொன்னது போலவே, பள்ளியிலிருந்து என்னை விரட்டினது கணக்குப் பாடம்தான். முப்பத்தைந்து வயது ஆன பிறகும் கூட ஐயோ நாளைக்குக் கணக்குப் பரீட்சைன்னு கனவுல வந்து பயந்து, காலையில எழுந்து இப்பகூட இந்தக் கனவு வருதேன்னு நினைச்ச நாட்கள் உண்டு.

சின்ன வயசிலே நான் ரொம்ப ஞாபக மறதி உள்ள ஆள். கூச்ச சுபாவம் உள்ள ஆள். நான் நான்காவது வரை இங்கிலீஷ் மீடியத்தில் படிச்சிக்கிட்டிருந்தேன். என்னுடைய உறவினர் காந்தின்னு ஒரு ஆசிரியர். திராவிட இயக்க உணர்வுள்ள ஆசிரியர். மதுரை தூய மேரி உயர்நிலைப் பள்ளியிலேதான் படிச்சேன். அவர், என்னுடைய அப்பாவைச் சந்திக்கும் போதெல்லாம் நீங்க ஆங்கில மீடியத்தில் படிக்க வைக்கிறீங்க. இதுக்கு அடுத்து மதுரையிலே தொடர்ந்து படிக்க வாய்ப்பு இல்லை. அது மட்டுமில்லை. தமிழ்னா என்னன்னு தெரியாம, உச்சரிக்க முடியாம பல்வேறு சிக்கல்கள் எல்லாம் பின்னாடி வரும்னு எடுத்துச் சொன்னதாலே ஐந்தாம் வகுப்பில் தமிழ் மீடியத்துக்கு வலிந்து மாற்றப்பட்டேன்.

பள்ளியிலே - இப்ப சொல்ல வேண்டியது - அந்தச் சூழலிலே எனக்கு மிகப் பெரிய இன்ஸ்பிரேஷன் என்னுடைய டிராயிங் மாஸ்டர். ஒரு ஓவியனாக ஆகவேண்டும் என்பது நான்காம் வகுப்பு படிக்கும் போதே நான் எடுத்த முடிவு. இன்று வரையில் அதே

வழியிலேயே இருக்க வேண்டும் என்பதில் உறுதியாக உள்ளேன். அதற்காக அயராது உழைப்பதையே முடிவாகக் கொண்டுள்ளேன்.

எனக்கும் கணக்கு வராது. கணக்கு வாத்தியார் போர்டுல கணக்குப் போட்டிருக்கும்போது அவருடைய பின்பக்கத்தை நான் நோட்டில் வரைஞ்சிருப்பேன். நான் என்ன சொல்றேன். நீ என்னடா செய்யறேன்னு திட்டுவாரு. அப்ப வந்து டியூசன் போகாம, ஸ்கூல் லைப்ரரியிலே உட்கார்ந்திருப்பேன். டியூசன் முடியற கடைசி பதினைஞ்சு நிமிஷத்துல டியூசன் கிளாஸ் உள்ளே போவேன். கிளாஸிலே ஹோம் வொர்க் செய்யாம வந்தா டியூஷன் படிக்கறதனாலே என்னை உட்காரச் சொல்லிடுவாரு. கணக்கு வராமலிருந்த எனக்குச் சிறப்பு வகுப்பு எடுக்கிறபோது எஸ்.எஸ்.எல்.சி.யிலும் கணக்குப் பாடத்திலே சேர்த்துட்டாங்க.

பள்ளியிலே எப்பவும் லைப்ரரிலதான் படிப்பேன். கிரவுண்டுக்குப் போனதில்லை. என்னோட ஆங்கில ஆசிரியர் ஸ்டீபன். அவரே இரண்டாண்டுகள் வரலாற்றுப் பாடத்துக்கும் வந்தாரு. அவர் வித்தியாசமான பார்வையிலே பாடம் நடத்துவார். கத்தியில்லாம ரத்தமும் இல்லாம சுதந்திரம் வாங்கினோம் என்று பாடம் நடத்துவார். உடனே எங்களைப் பார்த்து ஜாலியன் வாலா பாக்கில் என்ன நடந்தது என்று கேட்பார். பிறகு ஜாலியன் வாலா பாக்கில் நடந்ததை, ரத்தம் சிந்திய கதையை முழுமையாகச் சொல்வாரு. ஆனா, இங்கே சொன்னதைப் பரீட்சையில் எழுதினால் நானே உங்களுக்கு மார்க் போடமாட்டேன் என்பார். இந்த மாதிரி ஒரு செய்தியைச் சொல்லும்போதே அதன் மறுபக்கங்களையும் எங்க ஆசிரியர்கள் கற்றுக் கொடுத்தாங்க. மேலும் சில ஆசிரியர்கள் பரிசாகக் கொடுத்த புத்தங்கள் என்னை வளர்த்தன. Fifty great artist என்ற புத்தகத்தைப் பரிசாகக் கொடுத்தார் ஒரு ஆசிரியர். அப்புறம் எங்கப்பாவைப் பற்றிச் சொல்ல வேண்டும்.

எங்கப்பாதான் எங்களுக்குச் சிறந்த ஆசிரியர் மாதிரி இருந்தார். எனக்கு என் தம்பிக்கு எல்லாம் உலக விஷயங்களை அப்பப்ப சொல்லிக் கொடுப்பார். என்னோட ஏழு வயசிலேயே டாலி, பிக்காசோ, ஆண்ட்ரி பிரிட்டைன் பற்றியெல்லாம் அறிமுகப்

படுத்தினார். அவர் நாற்பதுகளில் ஒரு இயக்கம் சார்ந்து விளங்கியவர். புத்தகக் கடையிலே ஏதேனும் சின்ன புத்தகத்தைப் பார்த்து அது வேணும்னு நான் விருப்பப்படுவதாக எப்பவாவது காண்பித்திருந்தால் அதைக் கவனிச்சிருப்பாரு. ஒரு மூன்று நான்கு நாட்களில் இரவு லேட்டாக வரும்போது அதை வாங்கிட்டு வந்திடுவார். நான் தூங்கிக்கிட்டு இருக்கும்போது என் தலையணைக்குப் பக்கத்திலே வச்சிடுவார். காலையில் எழுந்தவுடன் நான் அந்தப் புத்தகத்தைப் பார்த்து சந்தோஷப்படுவதைப் பார்த்து அவர் சந்தோஷப்படுவார். அப்படிப்பட்ட அற்புதமான சூழல் எனக்குப் பள்ளி நாட்களில் கிடைத்தது.

பள்ளி நாட்களிலே நான் நோட் புக்கிலே வரைகிற ஓவியங்களைப் பார்த்து, தலைமையாசிரியர் முதற்கொண்டு ஓவிய ஆசிரியர் மற்ற ஆசிரியர் எல்லாருமே என்னைத் தனித்தனியாக ஊக்குவிச்சாங்க; பாராட்டினாங்க. தமிழ்நாட்டில் குறிப்பாக மதுரை மாவட்டத்தில் எந்தப் போட்டி நடந்தாலும் பள்ளியின் சார்பாக என்னை அனுப்புவார்கள். ஒவ்வொரு முறையும் நான் வெற்றி பெற்று வருவேன். பள்ளியிலே அதைப் பெருமையாகச் சொல்வார்கள். எனக்கு மேடையிலே ஏறி நிற்க ரொம்ப கூச்சமாயிருக்கும். ஒரு காலக்கட்டத்துக்குப் பிறகு, சென்னையிலே கலைத்துறைக்கு என ஒரு கல்லூரி இருக்குன்னு சொன்னதுகூட என்னுடைய பள்ளி ஆசிரியர்தான். உனக்கு இருக்கிற ஆர்வத்துக்கு நீ அங்கே போய்ப் படிக்கலாம்னு சொன்னார். அதற்குப் பிறகு, ஒரு குறிப்பிட்ட பத்திரிகையில் அந்தக் கல்லூரி பற்றிய கட்டுரையைப் பார்த்தேன். நான் பள்ளியிலே அப்ப ஒன்பதாவது வகுப்பு படிச்சிக்கிட்டிருக்கேன். பள்ளியிலே எஸ்.எஸ்.எல்.சி. முடிச்சிட்டு வர்றவங்க, அந்தக் கோர்ஸில் சேரலாம் என்பது விதி. ஆனால் விதி விலக்காக, திறமை இருக்கிறவங்களுக்கு ஒன்பதாவது படித்திருந்தால் போதும்னு சொல்லப்பட்டிருந்தது. உடனே ஒன்பதாவதுக்கு மேலே பள்ளிக் கூடத்துக்குப் போகமாட்டேன்னு சொல்லிட்டேன். அப்புறம் என்னை அடிச்சு, பள்ளிக் கூடத்துக்கு அனுப்பி பத்தாவது முடிக்கவச்சாங்க. வீட்டுக்குத் தெரியாமத்தான் நான் அந்தக் கலைக் கல்லூரிக்கு விண்ணப்பிச்சேன். நான் என்ன செய்ய நெனைச்சேனோ, அதை வீட்டுக்குத் தெரியாமல் செய்தேன். அப்படித்தான் இந்தக் கல்லூரிக்கு

வந்தேன். இந்த மாதிரி குறிப்பிட்ட செயல்களைச் செய்வதைத் தவிர வேறு எதுவுமே எனக்குத் தெரியாது. அந்தக் காலத்திலே நான் ரொம்ப அமைதியாக இருப்பேன். ஒரு மூலையிலேயே இருப்பேன்.

மதுரையிலே சிறந்த சினிமாக்கள் தியேட்டரிலே நடக்கும். லாரன்ஸ் ஆப் அராபியா, டேவிட் லீ போன்றவங்க படமெல்லாம் வரும். தேர்வுக்கு ரெண்டு நாளுக்கு முன்னே போவோம். எனக்கு, என் சகோதரனுக்கு எல்லாம் இது விழா மாதிரி. இந்த மாதிரி படங்களைப் பார்க்க என்னுடைய வாத்தியாரும் கைட் பண்ணாரு. மதுரையில் முக்கியமான புத்தகக்கடை பாரதி புத்தக நிலையம். ஐம்பதிலேர்ந்து எழுபது வரையுள்ள யாரைக் கேட்டாலும் சொல்வார்கள். அவ்வளவு முக்கியமான கடை அந்த பாரதி புத்தக நிலையம். மதுரை ரயில் நிலையத்துக்கு முன்னாடிதான் அந்தக் கடை இருக்கு. தமிழ்நாட்டிலே மிக முக்கியமானவர்கள் ஜீவா போன்ற உயர்ந்த மனிதர்கள், சேவை மனப்பான்மை கொண்டவர்கள் இலக்கியம் சார்ந்தவர்கள் ஓவியர்கள் என்று யார் மதுரை வந்தாலும், எந்தக் கூட்டத்துக்கு வந்தாலும் அவர்கள் தங்குவதற்கு, புத்தகக் கடைக்கு மேலேயே அந்தக் கடை உரிமையாளர் ஓர் அறையையும் கட்டி வச்சிருந்தார். அதிலேதான் வந்து தங்குவாங்க. அந்தக் கடை உரிமையாளர் என் அப்பாவின் பால்ய நண்பர். எனவே மதுரைக்கு வருகிற எல்லாப் பெரிய மனிதர்களையும் பார்க்க எனக்கு வாய்ப்பு இருந்தது. வந்திருக்கிற ஒவ்வொருத்தர்கிட்டேயும் எங்களைக் கூட்டிக்கிட்டுப் போய் அறிமுகப்படுத்துவாங்க. தினம் நாலு மணிக்கெல்லாம் புத்தகங்களையெல்லாம் ஒவ்வொண்ணா புரட்டிப் பார்ப்பேன். ஐந்து மணி ஆனவுடனே மதுரையிலே விக்டோரியா மெமோரியல் ஹால்னு இருக்கு. அது ஒரு பழைய கட்டிடம். காலையிலிருந்து சாயங்காலம் நாலு மணி வரைக்கும் அது லைப்ரரி. சாயங்காலம் மட்டுமே அதில் சினிமா போடுவாங்க. அதனாலே சாயந்திரம் அங்கே படங்களைப் பார்ப்பேன். அது மட்டுமில்லாமல், நானும் என்னை வளர்த்துக் கொள்வதற்காக ஒவ்வொரு நாளும் விஷயங்களைத் தேடி அலைஞ்சேன். மதுரையிலே இன்ன புத்தகங்களைப் பார்க்கணும்னு, தெரியாத இடங்களில் எல்லாம் தேடுவேன். ஓவியம் சம்பந்தமான விஷயங்களைத் தேடித் தேடி

அலைவேன். அப்படி நானா விஷயங்களைத் தேடி அலைந்து என்னை வளர்த்துக் கொண்டிருக்கிறேன்.

என்னுடைய இந்த வளர்ச்சி நோக்கிய இன்னொரு முக்கிய சம்பவமாக நான் எட்டாவது படிக்கும்போது நடந்த விஷயம் நினைவு வருகிறது. எங்க தாத்தா எங்களுக்கெல்லாம் காசு கொடுப்பாரு. அதையெல்லாம் சேர்த்து வைக்கிற பழக்கம் உண்டு. சேர்த்து வைக்கிற ஒவ்வொரு முறையும் மதுரை டவுன் ஹால் ரோட்டிலே Toy Land-ன்னு ஒரு கடை. பொம்மைகளெல்லாம் இருக்கும். அந்தக் கடையைப் பார்த்துக்கிட்டுப் போவோம். அந்தக் கடையிலே முன்னாடி இருக்கிற அலமாரியிலே ஒரு சினிமா புரொஜக்டர் இருக்கும். அந்தப் புரொஜக்டரைப் பார்த்ததும் எல்லாரையும் விட்டுட்டு அங்கேயே நின்னுடுவேன். அப்படி நின்னு பார்க்கும்போது என்னைத் தலையிலே தட்டி, இழுத்துக்கிட்டுப் போவாங்க. அப்படியே பல நாட்கள் போயின. ஒருநாள் சேர்த்து வச்ச காசெல்லாம் எடுத்துக்கிட்டு, என் பள்ளி நண்பன் வீரபாண்டியைக் கூப்பிட்டுக்கிட்டு, யாருக்கும் தெரியாம கடைக்குப் போய் அது வேண்டும்னு கேட்டேன். கடையிலே குப்தான்னு சொல்லி, ஒரு வட நாட்டுக்காரர் இருந்தாரு. கடையோட உரிமையாளர் அவர். தமிழை அரைகுறையாகத்தான் பேசுவார். அவரும் அவர் பையனும் இருந்தாங்க. நான் அந்த அறுபது ரூபாயை, அந்தக் காலத்திலே பெரிய பணம், அதைக் கொடுத்துட்டு அந்த புரொஜக்டர் வேணும்னு கேட்டேன். உடனே அந்தப் பெரியவர் டேய், சின்னப் பையன்கிட்டேயெல்லாம் வியாபாரம் பண்ணாதே, பெரிய பிரச்சனையாயிடும்டா அப்டீன்னு சொல்றாரு. இந்தியிலே அப்படித்தான் பேசறாங்கன்னு புரியுதேயொழிய இன்னதுதான் சொல்றாருன்னு அந்த வயசிலே எனக்குத் தெரியலே. அப்புறம் அந்தப் பையன் அவர் பேச்சை மீறி எனக்கு விலைக்குக் கொடுத்தார். அதை வாங்கிக்கிட்டு நான் வீட்டுக்கு வந்தேன். அம்மா வந்து என்னடா இது எங்கேர்ந்து வாங்கிக்கிட்டு வந்தேன்னு கேட்கிறாங்க. நான் யார் பேச்சையும் கேட்காம கொண்டு வந்து லைட்டெல்லாம் போட்டு புரொஜக்ட் பண்ணி பார்த்தா, இமேஜ் எதுவும் வராம, அரிக்கேன் லைட்டுலே ஆடற மாதிரி இருந்துச்சி. பெரிய ஏமாற்றம் எனக்கு. என்னடா இப்படி காசைக் கொண்டு போய் கரியாக்கிட்டியே அப்படீன்னு அம்மா

சொல்றாங்க. போட்டோகிராப் எடுக்கறது, ஓவியம் வரைவது, அது தொடர்பான செயல்களிலே இருக்கிறதனாலே அதுக்கு உரியதை வாங்காம-கேமரா வித்திருப்பானேடா அதை வாங்காம அதை விட்டுட்டு ஏண்டா இதைப் போய் வாங்கிட்டு வந்தேன்னு திட்டினாங்க.

ஒரு நாள் பூரா வச்சிருந்து புரொஜக்டர் வொர்க் பண்ணாம, நான் நெனச்ச கனவெல்லாம் நடக்கலைன்ன உடனே சுத்தி இருக்கிறவங்க எல்லாம் அதைத் திருப்பிக் கொடுத்துடச் சொல்லி வற்புறுத்தினாங்க. சரின்னு அதைத் திருப்பி எடுத்துக் கொண்டு போய் கொடுத்தேன். அந்தக் கடையிலிருந்த பெரியவர் உடனே தன் பையனைப் பார்த்து, நான் முன்னமே சொன்னேனே, இப்படி பொடிப் பயலுககிட்டேயெல்லாம் வியாபாரம் பண்ணாதேடான்னு சொன்னேனேன்னு சொல்லித் திட்டுறாரு. அதுக்குப் பிறகு நான் வீட்டிலே திட்டறாங்க. கேமரா கொடுத்திடுங்க அப்பிடீன்னு சொல்லி, அதைக் கொடுத்து டயானா என்கிற பதினாறு படங்கள் எடுக்கிற கேமராவை வாங்கி வந்தேன். எட்டாவது படிக்கும்போதே அந்தக் கேமராவை எடுத்துக்கிட்டுதான் நான் முதன் முதலிலே திருவண்ணாமலை வந்தேன். அப்போது நான் எடுத்த புகைப்படங்களை, நெகட்டிவ்களை இன்னும் பத்திரமாக வச்சிருக்கேன். இது மாதிரி சின்ன வயசிலே எனக்குக் கிடைத்த அனுபவங்கள், என்னுடைய ஆசிரியர் எனக்குக் கற்றுக் கொடுத்தவை, என்னுடைய தந்தை எனக்கு ஆசிரியரைப் போலவே இருந்து எனக்கு வேண்டிய வசதிகளைச் செய்து கொடுத்தது, இவற்றின் காரணமாக, இன்றைக்கு நான் உங்க முன்னே பேசுகிறேன். இந்தப் பள்ளியினுடைய நூற்றாண்டு விழாவிலே கலந்து கொள்ளும் இந்த வேளையிலே நான் மதுரையிலே படித்த தூய மரியன்னை உயர்நிலைப் பள்ளியினுடைய அறுபதாவது ஆண்டு விழாவில் கலந்து கொண்டது ஞாபகம் வருகிறது. ஒன்றரை மாதம் அந்த விழாவுக்காக நான் பள்ளி மாணவனாக இருந்து ஓவியங்களை வரைந்து, ஓவியனாகச் செயல்பட்டது நினைவுக்கு வருகிறது. நூற்றாண்டு சிறப்பு தினத்தைக் கொண்டாடும் இந்தப் பள்ளி பல்வேறு மனிதர்களை உருவாக்கி மேலும் சிறப்பு பெறும் என்று கூறி அமர்கின்றேன்.

13

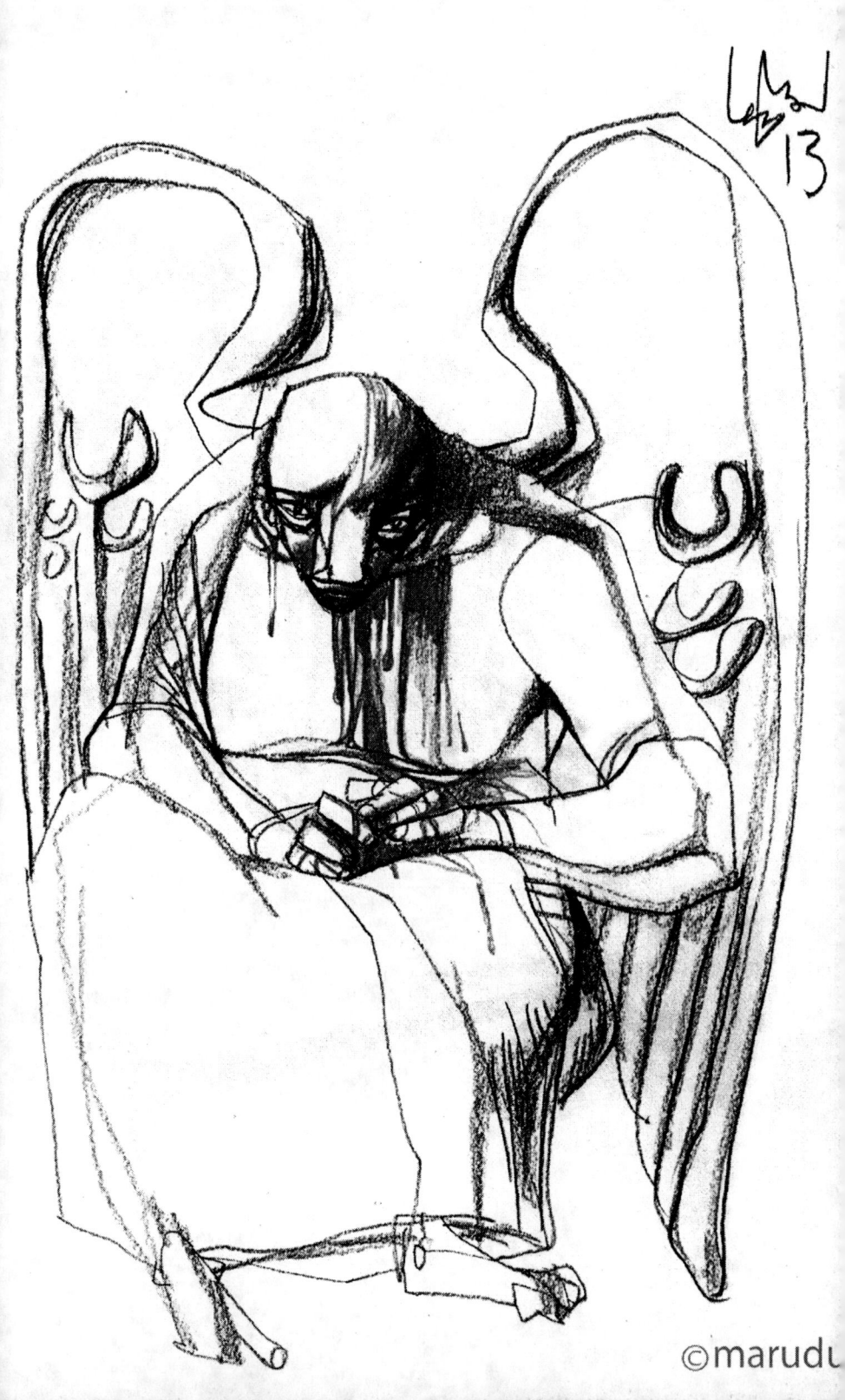

தங்கர் பச்சான்

தமிழகம் நன்கறிந்த ஒளிப்பதிவாளர், இயக்குநர். செம்மண் பரப்பு விரிந்து, அதற்கு முற்றிலும் வேறொரு நிறத்தில் விரிந்திருக்கிற முந்திரி மர நிழல் படர்ந்த பண்ருட்டி பக்கம் பத்திரக்கோட்டை இவரின் சொந்த ஊர். தேசிய விருது பெற்ற 'காதல் கோட்டை' திரைப்படம்தான் இவர் மீது முழு வெளிச்சத்தையும் பாய்ச்சியது. 'வெள்ளை மாடு' 'குடிமுந்திரி' என்ற சிறுகதைத் தொகுப்புகள் வெளிவந்துள்ளன. இவருடைய 'ஒன்பது ரூபாய் நோட்டு' நாவல் பெரிதும் பேசப்பட்டது இது இவராலேயே திரைப்படமாகவும் எடுக்கப்பட்டுள்ளது.

இவர் இயக்கிய 'அழகி' படம் இவருக்கென்று ஒரு தனி அடையாளத்தைத் தந்தது. எனினும் சினிமாக்காரனாய் இயங்குவதைவிட சந்தோஷமான கணங்கள் எழுதுவதில்தான் இருக்கிறது என்று தன்னை வெளிப்படுத்துகிறார்.

பேச்சு

ஒரு அஞ்சு நிமிஷத்துக்கு முன்னாடி மாணவர்கள் எல்லோரும் ரொம்பக் கூச்சலோடு இருந்தாங்க. அவங்க எப்படி எப்படியெல்லாம் இருக்கணும்னு கூடப் பேசலாம். இதையும் ஒரு அடக்கு முறையாகத்தான் நான் நினைக்கிறேன். ஏன்னா, திரு. பொன்னீலன், திரு. பிரபஞ்சன் இரண்டு பேரும் மாணவர்களுக்கு இந்த வாழ்நாள் முழுவதற்கும் தேவையான விஷயங்களைப் பேசிட்டாங்க. அதுவே போதும்னு அவங்க நினைக்கிறாங்க. அதுவே உண்மையும் கூட. அவங்களுக்கு என்னன்னா, இந்தப் பள்ளியில் வகுப்பறைக்குள்ளே உட்கார்ந்திருக்கிற நிகழ்ச்சி மாதிரியே இதுவும் ஆகிடக் கூடாதுங்கிற பயம் இருக்கு. என்னுடைய கவலையும் அதுதான். நிச்சயமா அப்படித்தான் ஆயிடுமோ என்கிற பயம் இருக்கு. உங்களோட மனநிலை இப்போது இதைக் கவனிக்கக் கூடிய நிலையில் இல்லைன்னு நான் நினைக்கிறேன்.

இந்த நிகழ்ச்சியிலே பேசுவதற்குக் கணக்கு வராதவங்களா வந்திருக்காங்க. அப்படிப்பட்டவங்களை மட்டும்தான் கூட்டத்துக்கு அழைச்ச மாதிரி தெரிகிறது. அந்த வரிசையில் நானும் இருக்கேன். இதற்குக் காரணம் என்னன்னா, கணக்கு வராதவன்தான் மிகப் பெரிய கலைஞனாக வரமுடியும்கிறது நிரூபிக்கப்பட்ட விஷயமா இருக்கு.

ஒரு அஞ்சு நிமிஷம் என்னாலே நிலைகொள்ள முடிய வில்லை. அப்புறம்தான் அப்படியே நடந்து போய்விட்டேன். ஏன்னா, பிரபஞ்சன் அவர்கள் பேசின பேச்சு சாதாரணமானதல்ல.

நான் எப்படி நினைக்கிறேன்னா இந்த மைக் இருக்கிறதனாலேதான் அந்தப் பேச்சுக்குத் தரம் குறைவதா நினைக்கிறேன். இந்த மைக்கை நாம அப்படித்தான் பயன்படுத்திக்கிட்டிருக்கோம். தமிழ்நாட்டிலே இந்த மைக்கில் பேசற பேச்சுக்கு ஒரு அளவுக்கு மேலே மரியாதை கிடையாது. மரியாதைன்னா ரொம்ப அதிகப்படியான மரியாதை கொடுத்து அதிகாரத்தைப் புடுங்கிற மாதிரி இருக்கு. இல்லாட்டா, எப்ப முடியமோன்னு, சாதாரண ஆளு வந்து மைக்கை எடுத்துக்கிட்டு போயிடுவாங்க. ஆனால் அவருடைய பேச்சு இருக்கு பாருங்க. இதைத் தமிழ்நாடு முழுக்க, இந்தியா முழுக்க அப்படியே மொழிபெயர்த்து ஒவ்வொரு மாணவனையும் படிக்கவச்சா போதும். அவனவன் வளர்ந்திடுவான்கறது என்னுடைய சரியான கருத்து என்று நான் நினைக்கிறேன்.

ராத்திரி பத்து முப்பது மணி இருக்கும். என்னுடைய பையன்கள் ரெண்டு பேரும் என் பக்கத்தில் படுத்துக்கிட்டிருக்காங்க. ரெண்டு பேரும் தூங்கலை. ஒருத்தன் நாலாவது படிக்கிறான். ஒருத்தன் ஒண்ணாம் வகுப்பு படிக்கிறான். ரெண்டு பேரும் ரஜினிகாந்த் நடத்துற ஆஸ்ரம் பள்ளியிலே படிக்கிறாங்க. ரஜினின்னு பேர் சொன்னதும் கை தட்டல் கேட்கிறது. இந்த கை தட்டினவரு, இந்தச் சம்பவத்தை ஒரு பத்து வருஷம் கழிச்சு நெனச்சா அவருக்கே பெரிய அவமானமா இருக்கும். நான் எதுக்குச் சொல்ல வந்தேன்னா, அந்தப் பள்ளியினுடைய தரத்தை உங்களுக்கு உணர்த்த வேண்டும் என்பதற்காகத்தான். இப்ப என்னுடைய பையன்கள் அந்தப் பள்ளியிலே படிக்கிறாங்க. ஆனா, நான் யார் என்பதை முதலில் நான் சொல்லணும்.

என்னுடைய அப்பா அம்மாவுக்கு ஆனா ஆவன்னா தெரியாது. ஆனா, அவங்க பெத்த ஏழு பேருமே ரொம்ப உயர்ந்த நிலையிலே இருக்கோம். ஒரு ஆண்டு கூட நான் என்ன வகுப்பு படிக்கிறேன், அவங்க குழந்தைங்க என்ன வகுப்பு படிக்கிறாங்கன்னு அவங்களுக்குத் தெரியாது. எங்களுக்குத் தேவையான விஷயங்களைக் கேட்போம். வாங்கிக் கொடுப்பாங்க. அப்படியே அவங்களோட காலமும் போயிடுச்சி. அதாவது எத்தனை மதங்கள் இருக்குன்னு சத்தியமா எஸ்.எஸ்.எல்.சி. முடிக்கிற வரைக்கும் எனக்குத் தெரியாது. அந்த மதம் என்ன கடவுள்ன்னு எனக்குத்

தெரியாது. ஏன்னா அப்படிப்பட்ட கிராமம் எங்களுடையது. எத்தனை ஜாதிங்கறது எனக்குத் தெரியாது. அங்க சுத்தி இருக்கிற நாலைஞ்சு ஜாதிதான் தெரியும். ஒரு பத்திரிக்கை கூட வராத ஊர். அதாவது செய்திப் பத்திரிக்கைன்னு ஒண்ணு இருப்பதே தெரியாது.

எனக்கு நல்லா ஞாபகம் இருக்கு. பள்ளியிலே கடைசி வரைக்கும், பி.ஏ. முடிச்சிட்டு திரைப்படக் கல்லூரி முடிக்கிற வரைக்கும் என்னோட வகுப்பிலே நான்தான் முதல் மாணவன். நான் படிச்சத யாருமே பார்த்திருக்க முடியாது. வகுப்பிலே ஆசிரியர்கள் நடத்துவதை அந்த நேரம் கேட்பேன். பரீட்சைக்காக நான் தனியாகப் படிச்சதா எதுவுமே எப்பவுமே கிடையாது. படிக்காத மாதிரியே இருப்பேன். எப்படீன்னு தெரியாது. ஆனா, எல்லாத்துலேயும் முதல் மாணவனாக வந்திடுவேன். அப்படியிருந்த எனக்கு எஸ்.எஸ்.எல்.சி நேரத்திலே சுப்பிரமணியம் என்கிற தமிழாசிரியர் உன்னுடைய ஒருநாள் எப்படி கழிஞ்சுதுன்னு எழுதுடான்னு வகுப்பிலே சொன்னார். அப்பவெல்லாம் வகுப்பிலே சுயகட்டுரைகள் எழுதச் சொல்வது வழக்கம். என்னுடைய கட்டுரையைப் படிச்சதும் என்னைக் கூப்பிட்டு அதிகப்படியா அடிச்சிட்டாரு. என் வாழ் நாளிலேயே அதிகப்படியாக அடி வாங்கினது அந்த ஒரு சந்தர்ப்பத்தில்தான். என்ன தவறு பண்ணினேன்னு எனக்குத் தெரியவில்லை. நான் என்ன எழுதியிருந்தேன்னா...

“நான் காலையிலே அஞ்சு அஞ்சரை மணிக்கா எழுந்திருவேன். நானா எழுந்திரிக்க மாட்டேன். என்னை வந்து எழுப்பி விடுவாங்க. ஏன்னா, நாங்க விவசாயக் குடும்பம். பல இடங்களிலே விவசாய வேலை நடக்கும். மாட்டைப் புடிச்சி கைல கொடுத்து அனுப்புவாங்க. இல்லைன்னா ஏதாவது அறுவடை நடக்கும். அரிவாளை எடுத்துக்கிட்டு போய் வேலை செய்வோம். எட்டே முக்கால் மணி காமாட்சி பஸ் வரும். சத்தம் கேட்டவுடனே அடிச்சி வெரட்டி விடுவாங்க. கை காலைக் கழுவக் கூட நேரம் இருக்காது. இருக்கிற கூழ் அல்லது எதையாவது குடித்துவிட்டு அப்படியே பள்ளிக்கூடம் ஓடுவோம். அங்கே பள்ளிக்கூடத்திலே மத்தியானத்திலே சாப்பாடு ஏதாவது இருந்தா சாப்பிடறது. அப்படி இல்லாட்டா பரவாயில்லை. பள்ளியிலிருந்து சாயங்காலம் புத்தகத்தை எடுத்துக்கிட்டு அப்படியே விவசாய வேலைக்குப்

போயிட வேண்டியது. ராத்திரி வீட்டுக்கு வரும்போது எட்டு ஒன்பது மணி ஆயிடும். வரும்போது அப்படியே எல்லோருக்கும் உடல் அசதி வந்திடும். தூக்கம் வந்திடும். அப்பதான் அம்மா வந்து வெறகு அது இதெல்லாம் எடுத்திட்டு வருவாங்க. வேலையெல்லாம் முடிச்சி அவங்க சமையல் பண்ணிச் சாப்பாடு போடும்போது நாங்க யாரும் முழிச்சிருக்க மாட்டோம். அப்புறம் தூக்கத்திலேயே எழுப்பி ஊட்டி விடுவாங்கன்னு நெனைக்கிறேன். மறுபடியும் காலையில் இந்த வேலைகளை ஆரம்பிக்கிறோம்” என்று நான் எழுதியிருந்தேன். அதுக்கு அவரு ரொம்ப என்னை அடிச்சிட்டாரு. இப்படி எழுதினா எவன் உனக்கு மார்க் போடுவான்னு அடிச்சாரு. அப்படி நீ எழுதக் கூடாது அப்படீன்னாரு. எனக்கு வந்து என்னோட உண்மையை எழுதக்கூடாதுன்னு அடிச்சது ரொம்ப அதிர்ச்சியா இருந்தது. அப்ப, பொய்யா நீ மார்க் வாங்கறதுக்காக இப்படி எழுதுன்னு சொன்னது என்னை ரொம்ப பாதிச்சது. அப்புறம் அடுத்த பரீட்சையிலே அவர் சொன்னபடி எழுதினேன்.

“தினமும் காலையில் எழுந்ததும் காப்பி குடிப்பேன். பிறகு செய்தித்தாள் பத்திரிகை வாசிப்பேன். வாசித்து விட்டு ஆசிரியர் சொன்ன பாடங்களை நான் எழுதுவேன்....” அப்படீன்னு, எப்படி நான் எழுதணும்னு சொன்னாரோ, அதையெல்லாம் நான் எழுதினேன். அந்தத் தேர்வில் தமிழில் நான் எண்பத்தேழு மதிப்பெண் பெற்றேன். தென்னாற்காடு மாவட்டத்திலேயே நான்தான் முதல் மாணவன்னு சொன்னாங்க. நான் எழுதிய கட்டுரையிலே தவறு இருந்ததாம். ஒரு பொய்யான விஷயத்தை எழுதும்போது நிறைய தப்புதான் வரும். அதிலே நான் காப்பி குடிப்பேன் என்பதில் ‘க’வுக்குக் கால் வாங்கலை. கப்பி குடிப்பேன் அப்படீன்னு எழுதியிருந்தேன் என்று சொல்லி எல்லாரும் சிரிச்சாங்க. எனக்கும் காப்பிக்குமான தொடர்பே கிடையாது. அப்படி ஒரு விஷயத்தைப் பார்த்ததே கிடையாது. தெரியாத விஷயத்தை மார்க் வாங்கணுங்கறதுக்காக எழுதும்போது எல்லாமே பொய்யாய்ப் போய்விடுகிறது. அப்படித்தான் நம்முடைய வாழ்க்கை போகும் என்கிறது என்னுடைய நம்பிக்கை - தாழ்மையான கருத்து.

நான் ஒரு எழுத்தாளனா, நன்கு அறியப்பட்ட ஒரு எழுத்தாளனா, பல விருதுகளை வாங்கின ஒரு கேமராமேனா இப்ப இருக்கேன். நான் படிச்ச படிப்பு உதவியிருக்கா அப்படீன்னு மனசாட்சியைத் தொட்டுக் கேட்டால் சத்தியமா இல்லை. இதுதான் உண்மையான விஷயம். அப்புறம் எதுக்குப் படிப்பு? படிப்பு என்பது ஒரு மூல காரணம்தான். ஆனா அது மட்டுமே இல்லை. நான் கேமராமேனாக ஆகறதுக்கு முன்னே கேமராவைப் பார்த்தது ரெண்டு முறைதான். கடலூரிலே நானும் என் அண்ணனும் அஞ்சாம் வகுப்பிலே ஒரே வகுப்பிலே படிக்கிறோம். அப்போ வந்து பள்ளிக்கூடத்திலே போட்டோ எடுத்தாங்க. அப்ப எப்படியாவது கேமராவைப் பார்க்கலாம்னு நான் முன்வரிசையிலே இருந்தேன். நான் ரொம்ப குள்ளமா இருக்கறதனாலே என்னைத் தூக்கி மேல் வரிசையில் மேலே நிக்க வச்சிட்டாங்க. அப்பகூட நான் கேமராவைப் பார்க்கத் தவறிட்டேன். ஏன்னா, அது துணிபோட்டு மூடி எடுக்கிற ஃபீல்டு கேமரா. பிறகு, நான் பி.யூ.சி. படிக்கும்போது பதினைஞ்சு ரூபாய்க்கு ஒரு இலவச பஸ் பாஸ் எம்.ஜி.ஆர் காலத்திலே கொடுத்தாங்க. அந்த பஸ் பாஸ் வாங்கறதுக்காக நான் ஒரு முறை போட்டோ எடுத்துக் கொண்டேன். இப்படித்தான் கேமராவுக்கும் எனக்குமான தொடர்பு முறை இருந்ததே தவிர மற்றபடி முன்னறிவு எதுவும் கிடையாது. அப்படியாப்பட்ட நான் வந்து சினிமாவிலே நிறைய விஷயங்களைச் சாதிக்க முடியுதுன்னா, அதற்குக் காரணம் நான் கற்றுக் கொண்ட வாழ்க்கை. அதைத்தான் ரொம்ப முக்கியமா கவனிக்கணும். ஒரு முப்பது சதவீதமான படிப்பறிவு, எழுபது சதவீதமான என் வாழ்க்கை. அந்த முப்பது சதவீதத்துக்குத்தான் நான் என்னுடைய படங்களிலே தொழில் நுட்பத்தைக் கையாண்டிருக்கேன். எழுபது சதவீதம் என்னுடைய வாழ்க்கையிலோந்து எடுத்துக்கறேன். அப்படித்தான் கதை எழுதுகிறேன். இலக்கியம் படிக்கிறேன். எனக்கு எந்தக் கதை எழுதத் தெரியும்? எனக்கு எந்த ஒண்ணும் தெரியாது. எதையும் எழுதி, புத்தகமா வெளிவரும் போதுதான் எழுத்தாளன்னு சொல்றாங்க. எழுதப்படாத எத்தனையோ நாவல் சிறுகதைகள் எல்லாருக்குள்ளேயும் இருக்கு. அது எப்படி வெளிப்படும்? நமக்கு அப்படிப்பட்ட வாய்ப்பும் சந்தர்ப்பமும் கிடைக்கும் போதுதான். சும்மா ஒவ்வொரு பள்ளியிலும் நூல் நிலையம் இருக்கணும். அது இருக்கணும். அதெல்லாம் கிடையாது. அது எப்பப்ப

தெரியணுமோ அப்பப்ப தெரியும். அப்ப அதைத் தெரிவிச்சா போதுமானது.

நான் மறுபடியும் தொடங்கின விஷயத்துக்கே வரேன். ரெண்டு பையன்களுக்கும் நடுவிலே நான் படுத்திருக்கேன். பெரியவன், நாளைக்கு எங்கப்பா போறீங்கன்னு கேட்டான். ஒரு கூட்டத்துக்கு போறேன்னேன். அது என்ன கூட்டம்னு கேட்டான். நான் சொன்னேன். நூறு வருஷம் ஆன ஒரு பள்ளிக்கூடம். அதிலே பேசறதுக்கு என்னைக் கூப்பிட்டிருக்காங்கன்னு சொன்னேன். என்ன பேசுவீங்கன்னு கேட்டான். அப்ப என்ன தோணுமோ அதைப் பேசறதுதான் அப்படீன்னேன். அந்தப் பேச்சு முடிஞ்சுது. அப்புறம் கொஞ்ச நேரம் கழிச்சி நீங்க எப்படி அப்பா படிச்சீங்கன்னு கேட்டான். இதே மாதிரிதான் சொன்னேன். காலையிலே போயிட்டு அதைப் பண்ணுவேன். இதைப் பண்ணுவேன். நிறைய பறவைகள் வளர்ப்பேன். நிறைய விலங்குகளோடு தொடர்பு உண்டு. ஆடு, மாடு, கோழி, காடை, கவுதாரி இப்படித்தான் என்னுடைய வாழ்க்கை கழிஞ்சுது. அப்புறம் மாம்பழம் திருடுறது. பலாக்கா திருடுறது. முந்திரிக் கொட்டை திருடுறது. நிறைய சினிமாப்படம் பாக்குறது இதையெல்லாம் சொன்னேன்.

சினிமான்னு சொன்னதும் ஒண்ணு நினைவுக்கு வருது. நான் நாலாம் வகுப்பு படிக்கிறேன். என்னுடைய உயர்நிலைப் பள்ளியின் தலைமையாசிரியர் என்னைக் கூப்பிட்டு அனுப்பினார். எதுக்குன்னு தெரியலை. பயமா இருந்துச்சி. அது வேறொரு பள்ளி. மூணு பேரு வந்து என்னைக் கூட்டிட்டுப் போனாங்க. அவர் என்னைப் பார்த்து, உனக்குத்தான் சினிமா விஷயம்னா தெரியுமாமே அப்படீன்னுட்டு, கண்டசாலா பி.லீலா பாடிய ஒரு பாட்டைச் சொல்லி, இது என்ன படம்னு கேட்டார். நான் 'மஞ்சள் மகிமை' ன்னு சொன்னேன். இதுக்குத் தாண்டா உன்னைக் கூப்பிட்டேன். ஏன்னா, நாங்க இதுக்கு அம்பது ரூபா பெட் கட்டியிருக்கோம். சொல்லிட்டு திரும்பி வரும்போது அங்க இருந்த கணபதி என்ற ஆசிரியர் சொன்னது காதிலே விழுந்தது. "இது ஒண்ணுத்துக்கும் உருப்படாது. என்னைக்காவது ஒரு நாள் கடலூர் பக்கம் வந்தேன்னா, இவன் திரிஞ்சிக்கிட்டு கிடப்பான் பாரு" அப்படீன்னாரு.

ரெண்டு வருஷத்துக்கு முன்னாடி அவரை நான் சென்னையிலே பார்த்தேன். அவர் பெண்ணுக்கு எம்.பி.பி.எஸ். சீட்டுக்காக என்னைப் பாக்க வந்தாரு. அவர் அன்னைக்குச் சொன்னதை, அப்போது சொல்லி சந்தோஷப்பட்டேன். ஆனா, அவரு ஒரு மாதிரி வேதனைப்பட்டார். "இல்லடா, அப்ப நான் அப்படித்தான் பார்த்தேன். சினிமான்னா கெட்ட விஷயம். அதைப் பார்க்கிறவனெல்லாம் உருப்படமாட்டான். அப்படித்தான் இதுவரை நாம் சொல்லி வந்திருக்கோம். அதனால்தான் அப்படிச் சொன்னேன்" என்று சொன்னார்.

இது வச்சி இப்படித்தான் நடக்கும். அது வச்சி அப்படித்தான் நடக்கும் என்றெல்லாம் கிடையாது. அதாவது, உண்மையான கலைஞனை உருவாக்க முடியாது. உங்க பையனை வந்து என்ஜினியராக உருவாக்கலாம். ஒரு டாக்டரா உருவாக்கலாம். நிச்சயமா ஒரு எழுத்தாளனாக - உண்மையான எழுத்தாளனாகவோ, ஒரு ஓவியனாகவோ, ஒரு சிறந்த தலைவனாகவோ உங்களாலே முடியாது. அது அவனுக்குள்ளேயே இருக்கு. அதுதான் உண்மையான விஷயம்.

ஊருக்குள்ளே போகும் போதெல்லாம் நான் தேடுறது அந்த ரெண்டு பழைய சினிமாக் கொட்டகைகளை, அது என் கண்ணிலேயே நிக்குது. இப்ப அதைக் காணோம். அப்புறம் அந்தச் சின்ன பள்ளிக்கூடம். இப்போ முழுசா மாறியிருக்கு. அங்க இருந்த அரச மரத்தைக் காணோம். அந்த மரத்தோட வேரு அகல விளையாடியிருக்கோம். அப்புறம் எல்லாமே மாறியிருக்கு. அந்தப் பழைய ஆசிரிய முகங்களை நான் தேடிக்கிட்டிருக்கேன். அப்ப எனக்கு வந்த எதிரியா தெரிஞ்ச ஆசிரியர்கள் இப்ப வந்து தெய்வமா தெரியறாங்க. இதை ரொம்ப மாணவர்கள் உணரணும். அதற்கான காரணங்கள் பின்னணியிலே இருக்கு. குறிப்பாக, சில வாத்தியார்கள் தவிர, அதிலேயும் குறிப்பாக ஒரு வாத்தியார். அந்த வாத்தியாராலே குறைஞ்சது இருநூறு பள்ளி மாணவர்களுடைய வாழ்க்கை வீணாகியிருக்கு. அவர், எப்ப பார்த்தாலும் நான் வந்து அண்ணாதுரையோட கிளாஸ்மெட்டு தெரியுமான்னு சொல்லியே அடிச்சார். நான் அண்ணாதுரையோட கிளாஸ் மெட்டு, எங்கிட்ட பேசாதேன்னு சொல்லி அடிச்சாரு. நிறைய பேர் வாழ்க்கை

வீணாச்சு. அந்த ஒரு ஆசிரியர் தவிர மீதி எல்லாருமே ஒவ்வொரு விதத்திலே சரியாகத்தான் இருந்திருக்காங்க. இப்பதான் அந்த ஆசிரியர்களைப்பத்தி நான் மதிக்கக் கத்துக்கிட்டிருக்கேன்.

இறுதியாக, ஒரே ஒரு செய்தி சொல்லி முடிச்சுக்கறேன். தமிழ்க்கல்வி, தமிழ்ப் பயிற்றுமொழிக் கல்வித் திட்டம் பற்றிப் பேசும்போது மாணவர்கள் கிட்டேர்ந்து ஒரு பெரிய ஆதரவைக் கவனிச்சேன். அது ரொம்ப முக்கியமான விஷயம். நேத்துதான்னு நினைக்கிறேன். அதுக்கு எதிரா பெரிய போராட்டமெல்லாம் நடத்தினாங்க. பள்ளிக்கூடம் வச்சி பணம் சம்பாதிக்கிற அந்த ஆட்கள் என்ன சொல்லிப் போராட்டம் நடத்தினாங்க அப்படீன்னா, ஒண்ணாவதிலேருந்து அஞ்சாம் வகுப்பு வரைக்குமே நாங்க தமிழிலே சொல்லிக் கொடுக்க மாட்டோம்னு சொல்லி நடத்தினாங்க. இதை என் பையன் தெரிஞ்சு வச்சிருக்கான். தமிழ் படிச்சா தப்பா என்று கேட்டான். நான் பதில் சொன்னேன். மாணவர்க்கு விளங்குதோ என்னவோ தெரியலே. நம்ம தமிழ்னு எப்படிச் சொல்லிக்கிறோம். தமிழ்நாடு எப்போ இருக்கும். நாம் தமிழ் பேசற வரைக்கும்தான் இருக்கும். நாம தமிழன். அது வரைக்கும்தான் இது தமிழ்நாடு. ஒரு இனத்தினுடைய அடையாளத்தை எது காட்டுது? அதனுடைய மொழி - கலை - பண்பாடு. இதெல்லாம் நம்மகிட்டே இல்லை. போயிடுச்சு. தமிழனுக்கான கலைகள்னு இப்ப எதுவும் கிடையாது. அவனுக்கென்று தனிப் பண்பாடு எதுவும் கிடையாது. அவனுடைய கலாச்சாரம்னு சுத்தமா கிடையாது. ஒண்ணே ஒண்ணு இருக்குதுன்னா, அது கொஞ்ச நஞ்சம் இருக்கிற தமிழ்மொழி. அதுவும் போயிடுச்சின்னா அவன் தமிழனே கிடையாது. ஒரு பெரிய அறிஞர் சொன்னது மாதிரி, ஒரு இனத்தினுடைய இடத்தையே வந்து முழுசா அழிக்கணும்னா எதுவும் செய்ய வேணாம். அந்த இனத்தினுடைய மொழியை அழிச்சாலே அந்த இனம் அழிஞ்சு போயிடும்னு சொன்னாங்க. அது உண்மையான விஷயம். அந்தத் தமிழை அழிக்கிற அத்தனை சதிகளும் இங்கே நடந்துக்கிட்டிருக்கு. மாணவர்களாகிய நீங்கள் அதற்கு ஒரு நேரம் வரும்போது ஆதரவு தெரிவிக்க வேண்டும் என்று அன்போடு கேட்டுக்கிறேன்.

சிறுகதை

குடி முந்திரி

விவசாயியின் உழைப்பால் வயிற்றைக் கழுவுகிற எல்லாரும் விவசாயியின் தலையில் மிளகாய் அரைத்துக் கொண்டுதான் வருகிறார்கள். இதனால் அழியப்போவது விவசாயிகள் மட்டும்தான் என்று நினைத்துக் கொண்டிருக்கிறார்கள். பாவம், பிற்காலத்தில் சோத்துக்கு நாயாக அலையப் போகிறார்கள் என்பது இவர்களுக்கு இப்போது தெரிய வாய்ப்பில்லை.

இன்றைக்கு நான் சென்னைக்குக் குடி பெயர்ந்து அரசாங்கம் கொடுத்த ஒரு சான்றிதழை வைத்துக்கொண்டு, குடும்பத்தில் ஐந்து ஜீவன்களோடு சுகமாக டி.வி, பிரிட்ஜ் என்று சகல வசதிகளோடும், உல்லாசமாக வாழ்ந்து கொண்டிருக்கிறேன். என் குழந்தை எல்.கே.ஜி. படிக்க ஷூ கேட்டால், முதல் தரக் கம்பெனியாகத் தேடிப்போய் ஒரே சமயத்தில் இரண்டு ஜோடி ஷூக்களை, ஜோடி ஒன்றுக்கு 400 ரூபாய் கொடுத்து வாங்கித் தரமுடிகிறது.

சாதாரணமாக ஆயிரம் ரூபாய் கொடுத்து, நானும் அதேபோல் ஒரே சமயத்தில் இரண்டு ஜோடி ஷூக்களை வாங்கிக் கொள்கிறேன். இந்தப் பள்ளிக்கூட வாத்தியார் வேலை மட்டும் கிடைக்காம இருந்திருந்தால் நானும் என் அண்ணன்கள் மாதிரி, ஊரில் விவசாயம் செய்துகொண்டு, அரசாங்கத்திற்கு லோன் பாக்கி கட்டமுடியாமல் கள்ளச்சாராயம் காய்ச்சுபவன் மாதிரி, எப்போ ஊருக்குள் ஜீப் நுழைந்தாலும் ஓடி ஒளிந்து குலை நடுங்கிச் செத்துக் கொண்டிருப்பேன்.

வருஷத்துக்கு நாலைந்து தடவையாவது எனக்கும் என் மனைவிக்கும் இதே மாதிரி சண்டை நடக்கும். எப்பவும் ரெண்டு மூணு நிமிஷத்தில் அடங்கிப் போகிற இந்தச் சண்டை இன்றைக்கு, ஒரு முடிவுக்கு வரும்போல் தெரிகிறது. கல்யாணமாகி இந்த ஆறு வருஷத்தில் நாலு வீடு மாறி, இன்னும் இரண்டு நாளில் வாத்தியார் வேலையில் சம்பாதித்த பணத்தில் சொந்தமாக வாங்கியிருக்கும் பிளாட்டுக்குப் போகப் போகிறோம். சொந்த வீட்டில், எந்த இடத்தில் எந்தப் பொருள் வைக்க வேண்டும் என்று முடிவு செய்தாயிற்று. இந்தப் பழைய ஷூ மேல் மட்டும் அவளுக்கு என்ன வாஞ்சையோ. “இந்த சனியன் எங்கே போனாலும் தொரத்திக்கிட்டே வருது. பிளாட்ல செப்பல் ஸ்டேண்ட் ஒண்ணுதான் இருக்கு. இதப் போடவும் மாட்றீங்க. தூக்கி எறியவும் மாட்றீங்க. ஒங்களுக்குப் போடவும் புடிக்கலண்ணா எந்தம்பிக்குத் தூக்கிக் குடுத்துடுங்க. ஒண்ணும் குடிமுழுவிடாது...” என்று மூச்சுவிடாமல் கத்தினாள்.

அவளைப் பொருத்தவரைக்கும் அது ஒரு பழைய ஷூ. அவளுடைய வீட்டை எல்லோரும் பார்த்து, ‘ரொம்ப அழகா இருக்கு!’ என்று சொல்ல வேண்டும். அதற்காகத்தான் பழையதை யெல்லாம் தூக்கியெறிந்து கொண்டிருக்கிறாள்.

இன்றைக்கு என் மகள், மூணு வயசில் பள்ளிக்கூடத்துக்கு ஷூ இல்லாமல் போக மாட்டேன் என்கிறாள். அவளைச் சொல்லியும் குற்றமில்லை. நிலைமை அப்படி மாறிவிட்டது. நானும் ஒரு நாள் இவளை மாதிரியே என் அய்யாவிடம், “ஷூ வேணும்” என்று கேட்டுவிட்டேன். கேட்ட பாவத்துக்கு இன்னும் தண்டனையை அனுபவித்துக் கொண்டிருக்கிறேன்.

எப்பவும் மாதிரி நானே அந்த வருஷம் எஸ்.எஸ்.எல்.சி.யில் என் பள்ளியிலேயே முதல் மார்க் வாங்கி பாஸானேன். பெரிய அண்ணன் சென்னையில் வேலை பார்த்ததால், அங்கேயே என்னையும் கல்லூரியில் சேர்க்க வேண்டும்; பெரிய படிப்பெல்லாம் படித்து வேலை வாங்க வேண்டும் என்று அம்மா சொல்லிட்டாங்க. “எல்லோரும் படிக்கிற மாதிரி இங்கிருக்கிற கடலூர் காலேஜ்ல படிக்காம மெட்ராசுக்குப் போயி, பெஷலா ஒண்ணும் படிச்சி கிழிக்க வேணாம். படிச்சி வேலை வாங்கித்தான் எங்களுக்குக் கஞ்சி

ஊத்தணும்னு ஒண்ணும் இல்ல. முடியலண்ணா வந்து நெலத்தப் பாரு...” என அய்யா, தன் விவசாய நிலப்பிரபுத்துவ கௌரவத்தை விட்டுக் கொடுக்காமல் பேசினார்.

எப்போதும் மாதிரி அம்மாவின் கையே மேலோங்கியதால், பெரிய அண்ணன் என்னைக் கொண்டு வந்து, சென்னையில் கூத்தடிக்கப் பேர் போன அந்த பொறுக்கிக் கல்லூரியில் சேர்த்தார்.

கல்லூரிக்குள் நுழைந்ததும் நடை, உடை, பாவனை, பேச்சு எல்லாத்தையுமே மாற்றிக்கொள்ள வேண்டியதாயிற்று. என்னைத் தவிர எல்லோரும் உல்லாசமாய், கல்லூரி மாணவர்களுக்கு இலக்கணமாக அனைத்து செய்கைகளிலும் ஈடுபட்டு சுகமாய் நாட்களைக் கழித்தார்கள். என்னை மாதிரி ஒருத்தனும் எனக்குக் கிடைக்கவில்லை. எப்படா இந்த சனியனைவிட்டு ஊருக்குப் போவோம் என்றிருந்தது.

முதல் வேலையாக பண்ருட்டி கல்யாணத்தில் தேங்காய், பழம் போட்டுக் கொடுத்த மஞ்சள் கைப்பையைத் தூக்கியெறிந்துவிட்டு, புத்தகத்தை ஸ்டைலாகக் கையிலேயே கொண்டு போனது, இவ்வளவு நாள் முடி வெட்டிக்கொண்ட ஊர் பரியாரி பெருமாளிடம் முடிவெட்டிக் கொள்ளாமல் நாற்காலியில் உட்கார்ந்து முடி வெட்டி சூடு வைத்துக்கொண்டது. அப்பொழுதுதான் புதுசாகத் தைத்துக் கொடுத்த பேண்ட்டில் பெல்ஸின் அளவு எங்கள் கூட்டத்திலேயே கம்மியாக இருப்பதாகக் கிண்டல் செய்ததால் ராத்திரியோடு ராத்திரியாக துணி எடுத்து யானைக்கால் மாதிரி முப்பத்தியாறு இன்ச் வைத்து பேண்ட்டின் கீழே ‘ஸிப்’ வைத்துத் தைத்து பேண்ட்டின் ஆயுட் காலத்தை நீடிக்கச் செய்து கொண்டது எனக் கொஞ்சம் கொஞ்சமாக நானும், அந்தக் கல்லூரியின் பெயருக்குத் தகுந்த மாணவனாகக் கூடிய பெருமைகளையெல்லாம் ஏற்படுத்திக் கொண்டாலும், வகுப்பு ஆரம்பித்து ஆறு மாசமாகியும்கூட ஒரு எழவும் புரியவில்லை. ஊர் பள்ளிக்கூடத்தில் ஒரு பாடம் இங்கிலீஷையே படிக்க முடியாமல், தப்பித்தால் போதும் தம்பிரான் புண்ணியம் என்று பிழைத்து வந்தால், இங்கே வந்து எல்லாப் பாடத்தையும் இங்கிலீஷில் படித்து நான் எனது அறிவை வளர்த்து, பெரிய ஆளாக வேண்டும் என்பதற்காக, என்னை என் அண்ணன் பாழும் கிணற்றில்

கொண்டு வந்து தள்ளியதை நினைத்து நினைத்துக் குமுறினேன். தமிழ் வகுப்பு வந்தால் மட்டும் எனக்கு உயிர் வரும். வழக்கம் மாதிரி அன்றைக்கு இயற்பியல் வகுப்பில் அந்த குண்டு வாத்தி கதிரேசன் (சாவுங்காலத்துக்கும் இந்தப் பெயரும், உருவமும் மட்டும் மறக்காது!) ஒரு பாவமும் அறியாத என்னையே எதற்கெடுத்தாலும் கேள்வி கேட்டார். எனக்குத் துக்கம் தொண்டையை அடைத்தது. எனக்குக் கேட்கிற கேள்விக்குப் பதில் தெரியாமல் கூடப் போனால் பரவாயில்லை. ஆனால், என்ன கேட்கிறார் என்று கூடப் புரியவில்லை. தெரியாது என்று தமிழில் சொல்லவும் பயமாக இருந்தது. நான் வாயே திறக்காததால் பொறுமையை இழந்து ஏதோ திட்டி, “சிட் டவுன்” என்று ஆங்கிலத்தில் சொன்னதும், உட்கார்ந்துவிட்டேன். அவர் கேட்ட கேள்வி மறந்துவிட்டது. ஆனால் அவர் என்னையே பார்த்து பத்து முறைக்கு மேல் சொன்ன, “டு யூ அண்டர்ஸ்டேண்ட்” என்கிற வார்த்தை மட்டும் ஞாபகத்தில் இருக்கிறது. பக்கத்தில் இருந்த நண்பரிடம்,’அந்த வார்த்தைக்கு என்ன அர்த்தம்’ என்று விசாரித்தேன். அவன் அதிர்ச்சியால் தலையிலடித்துக் கொண்டான். பிறகு ஒரு வழியாய் ஏளனமாக, “உனக்குப் புரிகிறதா?” என்றுதான் உன்னை அந்த வார்த்தை சொல்லிக் கேட்டார் என்று அவன் சொன்னதும், எனக்கு அழுகையாக வந்தது.”நான் படிக்கத் தகுதியானவனே இல்லை” என்று சொல்லி என் நண்பனிடம் அழுதேன். “புரிந்துமட்டும் ஒன்றும் ஆகப் போவதில்லை; நீயும் எல்லோரையும் மாதிரி அதே மார்க்கைத் தான் எடுக்கப் போகிறாய் பார்” என்று என்னைத் தேற்றினான்.

ஊரில் வருஷா வருஷம் நடக்கும் கன்னிக் கோயில் திருவிழாவுக்கு நண்பனும் என்னோடு கிராமத்துக்கு வந்தான். அவனுக்கு மட்டுமல்ல, தமிழ்நாட்டில் தொண்ணூறு சதவீதம் பேருக்குக் கிடைக்காத ஆனந்தமும் அந்த அனுபவமும் அவனுக்குக் கிடைத்தது. எங்கள் ஊர் கன்னிப் பெண்களுக்கும் இளம் பெண்களுக்கும் அவன் கதாநாயகனானான்.

நாளை மறுநாள் சென்னைக்குக் கிளம்ப வேண்டும் என்பதால் நண்பன் வீட்டுக்குப் பலாக்காய் கொண்டு போகச் சொல்லி அய்யா என்னை, மரத்தின் மேலேறி காயை வெட்டித் தாம்புக்கயிற்றைப் போட்டுக்கட்டி அடிபடாமல் கீழே இறக்கச் சொன்னார். பலாக்காயை

அடிபடாமல் மரத்திலிருந்து இறக்குகிற வேளையில், எவ்வளவு தொழில்நுணுக்கம் அடங்கி இருக்கிறது என்பதையெல்லாம் கவனித்துக் கொண்டிருந்த என் நண்பனிடம், அய்யா பேச்சுக் கொடுத்துக் கொண்டேயிருந்தார்.

அவருடைய பேச்சு முழுவதும், என் உருவத்தில் ஏற்பட்டிருந்த நாகரிக மாற்றத்தைப் பற்றிய பெருமையாகவே இருந்தது. கொஞ்ச காலமாய் எனக்கிருந்த மனக்குறையைத் தனியாக இருந்த அய்யாவிடம் சொன்னேன். நண்பன் உடன் இருப்பதால் வார்த்தையைத் தட்டமாட்டார் என்கிற நம்பிக்கை இருந்ததால், அப்படி ஷூ ஒன்று வாங்கித்தரும்படி கேட்டு விட்டேன். "எவ்வளவு பணமாகும்."என்றுகேட்டார்."ஆறுமாசத்துக்குமுன்வாங்கியபோது நூத்திப் பதினாறு ரூபாய்" என்று நண்பன் சொன்னான்.

பிறகு நாங்கள், அய்யாவின் தலையில் அவருடைய துண்டை சும்மாடு கோலி, பலாக்காயைத் தூக்கிவைத்து அனுப்பிவிட்டு கத்தியை எடுத்துக் கொண்டு, மேற்குவெளி ஓடைக்குப்போய் பனஞ்சோறு சாப்பிடக் கிளம்பிவிட்டோம்.

பனஞ்சோறு சாப்பிட்டு ஓடையில் குளித்துவிட்டு நாங்கள் வீடு வந்து சேரும்போது, சின்னப் பள்ளிக்கூடத்துப் பிள்ளைகள் சாப்பாட்டுக்கு வந்து விட்டார்கள். வீட்டில் அண்ணி ஏதோ முனகிக் கொண்டிருந்தாள். விஷயம் இல்லாமல் அவள் இப்படி செய்யமாட்டாள். நான் என்ன விஷயம் என்று கேட்பதற்குள் சின்னத் திண்ணையில் உட்கார்ந்திருந்த பிள்ளை இல்லாதவரும், தாளக்காரரும் மரம் வெட்டற ஆளுங்களுக்குச் சாப்பாடு எடுத்துக் கொண்டுபோக வந்திருப்பதாகச் சொன்னார்கள். "எந்த ஆளு எந்த மரம்" என்று கேட்டேன். "அதான், நம்ம படையாச்சியின் சீனந்தோப்பு குடி முந்திரி..." என்று சாவகாசமாகச் சொன்னதும் எனக்குத் தூக்கிவாரிப் போட்டது.

சைக்கிளை எடுத்துக்கொண்டு நானும் என் நண்பனும் வேர்க்க விறுவிறுக்க நாலு மைல், உச்சிவெய்யிலில் சீனந்தோப்புக்குப் போனோம். தோப்பின் எல்லையைத் தொடும் போதே மனித ஆரவாரம் இல்லாததால் கொடுவாள், பச்சை மரத்தை பதம் பார்க்கிற சத்தம், முந்திரிக் காடு முழுக்க எதிரொலி இல்லாமல் ஒலித்தது.

86

எப்படியாவது கொஞ்சத்தையாவது காப்பாற்றி விடலாமென்கிற நப்பாசையில், இன்னும் சக்தி கொடுத்து மிதித்தேன். சைக்கிள் போய் நின்றது. மூச்சிறைக்க வேர்த்து வழிந்த முகத்தோடு வந்த என்னை நிழலில் உட்கார்ந்து கொண்டிருந்த அய்யா பார்த்தார்.

அவருக்கு நாங்கள் இவ்வளவு அவசரத்தோடு வந்த காரணம் புரியவில்லை. என் கண்களிலிருந்து அடக்க முடியாமல் கண்ணீர் வழிந்தது. இப்படி ஒரு காட்சியை நான் கற்பனைகூடச் செய்து பார்த்ததில்லை. இமயமலை சரிந்து விழுந்தால் எப்படியிருக்கும். அப்படியே குடிமுந்திரி குற்றுயிரும் கொலை உயிருமாய் கிடக்கிறமாதிரி அதனுடைய கை, கால், தலை எல்லாம் வெட்டி வீழ்த்தப்பட்டு அடிக்கட்டை மட்டும் முதல் முறையாக வெளிச்சம் முழுவதையும் வாங்கிக் கொண்டு நின்றிருந்தது.

இலைகளிலிருந்த பச்சைகூட இன்னும் வாடவில்லை. பருவமில்லாத சமயத்தில் கம்பு ஈட்டு முந்திரிப் பிஞ்சு மட்டும் ஒன்றிரண்டு சின்னச் சின்ன மூக்குத்திப் பூக்களோடு வாடி வதங்கிப் போய் தொங்கியது. இரண்டே இரண்டு கிளைகள் மட்டும் நிலத்தில் வேரூன்றி உயிர் பிழைத்துக் கொண்டதால், அதை மட்டும் விட்டு விட்டார்கள், மரத்தை வெட்டிக் கொண்டிருந்த எல்லாருமே, என் கண்களுக்குப் புராணப்படங்களில் நரகத்தில் காட்டுகின்ற அரக்கர்கள் மாதிரி கொடுவாளோடு வேர்வையில் முழுசாய் நனைந்து வெட்டித் தள்ளிக் கொண்டிருந்தார்கள்.

உச்சிக்கிளை விழுந்து மண்ணைக் கவ்விக் கொண்டு மூணாள் மட்டத்துக்குக் கிடந்தது. எதையும் என்னால் பேசமுடியாதபடி துக்கம் தொண்டையை அடைத்தது. ஏதோ ஒரு முந்திரி என்றால் விட்டு விடலாம்; மறந்துவிடலாம். எங்கள் ஊரிலேயே இவ்வளவு உயரத்துக்கு பெரிய முந்திரி எங்கேயுமே இல்லை. இருந்திருந்தால் ஊர்ப் பிள்ளைகளுக்குத் தெரிந்திருக்கும். இங்கே வந்து என்னிடத்தில் தவம் கிடந்திருக்க மாட்டார்கள்.

ஊர்க் குழந்தைகள் மத்தியில் இந்த மரம் மிகவும் பிரபலம். இதன் உச்சிக்கிளையில் நின்று இரண்டு கைகளாலும் இலையை விலக்கி கைத்தாங்கலாகப் பிடித்துக் கொண்டு தலையைத் தூக்கிப் பார்த்தால், லட்சக்கணக்கான முந்திரி மரங்களைத் தாண்டி

தென்மேற்கு திசையில் வானத்தின் கீழே எல்லையை ஒட்டி, மூன்று குழாய்களும் சதா வருஷம் 365 நாளும் புகையைக் கக்கிக் கொண்டேயிருக்கும். அதுதான், நெய்வேலி தெர்மல் ஸ்டேஷன். இங்கிருந்து இருவத்தியாறு கிலோ மீட்டர் தூரத்தில் இருக்கிறது.

எனக்கும் அண்ணன்களுக்கும், அடிக்கடி ஏறிப் பழக்கப் பட்டிருந்ததால் நாங்கள் ஏறிப் பார்த்தவுடனேயே கண்ணுக்குத் தெரிந்துவிடும். ஒருமுறை ஏறி அய்ந்து நிமிஷம் பார்க்க ஆளுக்கு, பத்து முந்திரிக் கொட்டை கொடுத்துவிட வேண்டும். கட்டணத்தை வசூலித்து நானும் நடு அண்ணனும் பிரித்துக் கொள்வோம். அதே நாளில், ரெண்டு முறைக்கு மேல் மூன்றாவது முறையோ அதற்கு மேலோ வந்தால், அய்ந்து முந்திரிக்கொட்டை கொடுத்தால் போதும் என்று சிறப்புச் சலுகைத் திட்டத்தையும் ஏற்படுத்தியிருந்தோம். சில நேரங்களில் பத்து கொட்டை கொடுத்துவிட்டு மேலே ஏறியவன், தெற்கு வடக்குத் தெரியாமல் தடுமாறிப் போவான். காற்று அடிக்கிற வேகத்தில் கிளை ரெண்டும் விரிந்து, எங்கே கால் தனித்தனியாகக் கிழித்துக் கொண்டுபோய் விடுமோ என்று பயமாக இருக்கும். திசையைச் சொல்லி கிளை நுனியைப் பிடித்துக் கொண்டு கால் வைக்க வசதியையும் சொல்லிக் கொடுத்த பின்பும் சில பேருக்கு, புகை போக்கியைப் பதற்றத்தில் கண்டு கொள்ள முடியாமல் எரிச்சலால்...”இங்க ஒரு மசுரும் தெரில்ல, நெய்வேலி தெரியுதாம். ரீலாடா உடுறீங்க. எனக்கு நெய்வேலியும் வேணாம், கிய்வேலியும் வேணாம். ஒழுங்கா மரியாதையா எங்கொட்டையைக் குடுத்துடுங்க...”என்று கத்திக் கொண்டே கிடுகிடுவென்று இறங்கி விடுவார்கள். அப்படிப் பட்டவர்களைப் பார்த்தால் எனக்குக் கோவம் வந்து அடிக்கப் போய்விடுவேன். இதுமாதிரி சமயங்களில் நடு அண்ணன் எங்கள் மரத்தின் பெருமையை விட்டுக் கொடுக்காமல், பாதி மரத்திலிருந்த அவனை மறுபடியும் கூட்டிக் கொண்டு போய் இவரும் சாமர்த்தியமாகக் கிளை நுனியைப் பிடித்துத் தொற்றிக்கொண்டு ஒவ்வொன்றையும் சொல்லி புகைப்போக்கியைக் காட்டுவார். முதல் தடவை அப்படிப் புகைப்போக்கியைப் பார்க்கிறவன் முகத்தைப் பார்க்க வேண்டுமே, “ஆள, நெசமாலுமேத் தாண்டா தெரியுது. நானும் என்னமோ புளுவறானுவோண்ணுதான் நினைச்சேன். அய்யய்யோ பொக குப்புக் குப்புண்ணுப் போவுதுடா...”

என்று சந்தோஷத்தில் குதிப்பான். அவன் வயசுக்கும் பார்க்காத சந்தோஷத்தைக் கொடுத்த மரம்.

குடி முந்திரி என்பதால் இன்னும் விசேஷம். பொழுதில் பாதி நேரத்தை இந்த மரத்தில்தான் கழிப்போம். முந்திரிக்காய் பொறுக்கி ஒவ்வொரு தட்டு நிறைந்தவுடன், இதன் அடிக்கட்டைப் பக்கத்தில் தான் கொண்டு வந்து கொட்டுவோம். சாப்பாட்டு வேலையும் இதன் நிழலில்தான். கம்பும், கேழ்வரகும் கலந்து ஆக்கிய கூழைத் தயிர் ஊற்றி அம்மா கரைத்துக் கொடுக்கும்போது கருவாட்டுக் குழம்பிலோ, சாம்பாரிலோ போட்ட கொட்டை மாங்காயைக் கடித்துக்கொண்டு சாப்பிடும்போது மாங்காயில் யாருடைய பல் அதிக எண்ணிக்கையில் பதிந்திருக்கிறது என்று எண்ணிக் கொண்டே சாப்பிட்டதையும், எவ்வளவு குடித்தாலும் "இதாடா ஒரு ஆளு சாப்படற சாப்பாடு" என்று அக்கறைக் கண்டிப்போடு ஊற்றி ஊற்றிக் கொடுத்ததையும் மறக்க முடியுமா?

நாள் முழுக்க முந்திரிக்கொட்டை பொறுக்கிவிட்டு தலையில் முந்திரிப் பழத்தட்டைச் சுமந்ததால் சாறு வழிந்து சிக்குப்பிடித்த தலையோடு சட்டைகூடப் போடாமல், சாப்பிடாமல், காலில் செருப்பில்லாமல் நாலு கிலோ மீட்டர் தூரம் தார்போடாத கிராவல் கல்லின்மேல் நடந்தோடி இரண்டாவது ஆட்டத்தையும் இன்னொரு சினிமாக் கொட்டகையிலும் சேர்த்துப் பார்த்துவிட்டு, அலுப்போடு அடுத்த நாள் மத்தியான சாப்பாட்டு வேளையில் அம்மாவின் உத்தரவோடு இந்த மரத்தின் கீழே தூங்கிய, இனிமேல் கிடைக்காத, நிம்மதியான தூக்கத்தை இழந்ததைச் சொல்லவா?

தப்புக் கொட்டை பொறுக்கும்போது மணிக்கணக்கில் அலைந்தும் ஒரு கொட்டைகூடக் கிடைக்காமல் ஏமாற்றத்தோடு வந்து இதன்கீழே உட்கார்ந்து மேல் பார்த்தால், 'இங்கே மறைந்திருக்கிறேன் பார்' என்று இலைமறைவிலிருந்து கொண்டு ஒளிந்து பார்க்குமே! எத்தனையோ பழங்கள், எவ்வளவு காய்கள் பொறுக்கினாலும் சலிக்காமல் அமுதசுரபியாய் வழங்கிக் கொண்டிருக்குமே அந்த மரம், இனி கிடைக்குமா?

அக்கா வீட்டுக்கும், தாத்தா, ஆயி திவசத்துக்கும் முந்திரிப் பருப்பு வேண்டுமென்றால் "ஓடிப்போய் சீனந்தோப்பு குடி

முந்திரியில் இரு நூறு பச்சைக் கொட்டை பறித்துக் கொண்டு வா'' என்று சொன்னதும், குச்சியால் கொட்டையின் மூக்கில் ஒரு குத்து குத்தி விரலால் உதட்டைக் கிழித்தால் பாளமாகப் பிளந்து கொண்டு வெள்ளைப் புறா மாதிரி பருப்பு வெளியில் வந்து விழுமே, பால் கறையே படியாத அந்தக் கொட்டை இனி எப்படிக் கிடைக்கும்?

தனது வாரிசாக ஒரு கன்றைக்கூட விட்டு விட்டுப் போகவில்லையே?

நெய்வேலி மரத்தைப்பற்றி யாருக்கும் கவலையில்லை. கூலி கிடைத்தால் போதுமென்று அரக்கர்கள் வெட்டிக் குவித்து விட்டார்கள்.

முழுசாக மூன்று வண்டிகளுக்குக் கட்டை அடுக்க இடமிருந்தது, சின்னச் சின்ன சிம்புகளையும் வேறு வழியில்லாமல் வீட்டு அடுப்புச் செலவுக்காகவும் அடிக்கட்டையை ஈரமில்லாததால் உடனே பறித்து எடுக்க முடியாது என்பதாலும் அவற்றை மட்டும் விட்டு விட்டு, வண்டியைப் பாளையத்துக்கு ஓட்டிக் கொண்டு போனார்கள்.

துலுக்கன் கொல்லைக்கு மரவள்ளிக்குக் களை எடுக்கப் போன அம்மாவுக்கு வீட்டுக்கு வந்ததும்தான் தகவல் கிடைத்தது. பேய் பிடித்தவள் மாதிரி ஆடிக் கொண்டிருந்தாள். "இந்த மனுஷனுக்கு என்னா கொள்ளையா பூட்டுது. அது ஒண்ணு மட்டுமே ஒரு மூட்ட காக்கிமே. சொசைட்டி கடத்துக்கு யாரு பதில் சொல்றது? வந்து கதவக் கயிட்டற அன்னைக்கில்ல தெரியும். பெரியவன் கல்யாணக் கடனுக்குச் சிங்கார மொதிலி நடையா நடக்கறான். கொல்லி வேல செய்யறதுன்னா அவ்வளூ எளக்காரமாப் போச்சி. எனக்குப் பொறந்ததுவோ சீமான் ஊட்டுப் புள்ளையுளாட்டம் வெள்ளையும் சள்ளையுமா அலையுதுவோ. இத வெட்டறதுக்கு எஞ்ஞா அவுசியம் வந்தது. வரட்டும், வரட்டும்... " என்று வாசலுக்கு வராமலேயே ஒரு வேலையும் ஓடாமல் அலைந்து கொண்டிருந்தாள். ராத்திரி ஒன்பது மணியிருக்கும். "சோறு போடாயி" என்று வண்ணார் ஆறுமுகம் சோத்துக் குண்டானைத் திண்ணையில் வைத்துவிட்டு, பெரிய தூணை இரண்டு கைகளாலும் அணைத்துக் கட்டிக்கொண்டு வாசல்படிக்கு மேலே மாட்டியிருந்த பெரிய அண்ணனின் கல்யாணத்துக்குக் கொடுத்த எம்.ஜி.ஆர்-சரோஜாதேவி, அண்ணாதுரை, நெடுஞ்செழியன்,

கருணாநிதி- எம்.ஜி.ஆர். இவர்கள் சிரித்துக் கொண்டிருக்கும் வாழ்த்து மடல் போட்டோக்களை எத்தனையோ முறை பார்த்திருந்தாலும் புதுசாக இப்போதுதான் பார்க்கிற மாதிரி சோறு போடுகிறவரைக்கும் ஒவ்வொன்றாகப் பார்த்துக் கொண்டேயிருந்தார்.

இழந்த இழப்பு, மனசை உறுத்திக் கொண்டிருந்தபோது வெள்ளை மாட்டின், பெரிய சலங்கை சத்தம் கேட்டதும் எப்படியும் இன்றைக்கு ஒரு போர் மூளப்போகிறது என்று சொல்லிக் கொண்டே நானும் நண்பனும் தோட்டத்து வாசலுக்கு ஓடினோம்.

அய்யா வண்டியிலிருந்து இறங்கி மாட்டைக் கொண்டு வந்து கட்டிவிட்டு உள்ளே வந்து தவிட்டையும், சோறு வடித்த கஞ்சியையும் எடுத்துக் கலந்து மாட்டுக்கு வைப்பதற்குள் அம்மா ஒரு ஆட்டம் ஆடி முடித்துவிட்டாள்.

கடைசியில் தோற்றுப் போனாலும், பொதுவாகவே வார்த்தைக்கு வார்த்தை பதில் பேசும் அய்யாவிடமிருந்து எந்த பதிலும் வரவில்லை. இப்படி எதுவும் பேசாதது அம்மாவுக்கு மட்டுமல்ல எல்லோருக்குமே ஆச்சரியம்.

வண்ணார் ஆறுமுகத்துக்கு நம்பிக்கை இல்லை. சாதாரண நாளிலேயே சோறு தயாராக இருந்தாலும் 'அடுப்புல வெந்துக்கிட்டுருக்கு, இன்னம் வடிக்கல. போயிட்டு வா' என்று சொல்பவர்களிடம் இன்றைக்கு இந்தச் சூழ்நிலையில் சோறு வராது என்று முடிவு செய்து கொண்டு, சொல்லாமல் கொள்ளாமல் போய்விட்டார்.

எல்லோரும் சாப்பாட்டுத் தட்டுக்குமுன் உட்கார்ந்தோம். ஒரே அமைதி. யார் முதலில் பேசுவதென்று தெரியவில்லை. அம்மாவும் அய்யாவும் எலியும் பூனையும் மாதிரி நின்றிருந்தார்கள். சாப்பாட்டில் கை வைக்கப்போன அய்யா எதையோ நினைத்துக் கொண்டு திடீரென்று எழுந்தார். நாங்கள் எல்லாரும் பயந்துவிட்டோம் அம்மா உள்பட.

வாசல்பக்கம் போனவர் கையில் துணிப்பையோடு ஒரு கட்டு ஆனைக்கரும்பையும் கொண்டு வந்து உள்ளே போட்டார். கரும்புகட்டு விழுந்த சத்தம் எல்லோருக்கும் ஏதோ ஒரு

91

செய்தியைச் சொன்னது. மறுபடியும் அய்யா சாப்பாட்டுத் தட்டில் வந்து உட்காரப் போனார். அவரு எப்போது எங்கே உட்காரப் போனாலும், உட்காருவதற்கு முன் தரையைச் சுத்தமாக இருந்தாலும் இல்லாவிட்டாலும் நாய்க்குட்டி மாதிரி இரண்டு காலாலும் சீய்ச்சி விட்டுதான் உட்காருவார். அப்படி இப்போது உட்காரப் போனவருக்கு குமுறலிலிருந்த அம்மாவிடமிருந்து செமத்தியான திட்டு விழுந்தது. “ஏம் மனுஷா சீய்க்கற? சீய்ச்சி, சீய்ச்சி இப்பிடி எங்கள பரங்கொலைச்சுது போதாதுண்ணா இஞ்ஞும் சீய்க்ற...” என்கிற வார்த்தைகளை அய்யா காதில் வாங்கிக் கொண்டதாகத் தெரியவில்லை. துணிப்பையினுள் கையை விட்டு பிடியாக ரூபாய் நோட்டையும் கொஞ்சம் சில்லைறைகளையும் நாலைந்து காரசேவ் பொட்டலங்களையும் என்னிடம் கொடுத்தார். அம்மாவுக்கு இதில் என் பங்கு ஏதோ இருக்கிறது என்பது புரிந்துவிட்டது.

நான் மௌனமாகவே இருந்தேன். “இதுல நூத்தி முப்பது ரூவா இருக்கு ஒஞ்ஞொட இஷ்டப்படி கூடிஸ் ஷூ வாங்கிக்க. மீதிய செலவுக்கு வச்சிக்க...” என்று சொன்னதும் அம்மாவுக்கு முழு விஷயமும் புரிந்துவிட்டது. இப்போது அம்மா பாதி சமாதானமாகி விட்டது. என்னுடைய ஆசைக்குத்தான் அய்யா இவ்வளவு பாடுபட்டிருக்கிறார் என்பதை நினைத்துக் கொஞ்சம் பெருமை. அந்த இழப்பில் கூட அவள் முகத்தில் அதைக் கவனிக்க முடிந்தது.

நானும், நண்பனும் சென்னைக்குக் கிளம்பிக் கொண்டிருந்தபோது அய்யா வந்தார். ‘இப்படி மரத்தை அதுவும் நெய்வேலி மரத்தை வெட்டுவீர்கள் எனத் தெரிந்திருந்தால் நான் கேட்டே இருக்கமாட்டேன். இந்தப் பணத்தில், ஷூ வாங்கி அதை மனசார என் காலில் போட்டுக் கொள்ள முடியாது’ என்று பணம் வாங்க மறுத்துவிட்டேன்.

பலாக்காயைத் தோளில் சுமந்திருந்த அய்யாவுக்கு என் மனசு புரிந்துவிட்டது. “தேய், நீ ஏதோ ஆசையில கேட்டுட்ட. நீ கேக்கறதும் வாஸ்தவந்தான். அண்ணனுவோ எவனுக்கும்கூட நான் கூடிஸ் வாங்கிக் குடுக்கல. அவனுவோ போட்டும் பார்த்ததில்லை. அதாலதான் யாருக்கிட்டேயும் சொல்லாம ஆளுவுள கூட்டுக்குனுப் பூட்டேன். நீ திடீர்னு வந்து நூத்தி இருவது குடுன்னா எங்க போவம்?

சம்சாரி குடும்பத்துல எவன் நூறு ரூவாய கைல வச்சிக்கினு குடும்பம் பண்றான். எஞ்ஞுமோ நெலம், தோப்பு இருக்கு. நூறு ரூவாய் இல்லன்னு சொல்றாங்களேன்னு நினைப்பீங்க. வெளையுது, எல்லாம் போவுது. கடன, உடன வாங்கி மாசூல் பண்றோம். கடங்காரனுக்கு வட்டிக்கு வட்டி போட்டுக் குடுத்துட்டு காரியத்தப் பண்ணிட்டு மறுபடியும் அவங்கால்லேயே ஓடி உழறதுதான் பொழப்பா போச்சி. சும்மா வீம்புக்கு உட்டுக் குடுக்காமப் படிப்பும் வேணாம் ஒண்ணும் வேணாம் வந்து நெலத்தைப் பாருன்னு சொல்லுவன தவர நெலத்த வச்சி ஒரு மசுரும் புடுங்க முடியாது. நாம் பாத்து வச்ச மரம். வெட்டுவேன், போவேன். எங்கையாவது ஒரு வேலய வாங்கி பொழச்சிக்கப்பா. இந்த நாறப் பொழப்பு எங்களோட போவட்டும். புத்தியாலித்தனமா படிச்சி முன்னுக்கு வந்தா ஊட்டு மனையைக் கூட வித்துத் தரேண்டா. நீ ஒண்ணும் மனசுல வச்சிக்காத போ'' என்று கண்கலங்கச் சொல்லிவிட்டு, துண்டால் முகத்தைத் துடைக்கிற மாதிரி யாருக்கும் தெரியாமல் கண்களைத் துடைத்துக் கொண்டார்.

சென்னைக்குப் போனதும் நண்பன் எத்தனையோ முறை, ``ஷூ எடுக்க மவுண்ட் ரோட்டுக்குப் போவலாம் வா'' எனக் கூப்பிட்டான். 'சரி போகலாம்' என சமாதானம் செய்து கொண்டு பணத்தை எடுக்கப் போனால், நெய்வேலி மரம்தான் வானுயரத்துக்குக் கண்முன் நிற்கிறது. பணத்தை எடுத்து வேறு செலவுக்குப் பயன்படுத்த முடியவில்லை.

ஒரு நாள் முதல் முறையாக அய்யா சென்னைக்கு வந்தார். வந்தவுடன் கேட்ட முதல் கேள்வி, ``கூடிஸ் எங்கடா? கொண்டாடா பாக்கலாம்...!'' இனிமேலும் காலந்தாழ்த்த முடியவில்லை. அன்றைக்கே அய்யாவை அழைத்துக்கொண்டு மவுண்ட் ரோட்டுக்குப் போனேன். ஷூ வாங்கிய மாதிரியும் இருக்கும், அய்யாவை ஊரை சுற்றிக் காட்டிய மாதிரியும் இருக்கும் என்பதால்.

அய்யாவுக்கு ஆச்சரியமும் கோவமும் வந்தது. செருப்புக்குப் போய் இவ்வளவு பெரிய கடையா!? ஆயிரத்து அறுநூறு ரூபாய் வரைக்கும் ஷூ விற்பதைப் பார்த்ததும் ``ஒரு ஏக்கரு முந்திரிய வெட்டிகினு வந்தாலும் ஒம்மாள ஓழி இவனுவுளுக்குப் பத்தாது போல்ருக்குடா...'' என்று ஆதங்கப்பட்டார். ``இதெல்லாம் போட்டு க்கறவன் யாராடா இருக்கும்...?'' என்று கேட்டார்.

எப்படியும் விலை ஏறியிருக்கும் என யூகித்து 140 ரூபாய் கொண்டு போயிருந்ததால், பிழைத்தேன். நூத்தி முப்பத்தி ஒம்பது ரூபாய் தொண்ணூற்றி அய்ந்து பைசா என்று ஒரு ரசீது கொடுத்தான். "ரசீதை நீயே வச்சிக்க..." என்று அய்யா கடைக்காரனிடம் மூஞ்சிலடிச்சமாதிரி சொல்லிவிட்டார். அவன் எங்கே சண்டைக்கு வந்துவிடுவானோ என பயந்தேன்.

அய்யாவை சமாதானப்படுத்த முடியவில்லை. கடைக்கு வெளியிலேயே நின்று புலம்ப ஆரம்பித்துவிட்டார். "நூத்தி நாப்பது ரூவான்னு போட்டா அவன் முட்டாளா ஆயிடுவானாம். ஒம்மாள ஓழி அஞ்சி பைசா திருப்பி நம்ம கைய்யில குடுத்துட்டு அடக்க வெலையமட்டும் அவுரு ஞாயமா எடுத்துக்கினு போறாராம். இதுமேரி இருக்கிறவனுக்குத்தான்டா காலம். இவனுவோ விக்கிற பொருளுக்கு மட்டும் அதுல ஒட்டி நொட்டியிருக்கானுவுளாம். அத அப்படியே வேற குடுக்கணும். நம்ம பொருளுண்ணா அவனுவோ கேக்கற வெலைக்கிக் குடுத்துடணும். அவன் குடுக்கற ஒரம், பூச்சி மருந்த, வெரை, கலப்ப, மம்மட்டின்னு அவங்கேக்கற பணத்தக் குடுக்கணும். நாம கமிட்டிக்கி விக்கிறதுக்கு எடுத்துக்கினு போனா நாளு கணக்குல அங்கியே ஒக்காரவச்சி பண்டத்த மேலியும் கீழியும் எறைச்சி ஒண்ணுக்குப் பாதியா பாதி கணக்குப் போட்டு, பணத்த ஒடனே குடுக்காம இன்னைக்கி வா நாளைக்கி வான்னு நாய்மேரி அலைய வுட்டு நிமிஷத்துக்கொரு வெலை போட்டுத் தூக்கி வச்சிக்குவான். காய்கறிய, பண்டத்த எடுத்துக்கினுபோனா இஞ்ஞும் கேவலம். ஊட்டுக்குப் போவறதுக்குள்ளியே சீலையத் தவர (கோவணம்) எல்லாத்தையும் கடன்காரன் புடிங்கிக்கினு உட்டுடுவான். ஊட்டுக்குப் போறப்போ புள்ளையோளுக்கு ஒரு பொட்டலம், முட்டாய் கூட வாங்கிக்கினு போவ ஒண்ணும் இருக்காது. அதே கூழையும், பழையதையும் குடிச்சிட்டு கவுந்தடிச்சிப் படுத்துக்கணும்"

அய்யா இன்று மாதிரி எப்பவுமே இப்படி யாரையும் திட்டிப் பேசியதில்லை. அவருக்கு ஆத்திரத்தில் முகமெல்லாம் வியர்த்துவிட்டது. அவருள் அடங்கிக் கிடந்த உணர்வுகளை, இப்படிச் சொல்ல முடியாமல் தினமும் செத்து மடிகிற விவசாயிகள் மனசிலிருந்து வந்தவையாக நினைத்துக் கொண்டேன். அய்யா,

மவுண்ட் ரோட்டில் போய்வந்து கொண்டிருந்த மனிதர்களையும் வாகனங்களையும் கூர்ந்து பார்த்துக் கொண்டேயிருந்தார். அவருக்கு இன்னும் ஆத்திரம் அடங்கவில்லை. “நம்ளமாதிரி சம்சாரி வவுறு எரியறதாலதான் இவனுவோ நாயவிடக் கேவலமா அலையறானுவோ? அதுக்குத் தகுந்த மாதிரி எல்லாம் மசுர புடிங்கிக்கினுப்போவுது...” என்று என் முகத்தைப் பார்க்காமல் சொல்லிக் கொண்டேயிருந்தார். நாங்கள் நின்றிருந்த ஒரு நிமிஷத்துக்குள், நடைபாதையில் மக்கள் நடக்கிற இடத்தில் பேனா வைத்து விற்றுக் கொண்டிருந்தவனுக்கு வியாபாரத்துக்கு இடைஞ்சலாக இருந்திருக்கிறது. “பேனா, வேணும்னா வாங்குங்க. இல்லாட்டி அங்குட்டு போப்பா...” என்று மதுரைத் தமிழில் அவன் கோபப்பட்டான்.

செருப்புக்கடையின் மேலே நிமிர்ந்து பார்த்தேன். எழுவத்தைந்தாவது ஆண்டு நிறைவு விழாவைக் கொண்டாடும் வகையில், கிழிந்த செருப்புகளுக்கு பத்து சதவீதம் தள்ளுபடி விலையில் விற்கிறோம் என்று கொட்டை எழுத்தில் எழுதியிருந்தது. அதை வாங்கப் பேயாக அலைகிற கூட்டத்தைப் பார்த்துக் கொண்டே அங்கிருந்து கிளம்பினோம்.

நெய்வேலி மரம் ஒரு பொட்டலமாகி, இப்போது கையில் தொங்கிக் கொண்டு கூடவே வந்தது.

பஸ்ஸில் ஏறி திரும்பி வீட்டுக்குப் போகும் வழியில் பேசாமலிருந்த அய்யாவுடன் பேச்சுக் கொடுத்தேன். மூணு அடி அளவில் நடை பாதையில் கடை வைத்திருந்த பேனாக் கடைக்காரனுக்கு நாளொன்றுக்கு குறைந்தது அய்ம்பது ரூபாய் என்றாலும் வருஷத்துக்கு பதினெட்டாயிரம் ரூபாய் லாபம் மட்டும் கிடைக்கும் என்று கணக்கு சொன்னேன்.

என்னிடம் பணம் இல்லை. அவரிடம் இருந்த பணத்தை எடுத்து கையில் வைத்துக் கொண்டு டிக்கட் வாங்காமல் ஏதோ யோசனையிலேயே இருந்தார்.

“ரெண்டு மாடு - வண்டி, ரெண்டு வேலக்காரன், நீங்க ஊட்டுல ஏழுபேரு எல்லாரும் சேந்து எட்டு ஏக்கரு முந்திரி, நாலு ஏக்கரு

நெலம் எல்லாத்தையும் வச்சி ராவும் பவலுமா ஒழைச்சி வருஷத்துக்க எவ்வளவோ லாவம் பாத்தீங்க...?'' என்று கேட்டேன்.

அய்யா நிதானமாகவே பதில் சொன்னார். "இவ்ளோ நாளு ஏமாந்துப் போயித்தாண்டா ஊமைத்தாடியா இருந்துட்டோம். இந்த ஏபிசீடிய கத்துக்குனுதான இத்தினி வசதியையும் காலங்காலமா அனுபவிக்கிறானுவோ. நாம மட்டும் கல்லா...? காலம் பூரா இந்த மண்ணுலேயே மாடா ஒழைச்சி கால் வயித்து கஞ்சிகூடக் குடிக்காம செத்துப் போறாம். இதுவரிக்கும் ஏமாந்ததெல்லாம் போதும். நீயாவது படிச்சி முடிச்சி வவுறாற சாப்புடு. நமக்கு மட்டும் எஞ்ஞா வேர்த்து ஒழுவுது. ஏறு புடிக்கிறவன் வந்து புடிச்சிக்கட்டும். வெவசாயம் பண்ணிக்கட்டும்...'' என்று கண்கலங்கச் சொன்னார்.

நான் கிராமத்துக்குப் போகும்போது மட்டும் ரெண்டுமுறை, அய்யா "ஷூ எங்கே?'' என்று கேட்பார் என்பதால் போட்டுக் கொண்டேன். ஊருக்குப் போகும் போதெல்லாம் சீனந்தோப்புக்குப் போகலாம் என்று தோன்றும். நெய்வேலி மரம் இல்லாத தோப்பைப் பார்க்கிறதுக்குப் பதிலாக, பார்க்காமலேயே இருந்து விடலாம் என்று திரும்பி விடுவேன். அய்யா இறந்ததும், அந்த ஷூவைப் போடுவதையே நிறுத்தி விட்டேன். பத்து வருஷமாகியும் இன்னும் ஒவ்வொரு வீட்டுக்கும் தூக்கிக் கொண்டு அலைகிறேன்.

போட்டுக்கொள்ளவும் முடியவில்லை.

தூக்கி எறியவும் முடியவில்லை.

மனைவியின் தம்பிக்குக் கொடுத்தாலாவது இந்தப் பிரச்சினைக்கு ஒரு தீர்வு கிடைக்குமா என யோசித்துக் கொண்டிருக்கிறேன்.

திலகவதி ஐ.பி.எஸ்

தமிழ்நாட்டின் முதல் பெண் ஐ.பி.எஸ். வறண்ட தர்மபுரி மாவட்டத்திலிருந்து வந்து, மனதின் ஈரம் வற்றிவிடாமல் இன்றளவும் எழுதுபவர். சிறுகதைகள். நாவல்கள், கவிதைத் தொகுப்பு, மொழிபெயர்ப்பு, கட்டுரைத் தொகுப்பு என்று இதுவரை 50க்கும் மேற்பட்ட நூல்கள் வந்துள்ளன. பல படைப்புகள் பல மொழிகளில் மொழி பெயர்க்கப்பட்டுள்ளன. பரபரப்பு, அதிவேகம், அலைச்சல் இவைகளுக்கிடையே திடீரென பார்க்கத் தோன்றுகிற முழு நிலவும், தெறித்து விழுந்து கிடக்கிற நட்சத்திரங்களும், அதைத் தொடர்ந்து வாசிக்கிற நேரங்களும், இதில் லயித்து எழுத வாய்க்கிற விநாடிகளுமே என் சக மனிதர்கள்மேல் நான் செலுத்துகிற அன்பையும், இச்சமூகத்திற்கான என் பங்களிப்பையும், வாழ்வதற்கானசந்தோஷத்தையும் அர்த்தத்தையும் தருகின்றன என்கிறார்.

தன் 'கல்மரம்' என்ற நாவலுக்காக, சாகித்ய அகாடமி விருது பெற்றவர். காவல்துறைத் தலைவராக இருந்து பெற்ற ஓய்வுக்குப்பின் 'அம்ருதா' என்ற பெயரில் ஒரு சிறுபத்திரிகையும், அதே பெயரில் ஒரு பதிப்பகமும் நடத்துகிறார்.

பேச்சு

எல்லோருக்கும் வணக்கம். இது வரைக்கும் நிறைய பேர் தங்களுடைய பள்ளிக்கூடத்து அனுபவங்களைச் சொன்னார்கள். அந்த எல்லோருடைய அனுபவங்களிலிருந்தும் கொஞ்சம் வித்தியாசமாக இருக்கிற அனுபவம் என்னுடையது. அதுக்கு ஒரு காரணம் மற்றவர்களுக்கெல்லாம் பள்ளிக்குப் போய்தான் ஆசிரியர் ஆசிரியைகளைத் தெரிஞ்சுக்க வேண்டியிருக்கும். எனக்கோ எங்கம்மாவே ஒரு ஆசிரியையா இருந்தாங்க. இது வரைக்கும் பேசியவர்களில் பெரும்பாலானவர்கள் ஆசிரியர்னா முரட்டுத்தனமானவங்க, கையிலே பிரம்பு வச்சிருப்பாங்க என்பதுபோல ஒரு அனுபவத்தைத்தான் பெற்றிருந்தாங்க. ஆனா எங்க அம்மா வித்தியாசமான ஒரு ஆசிரியையா இருந்தாங்க. மாணவர்களிடத்தில் அளவு கடந்த அன்பும், அளவு கடந்த அக்கறையும், கடுமையான உழைப்பும் அவங்களுடைய பண்பாக இருந்தது. யாராவது ஒரு பையன் சரியாகப் படிக்காதவனாக இருந்தா, இவனைத் திருத்த முடியாது, இவனுக்குப் படிப்பே வராது என்று அவன் பெற்றோரே நினைக்கக் கூடிய குழந்தை யாராவது இருந்தாங்கன்னா கூட, அதை ஒரு சவாலாக எங்க அம்மா எடுத்துக்குவாங்க. நீங்க ஒரு வாரம் என்கிட்ட விட்டுட்டுப் போங்க அப்படீன்னு சொல்லிட்டு, அந்தக் குழந்தையைத் தத்து எடுத்துகிற மாதிரி எடுத்துக் கொள்வாங்க.

சில சமயங்களில் வகுப்புக்கு ஒரு மாணவன் தொடர்ந்து இரண்டு மூன்று நாட்கள் வரவில்லை என்றால், கிளாஸ்ல படிக்கிற

ரெகுலரா வந்துக்கிட்டிருகிற குழந்தைகள் ரெண்டு பேரைக் கூப்பிட்டு, அவன் ஏன் மூணு நாளா வரவே இல்லை. நீங்க கொஞ்சம் அவன் வீடு வரைக்கும் போய் அவனுக்கு என்ன ஆச்சு ன்னு கொஞ்சம் பார்த்திட்டு வாங்கன்னு சொல்லி அனுப்பி அவனை வரச் சொல்லுவாங்க. அவன் அப்படியும் வரலைன்னு சொன்னாக்க, பள்ளிக்குப் புறப்படும் போதோ அல்லது பள்ளி முடிந்த பிறகோ நேரே அவன் வீட்டுக்குப் போய் அந்தப் பையன் ஏன் வரவில்லை. உடம்பு சரியில்லையா என்றெல்லாம் கேட்பாங்க. இந்த மாதிரியான ஒரு அர்ப்பணிப்பு உணர்வோட ஒரு ஆசிரியையா அவங்க இருந்தாங்க. அவங்களே எனக்கு முதல் ஆசிரியையா இருந்தது எனக்கு ஒரு வித்தியாசமான பள்ளி அனுபவத்தையும் ஒரு படிப்பு அனுபவத்தையும் ஏற்படுத்தியது. அதனாலே இவங்களுடைய அனுபவம் எல்லாவற்றையும் விட ரொம்ப வேறுபட்டதாக, பள்ளி நாட்கள் என்றாலே ஒரு இனிமையான எண்ணங்களை என் மனசிலே தோற்றுவிப்பதாகத்தான் இருக்கு. எங்க அம்மா ஒண்ணும் அவ்வளவு பெருசா படிச்சவங்கன்னு சொல்ல முடியாது. அந்த காலத்திலே அவங்க முதல் நிலை பள்ளியாசிரியையாகத்தான் இருந்தாங்க. எட்டாம் வகுப்பு வரைக்கும் தான் அவங்க பாடங்கள் எடுத்துக்கிட்டிருந்தாங்க. ஆனா, அவங்களுக்கு எப்படியோ இந்த மாதிரியான ஈடுபாடுகள் எல்லாம் இருந்ததினாலே, எங்கம்மா வந்து பள்ளி வகுப்புகளை வகுப்பறையிலே வைக்கிறதில்லே. ஒரு புளியந்தோப்பை அடுத்து எங்க பள்ளிக்கூடம் இருந்தது. பள்ளிக்கூடத்திலே பெரிய கிரவுண்ட் இருக்கும். பள்ளிக் கூடத்துக்கும் புளியந்தோப்புக்கும் இடையே சுவர் எதுவும் இல்லை. ஏன்னா, சுவர் கட்டுவதற்கான வசதியில்லாத ஏழைப் பள்ளிக்கூடம் அது. எங்கம்மா, மழையில்லாத சமயங்களிலே, அந்த மரங்களிலே, ஏதாவது ஒரு மரத்துக்குக் கீழே வகுப்புகள் நடத்துவாங்க. மற்ற சில ஆசிரியைகளும் அதே மாதிரி மரத்தடியிலே நடத்தறது உண்டு. அந்த மரங்களுக்கெல்லாம் நாங்க பேர் வச்சிருந்தோம்.

நான் பள்ளிக்கூடத்திலே ஒண்ணாவது ரெண்டாவது மூணாவதெல்லாம் படிச்சதில்லே. என்னை நாலாங்கிளாஸிலே போய் ஒரு மூணு மாசம் உட்கார வச்சிருந்தாங்க. அதுக்கப்புறம்

அஞ்சாம் வகுப்பிலே ஒரு வருஷம் படிச்சேன். நான் ஒரு முழு வருஷம் படிச்சது அஞ்சாம் வகுப்பிலேதான்.

ஆனா, என்னுடைய அனுபவம் என்னன்னு கேட்டீங்க அப்படீன்னா, நானும் ரொம்ப சிறுவயதிலேதான் படிச்சேன். ஆனா ரொம்ப உயரமாக இருந்ததினாலேயே யாரும் என்னை அந்த வகுப்புக்கு உரிய மாணவி இல்லைன்னு நினைக்கலே. இன்னொரு விஷயம், எல்லோரும் படிப்பை முறையா அ, ஆன்னு ஆரம்பிப்பாங்க. இல்லே, அஆஇஈ - ன்னு ஆரம்பிப்பாங்க. 1,2-ன்னு ஆரம்பிப்பாங்க. என்னைப் பொறுத்த வரையிலும் எனக்கு எப்படி எங்கம்மா பாடம் சொல்லிக் கொடுத்தாங்கன்னா, எனக்கு இப்பவும் ஞாபகம் இருக்கு. முதலாவதாக நான் எழுதிப் பழகிய வார்த்தை காகம், காக்கை, நாய் இதெல்லாம்தான். அந்த முதல் தடவையாகக் காகத்தைப் பார்த்து விட்டு, அம்மா எனக்கு இதுதான் காகம் காக்கை அப்படீன்னு சொல்லி, இதை வந்து இப்படி ‘கா’ போட்டு, பக்கத்திலே ‘க’ போட்டு, ‘ம்’ போட்டா இது காகம் என்று எழுதிக் காண்பிச்சாங்க. அப்ப அதுக்குக் கீழே நானும் அதே மாதிரி எழுதினேன். அதனாலே இன்றும் கூட எனக்குத் தெளிவான தமிழ் இலக்கணம், அகரவரிசை, இந்த மாதிரியான தீர்க்கமான தெளிவெல்லாம் கிடையாது. ஆனா படிப்பு என்பது விளையாட்டு மாதிரி, ரசிக்கத்தக்க, வரவேற்கத்தக்க விஷயமாக எனக்கு ஆயிடுச்சு. அப்புறம் எங்கம்மா ஸ்கூல்லே டீச்சராக இருந்ததனாலே, அந்தப் பள்ளியிலே வேலை பார்க்கிற நிறைய டீச்சர்கள் ஆண்களும், சரி பெண்களும் சரி, எங்க வீட்டுக்கு வருவாங்க. ஆனா, அவங்க அவங்க வகுப்புக்கு வரும்போதோ, அவங்க அவங்க பாடங்களுக்குப் போகும் போதோ எனக்கு ஒரு வித்தியாசமாகவோ, அடக்கியாள்கிற மாதிரியோ தெரியவில்லை. நமக்கு ஏற்கெனவே தெரிஞ்சவங்க மாதிரிதான் இருந்தாங்க. எங்கம்மா எப்பவுமே எங்களுக்கு ‘You should love the subject or the teacher’ ன்னு சொல்வாங்க. நீங்க பாடத்திலே இன்ட்ரஸ்ட்டா இருக்கணும், இல்லே அந்த டீச்சரை உங்களுக்குப் புடிக்கணும். டீச்சரைப் புடிச்சாக்க நமக்கு அந்தப் பாடத்திலே ஆர்வம் தானா வந்திடும். மருது சார் அதைத்தான் சொன்னாரு. அவர் இன்னைக்குத் தமிழகத்திலே ஓவியத்திலே மிகப்பெரிய ஆளாக இருக்கக் காரணம்,

அவருடைய பள்ளி நாட்களில் அவரோட டிராயிங் மாஸ்டர் மேலே ஒரு தனி ஈடுபாடு வந்திருக்கிறது. அது கூட அவர் வளர்ச்சிக்கு ஒரு காரணமாக இருந்திருக்கலாம். இப்படித்தான் என்னுடைய கல்வியும் ஆரம்பிச்சுது. அப்புறம் எப்படியோ தற்செயலாக, நான் ஆசிரியர்களிடம் அடி வாங்கினதே கிடையாது.

சின்னப் பள்ளிக்கூடத்திலே, முதல் நிலைப் பள்ளிக்கூடத்திலே படிக்கும் போது எங்கம்மா அங்கே வேலை பார்த்தாங்க. எல்லோரும் அவங்க நண்பர்களா இருந்தாங்க என்பதாலே எனக்கு வந்து சிறப்பான கவனம் கொடுக்கப்பட்டதுன்னு வச்சிக்கலாம். ஆனா அதுக்கு அப்புறம் எங்களோட ஊர்லேர்ந்து ஒரு நாலு கிலோ மீட்டர் தினமும் நான் நடந்து போய்தான் உயர்நிலைப் பள்ளியில் படிக்க வேண்டியிருந்தது. தருமபுரி அரசு உயர்நிலைப் பள்ளியிலேதான் நான் படிச்சேன். அங்கே ஆறாவதிலிருந்து பதினோராவது வரைக்கும் படித்த அந்த ஐந்து வருஷங்களிலும் நான் எந்த கிளாஸ்லே போனாலும் அந்த கிளாஸ் டீச்சரெல்லாம் எங்கிட்டே ரொம்பப் பிரியமாகத்தான் இருந்தாங்க. அதனாலே அடி வாங்கறதுங்கறது எனக்கு நேர்ந்ததே கிடையாது.

அஞ்சாம் வகுப்பிலே எங்களுக்கு ராமசாமின்னு ஒரு வாத்தியார் இருந்தார். அவர் வந்து மத்த மாணவர்களையெல்லாம் அடிப்பாரு. எப்படி அடிப்பாருன்னா, முதலில் கேள்வி கேப்பாரு. யாரெல்லாம் அந்தப் பதிலைச் சரியா சொல்லலியோ அவங்களையெல்லாம் தனியா நிக்க வச்சிடுவாரு. அப்புறம் என்ன பண்ணுவாரு, யாராவது பதில் சரியா சொல்றாங்களான்னு பார்ப்பாரு. நான் சரியா பதில் சொல்லிடுவேன். உடனே என்னைக் கூப்பிட்டு அவங்க தலையிலே ஒரு குட்டு வைக்கச் சொல்லுவாரு. அவர் சொல்வார், ‘நீ அங்கே குட்டுறது என்னோட காதிலே இங்கே விழணும்’ என்பார். ரொம்ப கஷ்டமா இருக்கும். ஒரு பத்துப் பேரைத் தொடர்ந்து குட்டிக்கிட்டு வருவதற்குள்ளே முட்டி வலிச்சிடும் எனக்கு. அது பெரிய தண்டனை மாதிரி எனக்கு இருக்கும். அந்த மாதிரி ஒரு அனுபவம்தானே தவிர, ஆசிரியர்கள் பிரம்போட திரிஞ்ச அனுபவங்கள் என் வாழ்க்கையிலே நேரவே இல்லை.

எனக்குக் கிடைத்த மற்றொரு பெரிய வரப்பிரசாதம்னு நான் நினைப்பது எங்க அப்பாவுடைய சில குறிப்பிடத்தக்க தன்மைகள். அவர் ஒரு வித்தியாசமான மனிதராக இருந்தார். காரல் மார்க்ஸ், கம்யூனிசம், தொழிலாளர் நலம் இதிலேயெல்லாம் ஒரு அளவு கடந்த ஈடுபாடு இருந்தது. அவரே ஒரு சிறிய அளவில் தொழிலாளர் தலைவரா இருந்தார். அதன் காரணமாக ஒரு பக்கம் இவை அவருடைய மனதை ஆக்கிரமித்த விஷயமாக இருந்தது. இன்னொரு புறம், அவர் ஒரு பெரிய பக்திமானாக இருந்தார். எங்க வீட்டிலே எங்க அப்பாவுக்கும் அம்மாவுக்கும் எப்பவுமே முரண்பாடு. எங்க அம்மா தீவிரமான ஈ.வெ.ரா ஈடுபாடு உள்ளவங்க. பெரியார்ன்னா, அண்ணாதுரைன்னா, எங்கம்மாவுக்கு ரொம்பப் புடிக்கும். அவங்களுடைய பேச்சு, அவங்களுடைய தமிழ், அவங்களுடைய கொள்கை, அவங்களுடைய கடவுள் மறுப்பு, அவங்களுடைய பிராமண எதிர்ப்பு எல்லாவற்றையும் எங்க அம்மா முழுசா மனசிலே வாங்கிக்கிட்டாங்க. ஆனா இது எல்லாத்துக்கும் எங்கப்பா உடன்பட்டவராக இல்லை. அதிலேயும் முக்கியமாகக் கடவுள் வழிபாடு விஷயத்திலே ரொம்பவும் தீவிரமாக இருந்தார். இன்னொரு விஷயம் நான் என்ன கத்துக்கிட்டேன் என்றால், இவ்வளவு தூரத்துக்கு மாறுபட்ட கருத்துடையவர்களாக அவங்க இருந்த போதிலும்கூட, குடும்பம் நடத்தும்போது ஒருவர் மேல் ஒருவர் செலுத்திக் கொண்ட அன்பும், அக்கறையும் குடும்பத்தை நடத்திக்கொண்டுபோன பாங்கு இவையெல்லாம் அப்ப எனக்கு விளங்கலே. இப்ப நினைச்சுப் பார்க்கும்போது எனக்குப் பிரமிப்பா இருக்குது. இவ்வளவு வேறுபட்ட கருத்துகளை வைத்துக்கொண்டு ரெண்டுபேர் ஒரு கூரையின் கீழ் அவ்வளவு இணக்கமாக வாழ முடிந்திருக்கிறது என்பது ஒரு உச்சமான நாகரிகத்தினுடைய வெளிப்பாடு என்பதை இன்று திரும்பிப் பார்க்கும்போது உணர முடிகிறது. ஆனால் அந்த வயதில் அது என்ன மாதிரியான நிலைமையை ஏற்படுத்தியதுன்னு சொன்னால், அந்த இரு வேறுபட்ட கருத்தாக்கங்களும், என்னைப் பாதிக்கிற மாதிரி, என்னுடைய மனசிலே பங்கெடுத்துக்கிற மாதிரி இருந்தது. விவரமே புரியாத வயசிலே கூட அப்பாவுக்கு நான் வந்து எல்லா சுலோகமும் சொல்லிக் காண்பிக்கணும், எல்லாத் தெய்வப் பாடல்களும் சொல்லணும். அர்த்தம் புரிகிறதோ, இல்லையோ,

தினமும் பகவத் கீதை என்கிற ஒரு தமிழ் புத்தகத்திலே பத்துப்பக்கம் படிக்கணும். அதைப் படிச்ச பின்னாடிதான் ராத்திரி சாப்பிடறதுக்கு எனக்கு அனுமதி கிடைக்கும். இந்த மாதிரியெல்லாம் வந்து அவர் என்னை ஒரு பக்கம் வடிவமைச்சிருக்கார். எங்கம்மா எனக்கு பாரதியார் பாடல்களைக் கொடுத்தாங்க.

பிரபஞ்சன் பேசும்போது பாரதியின் கல்வித் திட்டம் பற்றிச் சொன்னார். ரொம்ப சரியான கருத்து. ஆனா, அதே பாரதி என்ன சொல்லியிருக்கிறார் என்றால்,

அன்ன சத்திரம் ஆயிரம் கட்டல்

ஆலயம் பதினாயிரம் நாட்டல்

அன்ன யாவினும் எழுத்தறி வித்தல்

ஆங்கோர் ஏழைக்கு புண்ணியம் கோடி

என்று சொல்லியிருக்கிறார். ஆகவே எழுத்தறிவித்தல் என்பது ஒரு மனிதனுடைய கண்ணைத் திறந்து வைக்கிற காரியமாகும்.

நான் ஒரு 'ஜென்' புத்தகத்திலே படிச்சேன். அதாவது "புத்தகங்கள் எல்லாவற்றையும் எரித்து விடுங்கள். புத்தகங்கள் நமக்குத் தேவையில்லை. புத்தகங்கள் எல்லாவற்றையும் எரித்து விடுங்கள். நாம் புதிதாக அறிவைப் பெற்றுக் கொள்ளலாம்" என்று அந்தப் புத்தகம் சொல்கிறது. ஆனால் இதிலே விசித்திரம் என்னவென்றால், இந்த மாதிரியான ஒரு விஷயத்தையே கூட ஒரு புத்தகத்தைப் படிச்சுதான் தெரிஞ்சிக்க வேண்டியிருக்கு.

மனித வாழ்க்கை மிகவும் குறுகியதாக இருக்கிறது. அது பல விசித்திரங்களைத் தன்னகத்திலே அடக்கியதாக இருக்கிறது. மனிதன் தனித்து ஒரு தீவு போல இயங்கவே முடியாது. அவன் பல்வேறு மனிதர்களால் சூழப்பட்டிருக்கிறான். இன்னும் நியாயமாகப் பார்த்தால், ஒவ்வொரு மனிதனுக்குள்ளேயும் கூட ஒரு பெரிய கூட்டம் இருந்து கொண்டு இருக்கிறது. அதுதான் வால்ட் விட்மென் சொன்னார்:

Do I sound that I contradict my self

Yes I do because

I am not a single individual

but I contain multitudes.

இன்னைக்கு நாம பேசிக்கிட்டிருக்கின்ற பேச்சு, சொல்லக் கூடிய கருத்துகள், பார்க்கக் கூடிய விஷயங்கள், நம்மை ஈர்க்கக் கூடிய விஷயங்கள் இவை எல்லாம் இந்த 1999 டிசம்பர் மாதம் நமக்குத் தந்தது கிடையாது. இதற்கு முன் வாழ்ந்த பலப்பல மில்லியன் பில்லியன் டிரில்லியன் வருஷங்களில் நமது முன்னோர்கள் வாழ்ந்து பெற்று கற்று ஆண்டு அனுபவித்து விட்டுச் சென்ற அனுபவங்கள்தான். அவற்றினுடைய திரட்சிதான் நமக்கு நூல்களாகக் கிடைத்திருக்கிறது. அந்நூல்களைப் படித்துக் கொள்ளவும் நமக்கு ஒரு வழியாக இருப்பது கல்வி. அந்தக் கல்வியின் அடித்தளத்தை நமது பள்ளிகள் நமக்கு வழங்குகின்றன என்கிற முறையில் பள்ளிகள் ஆலயங்களை விடச் சிறந்தவை. இது மறுக்க முடியாத கருத்து. அந்தப் பள்ளிக்கூடங்கள் சரியாக இயங்குகின்றனவா, சரியான முறையில் இயக்கப்படுகின்றனவா என்பதெல்லாம் கேள்வியாக இருக்கலாமே தவிர பள்ளிகள் இல்லாமல் கல்வி இருக்க முடியாது. அந்தக் காலத்திலேர்ந்து இந்தக் காலம் வரை இதுதான் நிலை. அந்தக் காலத்தில் ரிஷிகள் வந்து பாடத்தைக் குருகுல முறையில் ஆரம்பிக்கும்போது ஒரு மந்திரத்தைச் சொல்லிப் பாடத்தை ஆரம்பிக்கின்றார்கள். அது என்ன மந்திரம்னா,

ஸஹனாவவது ஸஹனௌ புனத்து

ஸஹ வீர்யம் கரவா வஹை

தேஜஸ் வினாவ தீத மஸ்து

மாவித்விஷா வஹை.....

அப்படீன்னு ஒரு மந்திரம். இதன் பொருள் மாணவனாகிய நீயும் ஆசிரியனாகிய நானும் சேர்ந்து இணங்கி அன்பு செய்து வாழ்ந்திருப்போமாக! அறிவு பெறுவோமாக! தீட்சண்யம் பெறுவோமாக! கூர்மை பெறுவோமாக! எக்காரணத்திலும் எக்காலத்திலும் ஒருவர் பால் ஒருவர் வெறுப்பு கொள்ளாதவர்களாக இருப்போமாக! என்பதே. அந்த மந்திரம் ஆசிரியருக்கும் மாணவருக்கும் சேர்த்து ஞானத்தையும் அறிவையும் கோருகிற

பிரார்த்தனையாக அமைந்து இருக்கின்றது. இது வேத கால விஷயம். நமக்குத் தெரிந்த ஐயாயிரம் ஆண்டுகால சமாச்சாரம். இன்றைய இந்தியாவின் பெருமைகளில் ஒருவராக இந்த நூற்றாண்டில் திகழ்கின்றவர் நோபல் பரிசு பெற்ற அமார்த்தியா சென் அவர்கள். இந்த அமார்த்தியா சென் பெரிய பொருளாதார நிபுணர். பெரிய அறிஞர். இந்தியாவின் நிலைமை இப்படி இருக்கிறது. இந்த நிலைமை மாற வேண்டும். இந்தியா முன்னேற வேண்டும் என்றால் என்ன செய்ய வேண்டும்? என்று அவரிடம் கேட்டார்கள். அதற்கு அவர் எல்லாருக்கும் கல்வி தர வேண்டும். இந்தியர்கள் அனைவரும் கல்வி பெற வேண்டும். இந்தியப் பெண்கள் அனைவரும் கல்வி பெற வேண்டும் என்று சொன்னார்.

ஆகவே என்னுடைய தோழர்களே, இளைய தோழியர்களே, உங்களுடைய கல்வியை எப்போதும் புறக்கணிக்காதீர்கள். அது உங்களுக்கு ஒரு நல்ல அடித்தளம் ஆகும். ஆனால் அந்தக் கல்வியிலிருந்து மேலும் நீங்கள் கிளை பரப்புங்கள். இந்தக் கல்விப் படிப்பும் மனப்பாடத்திறனும் இதன் மூலம் நீங்கள் பெறும் மதிப்பெண்களும் மட்டுமே உங்களுடைய எல்லை, உங்களுடையை குறிக்கோள், உங்களுடைய சிகரம், நீங்கள் சென்று சேர வேண்டிய இடம் என்று எண்ணிக் கொள்ள வேண்டாம். இது ஒரு ஆரம்பம் என்பதை எண்ண வேண்டும். அத்தகைய ஆசிரியர்கள் எனக்கும் கிடைத்திருந்தார்கள். அது நான் செய்த தவம். நான் பெற்ற வரம். எனக்குக் கிடைத்த நல்ல வாய்ப்பு என்றுதான் நான் சொல்லுவேன்.

எங்க அம்மா அப்படி இருந்தாங்க. பக்கத்திலே ஒரு ஆசிரியர் அப்படி இருந்தார். அவர் பேர் ரங்கசாமி. இன்றைக்கும் இருக்கிறார். அவர் பூங்குன்றனார் என்ற பேரில் கவிதைகள் எழுதுவார். அவர் மூலமா எனக்கு எந்த மாதிரி பயிற்சி கிடைத்தது என்றால் அவர் ஒரு ஈஸி சேரிலே படுத்துக் கொண்டு கண்ணை மூடிக்கொள்வார். என்னை வந்து இலக்கியங்களைப் படிக்கச் சொல்வார். அதன் உரைகளைப் படிக்கச் சொல்வார். அவர் அதை உட்கார்ந்து கேட்பார். அதிலே நிறைய விஷயங்கள் எனக்குப் புரிந்துகொள்ள முடியாததாக வரும். ஆனால் நானும் அவர் படிக்கச் சொல்கிறார் என்பதற்காகத்தான் படிச்சேன். ஆனா, அது வந்து பின்னாளில்

நானும் சில விஷயங்களை மனப்பூர்வமாகப் பயின்றேன் என்று சொல்வதற்கு ஒரு பெரிய வாய்ப்பாக இருந்தது. இன்னொரு விஷயம், அவர் அந்த ஊர் லைப்ரரியனா பொறுப்பில் இருந்தார். அதனாலே வீட்டுக்கு நிறைய புத்தகங்கள் கொண்டு வருவார். அதிலிருந்து நிறைய புத்தகங்களை எடுத்துப் படிக்கக் கூடிய வாய்ப்பு எனக்குக் கிடைத்தது. அப்புறம் எங்களுடைய பள்ளிக்கூடம் அரசு உயர்நிலைப் பள்ளிக்கூடம். அதனாலே, எந்தப் பள்ளிக்கூடத்திற்கும் குறைந்த பள்ளிக்கூடம்னு தயவுசெய்து நினைக்க வேண்டாம். ஏனென்றால், பள்ளிக்கூடம் என்பது அதனுடைய கட்டிடங்களாலோ அதனுடைய வகுப்பறைகளாலோ விளையாட்டுக் கூடங்களாலோ தீர்மானிக்கப்படுவது அல்ல. அங்கே பணிபுரிகின்ற ஆசிரியர்கள், அவர்கள் மாணவர்கள்பால் கொண்டிருக்கிற அக்கறை அதிலிருந்துதான் அது வெளிப்படுகிறது. நான் படித்த காலத்திலே என்னுடைய பள்ளிக்கூடத்திலேயும் மிகச் சிறந்த ஆசிரியர்கள் இருந்தார்கள்.

எங்கள் தலைமையாசிரியர் என்ன செய்தாங்க என்றால், இது ஒரு ஜனநாயக நாடு. நாளைக்கு நம்முடைய குழந்தைகள் இந்த உலகத்திலே இந்த நாட்டிலே நடமாடும்போது அவர்கள் வந்து நாம் யாரால் ஆளப்படுகிறோம், எப்படி ஆளப்படுகிறோம், தேர்தல்னா என்ன? மந்திரி சபைன்னா என்ன அப்படீங்கறதெல்லாம் எங்களுடைய மாணவர்களுக்குப் புரிந்திருக்க வேண்டும் என்று நினைச்சாங்க. அதனாலே அந்த அம்மா எங்களுக்கே ஒரு தேர்தல் வைப்பாங்க. எங்களிலே அமைச்சர்கள் உண்டு. ஒரு பிரதமர், ஒரு இன்பர்மேஷன் அமைச்சர், ஒரு ஹெல்த் அமைச்சர் இவர்களெல்லாம் மாணவர்களிலிருந்தே தேர்வு பண்ணுவாங்க. நாங்க அப்படியெல்லாம் செயல்பட்டோம். அப்படித் தேர்வு செய்யும்போது எனக்கு அடுத்தடுத்து இரண்டு வருடங்கள் இன்பர்மேஷன் அமைச்சர் வாய்ப்பு கிடைச்சுது. இன்பர்மேஷன் அமைச்சர்னா அவருக்கு என்று இன்னின்ன பொறுப்பு என்று கணக்கு உண்டு. படிப்பு அறை, நூலக அறை, மேப் அறை இதெல்லாம் என்னுடைய பொறுப்பில் இருந்தது. அதனாலே ஆசிரியர்களெல்லாம் என்கிட்டே வந்து காலையிலேயே மேப் எல்லாம் கேட்கணும். இன்னைக்கு அசோகர் பற்றி பாடம் எடுக்கறதாக எட்டாம்

வகுப்பிலே டீச்சர் நினைச்சாங்கன்னா, காலையிலே எட்டரை மணிக்கெல்லாம் என்கிட்டே சொல்லிடுவாங்க. நான் உடனே சாவி எடுத்து அறையைத் திறந்து மேப்பை எடுத்து அவங்ககிட்டே கொடுப்பேன். நூலகம் என் பொறுப்பில் இருந்ததால், ஆசிரியர்களுக் கெல்லாம் பத்திரிகைகளை எடுத்துக் கொடுப்பது என்னுடைய பொறுப்பாக இருந்தது. இந்த மாதிரியான ஒரு கருத்தோடு அந்த மாணவிகளை வழிநடத்திச் செல்லக்கூடிய ஆசிரியர்களாக இருந்ததினாலே இன்றைக்கு நான் உருப்பெற்றிருக்கிறேன். இன்னமும் நான் தருமபுரி போனால் எனக்குப் பயிற்றுவித்த ஆசிரியர்களைச் சந்திக்கிறேன். அவர்களிடம் நான் பெருமை கொள்கிறேன். அவர்களை நான் நினைவு கூர்கிறேன்.

ஆகவே, மாணவப் பருவத்திலே குழந்தைகளுக்கு விஷயங்களை எப்படிச் சிந்திக்கணும் என்று நாம சொல்லணும். அப்படியே படிச்சு அப்படியே ஒப்பிக்கிறதனாலே ஒரு பிரயோஜனமும் கிடையாது. நீங்க வந்து சிலப்பதிகாரமும் கம்பராமாயணமும் அப்படியே தெரிந்து கொள்வது எவ்வளவு பயனுள்ளதாக இருக்கும் என்பது கேள்விக்குரிய விஷயம். இதைச் சொல்லும்போது கவனிக்க வேண்டியது, அந்தக் காலச் சூழலில் அன்றைக்கு இருந்த மதிப்பீடு அன்றைய உலகம் மனிதர்களிடமிருந்து என்ன எதிர்பார்த்தது? அதைக் கவிஞர்கள் எப்படிச் சொன்னார்கள்? எத்தகைய வார்த்தைகளைப் பயன்படுத்தினார்கள் அப்படீங்கற மாதிரியெல்லாம் நாம் சொல்லி அதைப் பயன்பாட்டு முறையோடு நம்ம குழந்தைகளுக்குச் சொல்லுகிற ஒரு பெரிய பொறுப்பு இந்த ஆசிரியர்களுக்கு இருக்கு. இத்தகைய பொறுப்புடைய ஆசிரியர்கள் இருக்கின்ற பள்ளியிலே வளர்கின்ற மாணவர்கள் நிச்சயமாக நாளைய இந்தியாவை வளப்படுத்துகிறவர்களாக, தங்களுடைய வீடுகளுக்கும் பெருமை சேர்ப்பவர்களாக இருப்பார்கள் என்ற நம்பிக்கை எனக்கு உண்டு.

இந்த டேனிஷ் மிஷன் பள்ளியைப் பற்றித் தெரிந்து கொள்வதற்கு முன்னால் இந்தத் திருவண்ணாமலையிலே எனக்கு மூணு விஷயந்தான் தெரியும். ஒண்ணு தீபம். ரெண்டாவது விசிறி சாமியார். மூணாவது பவா செல்லதுரை. பவா செல்லதுரை மாதிரியான ஒரு மாணவனை, கருணா மாதிரியான ஒரு மாணவனை

இந்தப் பள்ளிக்கூடம் உருவாக்கித் தந்திருக்குன்னா அந்தப் பள்ளிக்கூடம் சிறந்ததாக இருக்க வேண்டும் என்று நெனைச்சேன். இந்தப் பள்ளிக்கூடத்தை ஆரம்பிச்ச ஹெர்மன் ஜென்சனும் இத்தகைய மாணவர்களை உண்டாக்க வேண்டும் என்ற நோக்கத்தோடுதான் ஆரம்பிச்சிருப்பாரு. அத்தகைய மாணவர்கள் நிறைய பேர் உருவாகி வரவேண்டும். இத்தகைய உருவாக்கத்திற்கு இந்தப் பள்ளிக்கூடம் வழி வகுக்கும். தமிழகத்தின் பல பள்ளிகளுக்கு இது முன்னோடியாக இருக்கும் என்ற நம்பிக்கையுடன் நன்றி கூறி அமர்கிறேன்.

சிறுகதை

பொல்லாத பிள்ளையும் போலீஸ் அதிகாரியும்

அப்பாவின் சைக்கிள் உயரத்தில் இருந்த செண்பக மரத்தோட கீழ்க் கிளையிலே அமுல் வெண்ணெயில் செஞ்சி வச்சது மாதிரி கொத்தாகக் குலுங்கிக் கிட்டிருந்திச்சு செண்பகப் பூவுங்க. எம்பி எம்பிப் பார்த்தேன். பூவுங்களைப் பறிக்கவே முடியலை. ஒரே குதியாக் குதித்து கிளையை வளைச்சுக்கூடப் பறிக்கலாம். குதிச்சுப் பாத்தேன். கிளை மேலே ஒரு விரல் பட்டுச்சி. ஆனாலும் கிளையைப் பிடிக்க முடியலை. பாப்பு இருந்தால் இந்நேரம் கிளையை வளைச்சிப் பூவைப் பறிச்சிருப்பா. அவ என்னை விட பெரியவ. ஸெகண்ட் ஸ்டாண்டர்டு 'பி'யிலே படிக்கிறாள். நான் பர்ஸ்ட் ஸ்டாண்டர்டு 'சி'.

"பாரி...பாரி..." அம்மா, என்னைக் கூப்பிடற சத்தம் கேட்டது. அம்மா எப்பவும் என்னை அப்பிடித்தான் கூப்பிடும். அப்பா, 'குட்டிம்மா, பாரிக்குட்டி, கண்ணு' ன்னு கூப்பிடுவாரு. எனக்கு அப்பா கூப்பிடறது தான் பிடிக்கும். பின்ன என்ன? பாரி, தாரி, காரி,ஓரி, வீரி, மூரி... யாருக்கும் கேக்காமல் மனசுக்குள்ளேயே சொல்லிக்கிட்டு வீட்டுக்குள்ளார ஓடினேன்.

அம்மா நாற்காலியிலே உக்காந்திருந்திச்சி. சோபாவிலே யார் யாரோ ஆண்ட்டிங்க, அங்கிளுங்கள்ளாம் இருந்தாங்க. எல்லாரும் அம்மாவோட புது ஃப்ரெண்ட்ஸ். போச்சு! அவ்வளவுதான்... இனிமே இன்னிக்கு செண்பகப் பூ மரத்துகிட்டே நான் போகவே முடியாது.

எனக்குத் தெரியும். இவங்களுக்கெல்லாம் அம்மா என்னை ரைம் சொல்லிக் காட்டச் சொல்லும். வந்திருக்கிறவங்க திருப்பித் திருப்பி எம்பேரையும், ஸ்கூலையும் கேப்பாங்க. உடனே மறந்துடுவாங்க. மறுபடியும் கேப்பாங்க. மறுபடியும் மறந்துடுவாங்க. நான் மட்டும் எதையாவது மறந்துட்டா, அம்மா வந்து, 'அது எப்படி உனக்கு மறக்கும்...ம்... எப்படி மறக்கும்' னு பல்லைக் கடிச்சுகிட்டு கண்ணை உருட்டும். பெரியவங்க எதையுமே மறக்கறதில்லியா என்ன? அம்மா, அவங்ககிட்ட மட்டும் ஏன் அப்படி கேக்கறதில்லையோ தெரியலை.

"பாப்பா உம் பேரு என்னம்மா?"

நான் பேசாமலே நின்னேன். இவ்வளவு நேரம் அம்மாகிட்டே பேசிக்கிட்டிருந்தாங்களே. அவங்ககிட்ட அப்பவே கேட்டுத் தெரிஞ்சி கிட்டிருக்க வேண்டியதுதானே.

"கேக்கறாங்க இல்ல...ம்..." என்று என்னை மிரட்டற மாதிரி சொல்லிட்டு சுத்தியிருந்தவங்களைப் பார்த்து அம்மா பல் தெரியாம சிரிச்சது.

சொல்லணும். ஒவ்வொருத்தருக்கும் சொல்லணும். மறந்துட்டாங்கன்னா திரும்பத் திரும்பச் சொல்லணும். அவ்வளவுதானே. சரி சொல்றேன்னு நெனச்சிகிட்டேன்.

"மை நேம் இஸ் எஸ்.பாரிஜாதம்" னு திரும்பத் திரும்ப ஒவ்வொருத்தர் கிட்டேயும் ஒரு தடவை சொல்லிட்டு, நான் பர்ஸ்ட் ஸ்டேண்டர்டுல படிக்கிறேங்கறதையும் என்னோட ஸ்கூல் தேங்காமிட்டாய் கடைக்கு எதிர்லே இருக்குதுன்னும் அவங்க கேக்காத முன்னியே சொன்னேன்.

எல்லோரும் சிரிச்சாங்க. அம்மா என்னை பயங்கரமாக மொறச்சது. அவங்கள்லாம் போனப்புறம் என்னைக் கூப்பிட்டு, "எதுக்கு அத்தினி தடவை உம் பேரைச் சொன்னே... கான்வென்ட் பேரைச் சொல்றதுக்குப் பதிலா எதுக்கு தேங்காய்மிட்டாய் அது இதுங்கறே... ரொம்ப பொல்லாத் தனம் உனக்கு... கேட்ட கேள்விக்கு ஒழுங்கா பதில் சொல்லணும் தெரியுமா" ன்னுச்சி.

ஒழுங்காத்தானே சொன்னேன். அந்தத் தேங்காய் மிட்டாய்க் கடைக்கு எதிர்லேதான் எங்க ஸ்கூல் இருக்குது. தாத்தா இங்க

இருந்தப்ப என்னை ஸ்கூலுக்குக் கூட்டிட்டுப் போறப்பவெல்லாம் தெனமும் ஒரு தேங்கா மிட்டாய் வாங்கித் தருவாரு. மொறுமொறுன்னு அங்கங்கே பூவைத் திருகிப் போட்டாப்பல வெள்ளையா, மஞ்சளா, சிவப்பா, இனிச்சுகிட்டு ஜம்னு இருக்கும். அதான் சொன்னேன்.

இவங்க கேட்டா மட்டும் நான் பதில் சொல்லணும். நான் கேட்டா மட்டும் இவங்க சொல்ல மாட்டாங்க... எத்தினி தடவை கேட்டிருக்கேன். சூரியகாந்திப் பூ எப்படி சூரியன் இருக்கற பக்கம் திரும்புது? மனுஷங்க மாதிரி அதுக்குக் கண் இருக்குதா? சூரியன் ஏன் காலையிலே செவப்பாவும் மத்தியானத்திலே வெள்ளையாவும் இருக்குது? சாயங்காலத்திலே அது மறையறப்ப ஏன் ஆகாசம் செவப்பா ஆயிடுது? நிலாவைச் சுத்தி வெள்ளை வட்டம் ஏன் வருது? வானவில் ஏன் ஆகாசத்துலேயே எப்பவும் இருக்கறதில்லை? ஐஸ்வாட்டர் இருக்கிற டம்ளருக்கு ஏன் வேர்க்குது. கோழிங்க ஏன் வாத்து மாதிரி நீந்தறதில்லை? இடி, மின்னல் எல்லாம் எப்படி வருது? பாருவோட தாத்தா எப்படி சாமிகிட்டே போனார்? மிட்டுவுக்கு மட்டும் ரெண்டு தங்கச்சிப் பாப்பா எப்படி ஒரே நாளிலே கெடச்சிது? எனக்கும் அப்படி ரெண்டு தம்பிப் பாப்பா கெடைக்குமா, கெடைக்காதா? அப்படின்னு எவ்ளோ கேள்வி கேட்டுகிட்டே இருக்கிறேனில்ல. அந்தக் கேள்விங்களுக்கெல்லாம் பதிலா சொல்றாங்க? சொல்லித்தான் ஆகணும்னு கேட்டா, உடனே, “என்ன பொல்லாத்தனமா பண்றே”ன்னு அம்மா கையை ஓங்கிக்கிட்டு வரும். இல்லேன்னா, “நீ ரொம்பப் பொல்லாத பொண்ணு”ன்னு சொல்லும்.

ஆனா பாட்டி அப்படியில்லை. பாட்டிக்கு நிறைய விஷயம் தெரியும். பாட்டி எனக்கு அதையெல்லாம் சொல்லித்தரும். ஆனா, அம்மாவுக்கு அது பிடிக்காது. பாட்டி தப்புத் தப்பா சொல்லித் தருதாம். அப்ப, இது சரியா சொல்லித்தர வேண்டியதுதானே? நிலாவுக்குள்ள இருக்கிற பாட்டியைப் பத்தி, நிலாவைப் புடிச்சி பாம்பு ஏன் முழுங்குதுன்னு, ராமர் வில்லு எப்படி வானவில்லாச்சுன்னு, அணில் முதுகிலே எப்படி ராமர் மூணு கோடு போட்டாருனுன்னு, இடி இடிச்சா எதுக்கு அர்ஜுனா அர்ஜுனான்னு சொல்லணுமுன்னு எல்லாம் தெரியும். அதையெல்லாம் பாட்டி ரொம்ப ஜோரா சொல்லும். என்கிட்டே பாட்டிக்குக் கொள்ளைப்பிரியம்.

இருந்தாலும் பாட்டி கூட ஒரு தடவை என்னைப் பொல்லாத பொண்ணுன்னு திட்டிடுச்சு. சமையல்கார ராமுதாத்தா சாம்பார் கரண்டியை எடுத்து மேசை மேல வைக்கறதுக்கு மறந்து போய்ட்டார். நான் குடு குடுன்னு போய் எடுத்துகிட்டு வந்து கரண்டியை சாம்பார்ல போட்டேன்.

“என்னடி பண்றே. இன்னிக்கு தளிகை போட்டிருக்குது. இன்னிக்குன்னு பாத்து கறிக்குழம்புல போடற கரண்டியை எடுத்தாந்து எதுக்குடி சாம்பார்ல போட்டே...”ன்னு பாட்டி சத்தம் போட்டுச்சி. “இன்னிக்கு சாமிக்குப் படையல் போடணும்னு சமையலை எத்தினி சுத்தபத்தமா செஞ்சது... இதுல கொண்டாந்து அந்தக் கரண்டியைப் போட்டு...”

“நல்லா கழுவித்தான் வச்சிருந்திச்சி பாட்டி”ன்னேன்.

“கழுவி வச்சிருந்திச்சாம் கழுவி... செய்யறதையும் செஞ்சுட்டுப் பேச்சைப் பாரு... கழுவிட்டா ஆச்சா, கறிமீன் ஆக்கறதுக்குன்னு தனியா எதுக்கு பண்டம் பாத்திரம் வச்சிருக்கோம். கழுவிட்டா போயிருமா?”ன்னு பாட்டி இன்னும் கொஞ்சம் சத்தம் போட்டிச்சி.

“கழுவினா போகாதா பாட்டி? அப்ப நீ கறி சாப்பிட்ட அதே கையாலே சாமி கும்பிடறியே. அது பரவாயில்லையா? அதே வாய்க்குள்ள திருப்பதி லட்டு, பிரசாதம், குருவாயூர் சந்தனம், முருகன் கோயில் விபூதியெல்லாம் போட்டுக்கறியே. அதை மட்டும் சாமி ஒத்துக்குமா”ன்னேன். அப்பிடி கேட்டதுக்குத்தான் பாட்டி என்னைப் பொல்லாதது, பொல்லாததுன்னு திட்டுச்சு.

பாருவோட தாத்தா மாதிரியே என்னோட கிளியும் ஒரு நாள் சாமிகிட்டே போயிடுச்சி. தாத்தா மாதிரி தூங்கிக்கிட்டே இல்லை. இது பாவம். கழுத்தெல்லாம் செவப்பா ரத்தம் வந்து வயிறு திறந்து காயமாகி, பாவமா செத்துப் போச்சு. அம்மாவோட செல்லப்பூனை ஜோதான் என் கிளியைக் கடிச்சிச்சி. அதுக்கப்பறம் கூட அம்மாக்கு ஜோ மேலதான் இஷ்டம். ஒரு நாள் ராமு தாத்தா ஜோவுக்கு பால் வைக்க நேரமாயிடிச்சின்னு அவர் கிட்டே அம்மா சண்டை போட்டிச்சி. “பாவமில்ல ஜோ... வாயில்லாத ஜீவன்... பசியைப் பொறுக்க முடியாம எவ்வளவு வேதனைப்பட்டிருக்கும் அது. நாம்ப

மட்டும் வேளாவேளைக்கு சாப்பிடறமில்ல...'' அப்படி இப்படின்னு, நான் கேட்டேன்.

''தலைமுடி வளரணும்னு அழகான வெள்ளை முயலை அறுத்து ரத்தம் எடுத்தியே, அதுவும் வாயில்லாததுதானே. அதுக்கு மட்டும் வலிக்காதா...''ன்னேன்.

அதிசயம் தெரியுமா? அம்மா ஒண்ணுமே சொல்லாமப் போயிடுச்சு. அதுக்குப் பதிலா இந்த ராமுத் தாத்தா இருக்காரு இல்ல ராமு தாத்தா, அவரு சொல்றாரு, ''பாப்பா! பெரியவங்க கிட்டேயெல்லாம் அப்படி பேசக்கூடாது. பொல்லாத புள்ளங்கதான் அப்படி பேசும்''ங்கறாரு. நான் பொல்லாத புள்ளையாம்.

அதனாலதான் இவங்ககிட்ட எல்லாம் கேக்கக் கூடாதுன்னு பாக்கியவதி மிஸ்கிட்டே கேட்டேன்.

''மிஸ், என் கிளி ஏன் சாமிகிட்டப் போச்சு?''

''செத்துப் போயிடிச்சில்ல அது. அதனால போயிடிச்சி''

''செத்துப் போறதுன்னா என்ன மிஸ்...''

''ம்... செத்துப்போறதுன்னா உசுரை வுட்டுர்ரது...''

''உசிருன்னா என்ன?''

டீச்சர் கொஞ்சநேரம் மேசையைப் பார்த்துகிட்டே இருந்தாங்க. அப்புறமா, ''அதாவது எல்லாத்தையும் அசைய வைக்குதில்ல, ஒரு சக்தி. அதுதான் உயிர்.''

''லாரி, ஃபேன், டிராக்டர் எல்லாமும்தான் அசையுது''

''அசைஞ்சா மட்டும் போதாது... வளர்ச்சியும் இருக்கணும்...''

''புல், மரம், கரையான் புத்து இதெல்லாம் கூடத்தான் வளருது! தோட்டத்து மதில் மேல இருக்கற பாசிகூட வளர்ந்து உசரமாயிக்கிட்டே போவுது. அதுக்கெல்லாம் உசிரு இருக்குதா மிஸ்...''

பாக்கியவதி மிஸ் அம்மா மாதிரியே என்னை முறைச்சுப் பார்த்தாங்க.

''கோ டு யூவர் சீட்''ன்னு கத்தினாங்க. ''வாட் எ டெர்ரிபிள் கிரீச்சர்''ன்னு திரும்பத் திரும்பச் சொன்னாங்க.

அப்படின்னாலும் பொல்லாத பொண்ணுன்னுதான் அர்த்தமாம். சூரத்திலே டெரிபிள் பிளேக்னு அப்பா சொன்னாரில்ல.. அப்ப அவர்கிட்டதான் கேட்டு தெரிஞ்சுகிட்டேன்.

அம்மா சொல்லிச்சு, எலி இருந்தா பிளேக் வரும்னு. அப்பா, அப்படியில்ல பிளேக் வந்தா எலிதான் முதல்ல சாகும்னாரு. கீழே வுளுந்து விர்ருன்னு சுத்துமாம்.

“ஹை... அப்பா நம்ப வீட்ல எப்பப்பா அப்படி சுத்தும்”னேன். ஒரே மொறைப்புதான்.

அம்மா வச்ச பொறிக்குள்ள ஒரு குட்டி எலி மாட்டிக்கிச்சி. அப்பாதான் எலியாலே பிளேக் வரலன்னாரே, அதுக்குள்ள எதுக்கு அந்த எலியை அப்படிப் பிடிக்கணும். அது எப்படி வெளையாடுமாம். பாருங்க அம்மாவை... நான் மெதுவாக எலிப்பொறியோட கதவைத் தெறந்து விட்டுட்டேன். அன்னிக்குப் பார்க்கணுமே. வீட்ல இருக்கறவங்க எல்லாம் என்னை ‘பொல்லாதது, பொல்லாதது’ன்னு சொன்னாங்க.

எங்க வீட்லே இருக்கறவங்க மட்டுமில்ல, கிருத்திகா வீட்டுக்காரங்ககூட என்னை அப்பிடித்தான் சொல்றாங்க. என் கூடப் படிக்கற கிருத்திகா இருக்காளே, அவங்க வீட்டுத் தோட்டத்துல ஒரு சின்ன ஜூ இருக்குது. நெஜமான மான், புறா எல்லாம் இருக்குது. அவளுக்குப் பொறந்த நாள் வந்துச்சி. நான், அப்பா, அம்மா எல்லோரும் அவ வீட்டுக்குப் போனோம். அம்மா ரிமோட் கண்ட்ரோல் காரைக் கிருத்திகாவுக்குப் பிறந்த நாள் பரிசு தர்ரதுக்குன்னு வாங்கிச்சு. எனக்கும் அது மாதிரி கார் வாங்கித் தரச் சொல்லி அம்மாகிட்டே கேட்டேன். வாங்கியே தரலை.

கிருத்திகாவோட அம்மா சாப்பாடு போட்டப்ப நான் சொன்னேன். “ஆன்ட்டி எனக்கு கேரட் வேணாம்னு”

“நோ... நோ... கேரட் நெறைய சாப்டாத்தான் கண்ணு, கன்னம்லாம் பளபளன்னுருக்கும் சாப்பிடு... சாப்பிடு”ன்னிச்சி....

என்னால சாப்பிடவே முடியல. “வேஸ்ட் பண்ணாத பாரி”ன்னாங்க அந்த ஆன்ட்டி.

“வேஸ்டாகாது ஆன்ட்டி. எங்க வீட்லகூட நான் சாப்பிடாம வுட்டுட்டா அம்மா அது சாப்டுடும். இல்லேன்னா வெளியிலே போட்டா நாய், பூனை, காக்கா எதுனா சாப்பிட்டுடும். எது சாப்பிட்டாலும் அதுங்கண்ணும் மூஞ்சியும் பளபளன்னு ஆகும் தானே...”ன்னேன்.

“அடேங்கப்பா... அடேங்கப்பா...பொல்லாத பொண்ணா இருக்காளே”ங்கறாங்க கிருத்திகா வீட்ல.

இன்னிக்கு எங்க பள்ளிக்கூடத்துல விசேஷம். பெரிய பெரிய ஆளுங்கள்ளாம் வர்ராங்க. நெறைய போலீஸ்லாம் வந்துருக்காங்க. எப்பவும் எங்க சரவண மாமா சொல்லிக்கிட்டிருக்குமே அந்தப் பெரிய போலீஸ் அதிகாரி, அவர் கூட வந்திருக்காராம். சரவணன் மாமா சொல்லிச்சு. அவரு ரொம்ப கெட்டிக்காரராம். பயங்கரமானவராம். ரொம்ப ஒசரமா, ரொம்பப் பெரீய மீசை வச்சுகிட்டிருப்பாராம். எல்லாரும் அவரைப் பார்த்தாலே நடுங்கணுமாம். ஒரு நாள் எங்க வீட்டு டி.வி.யிலே மாமா அவரை எனக்குக் காட்டுச்சி. சரவண மாமா கூட அப்படித்தான் ஆவப்போகுதாம்.

வெள்ளை ஃபிராக்கும் வெள்ளை சாக்சும் போட்டு கையிலே பெரிய தட்டு வச்சுகிட்டு நாங்கள்ளாம் ஸ்கூல் வாசல்ல தட்டில இருக்கிற பூவை ஒவ்வொண்ணா எடுத்து மெல்ல மெல்ல எதிர்லே விரிச்சிருக்கற சிவப்புக் கம்பளம் மேல போடணுமாம். ரோஜா, சாமந்திப் பூவெல்லாம் பாவம். சரோஜா டீச்சர் பூவை எடுத்து வெடுக்குன்னு பிச்சிபிச்சித் தட்டுல போட்டாங்க. எனக்கு அந்தப் பூவுங்களைப் பார்த்தா வருத்தமா இருந்திச்சு. அந்தப் பூவுங்களுக்கும் வருத்தமாத்தான் இருந்திருக்கும். சரவண மாமா அப்பிடித்தான் சொல்லியிருக்குது.

ஸ்கூல் வாசல்லே படபடன்னு தீபாவளி மாதிரி நெறைய வெடிங்க வெடிச்சாங்க. பக்கத்துல இருந்த மரத்திலிருந்து காக்கா, குருவி எல்லாம் கத்திக்கிட்டே எழுந்து பறந்திச்சி. நான் நிமிர்ந்து பாத்தேன். தூரத்திலே இருந்து சரவண மாமா சொன்ன மீசைக்கார போலீஸ் அங்கிள் வந்துகிட்டிருந்தார். நான் அவரையே பாத்துக் கிட்டிருந்தேனா, அதை அவரு பாத்துட்டு என் கன்னத்துலே தட்டிக் கொடுத்தாரு. அவருடைய பெல்ட், தோளிலே இருந்த நட்சத்திரம்லாம் பார்த்தேன். பெல்ட்லே இருந்து இடுப்புல செவப்பா ஒரு பை இருந்திச்சி. அதுக்குள்ள என்ன இருக்கும்?

அந்த அங்கிளுக்குப் பின்னாலே வெள்ளை வெளேர்னு வெளுத்த கரை போட்ட வேட்டி கட்டின ஆளுங்க நாலு பேரு நின்னுகிட்டிருந்தாங்க. எல்லாருமே அவருகிட்ட பயந்துகிட்டு தள்ளினாப்பல நின்னிருந்தாங்க. அவரு என்னைப் பார்த்து, பாப்பு சிரிப்பாளே அதே மாதிரி சிரிச்சாரு. இவரைப் போயா பயங்கரமான வருங்கறாங்க. எனக்கு அவர்கிட்டே பயமே வரலை.

“அங்க்கிள்...இது என்ன...?”ன்னேன்.

சுத்தியிருந்தவங்கள்ளாம் என்னை ஆச்சர்யமாப் பாத்தாங்க.

“இதான் ரிவால்வர்...” னாரு அந்த அங்க்கிள்.

“அப்படின்னா...”ன்னு நான் கேட்டேன்.

“துப்பாக்கிம்மா”ன்னாரு.

“அப்ப ஏன் அது தோல் பை மாதிரி இருக்குது”ன்னேன்.

“இது தோல் பைதான். இதுக்குள்ள ரிவால்வர் இருக்குது”ன்னாரு.

“எதுக்கு இது...”ன்னேன்.

“சுடறதுக்கு”ன்னாரு. அய்யய்யோ சுட்டா செத்துடுவாங்களே. என் கிளி செத்த மாதிரி ரத்தமாகிசெத்துடுவாங்களே. அன்னிக்கு சினிமால பாத்தனே, அந்த மாதிரி பாவமா செத்துடுவாங்களே. வலிக்குமேன்னு நெனச்சிகிட்டேன்.

“துப்பாக்கியினால் நீங்க யார் யாரை சுடுவீங்க அங்க்கிள்...” ன்னு கேட்டேன்.

உடனே அந்த அங்க்கிள், “பொல்லாதவங்களைத் தாம்மா சுடுவேன்”ன்னாரு.

அவ்வளவுதான். அங்க்கிள் சொன்னதைக் கேட்டதும் எனக்கு என்னமோ போல ஆயிடிச்சு. சிரிப்பெல்லாம் ஓடிடிச்சி. பொல்லாத்தனம் பண்றவங்களைச் சுட்டுடுவாராமே. நான்தான் பொல்லாத்தனம் பண்றேன்னு எல்லாரும் சொல்றாங்க.

அது இவருக்குத் தெரியுமா?

போலீஸ்காரங்கதான் எல்லா விஷயத்தையும் கண்டு பிடிப்பாங்களே. அதிலயும் இந்த அங்க்கிள் கெட்டிக்காரர் வேற. இவருக்குத் தெரியாம இருக்குமா? அப்ப... என்னை சுட்டுடுவாரோ?

தட்டை அப்பிடியே கீழே போட்டுட்டு எங்கியாவது ஒரே ஓட்டமா ஓடிப் போயிடலாமான்னு இருந்திச்சு எனக்கு. நான் பேசாம இருந்ததைப் பார்த்து போலீஸ் அங்க்கிளுக்கு ஆச்சர்யமாயிடிச்சோ என்னமோ...

சடசடன்னு வெடிங்க வெடிச்சிச்சு. போலீஸ் அங்கிளும் மத்தவங்களும் எங்களைத் தாண்டி வேகமா நடந்து போனாங்க. நான் தட்டிலேயிருந்த பூவுங்களைக் கூட எடுத்துப் போடாம அப்பிடியே நின்னேன். பயமா, ரொம்ப பயமா இருந்துச்சி. கை கால்லாம் கதகதன்னு சூடாச்சு. கையிலிருக்கற தட்டு கீழே 'தமால்'னு வுளுந்து 'டொய்ங்'னு ஓடுச்சி.

அப்புறம் ஒரேயடியா எல்லாம் இருட்டாயிடிச்சி.

மறுபடியும் எனக்கு ஞாபகம் வந்தப்ப, நான் ஆஸ்பத்திரியில இருந்தேன். கீழே விழுந்தப்ப, தலை தரையில கிடந்த கூரான கல்லுமேல இடிச்சி, ரத்தமா கொட்டிச்சாம். தையல் போட்டிருக்காங்களாம். வலிச்சது. கனமா இருந்திச்சு. அம்மா, அப்பா, பாட்டி, ராமு தாத்தாவெல்லாம் கட்டிலச் சுத்தி நின்னுக்கிட்டிருந்தாங்க.

"என் செல்லமே, இன்னமே உன்னைப் பொல்லாத பொண்ணுன்னு சொல்லவே மாட்டேன்"ன்னு அம்மா அழுதுச்சி.

அம்மா ஏன் அப்படிச் சொல்லி சொல்லி அழுவுதுன்னு எனக்கு மொதல்ல புரியவேல்ல.

அப்புறமா சரவண மாமாதான் சொல்லிச்சு. போலீஸ் அங்க்கிள் என்னைப் பார்க்க ஆஸ்பத்திரிக்கு வந்தாராம். 'எவ்வளவோ தைரியமா, கெட்டிக்காரத் தனமா பேசற பொண்ணைப் பொல்லாதது, பொல்லாததுன்னு சொல்லி இப்படி பயங்காளியாப் பண்ணிட்டீங்களே. சின்னப் புள்ளங்ககிட்ட என்ன பேசணும்னு கவனிச்சுப் பேச வேணாமா. இனி மேலாவது தெரிஞ்சு நடந்துக்கங்க'ன்னு என்னென்னமோ சொல்லிட்டுப் போனாராம்.

பாத்தீங்களா. நான் நெனச்சது மாதிரியே அங்கிள் எங்க வீட்ல என்னைப் பொல்லாதவ பொல்லாதவன்னு சொல்றதைக் கண்டுபிடிச்சுட்டாரு. நல்லவேளை அவர் அதை நம்பலை. இல்லேன்னா நான் அவ்வளவுதான்.

பாரதி கிருஷ்ணகுமார்

ஒரு மேடைப் பேச்சாளனாகத் தன் இலக்கிய வாழ்வைத் துவக்கிய கிருஷ்ணகுமார் அதன்பின் ஒரு தேர்ந்த சிறுகதையாளனாகவும், ஆவணப்பட இயக்குநராகவும் உருவெடுத்தார். இவருடைய "அப்பத்தா" பல தரப்பிலும் வாசித்துப் போற்றப்பட்ட சிறுகதைத் தொகுப்பு. "அருந்தவ பன்றி" என்ற கட்டுரைத் தொகுப்பும் முக்கியமானதொரு ஆக்கம்.

இவர் இயக்கிய "ராமையாவின் குடிசை" "எனக்கில்லையா கல்வி?" "என்று தணியும்?" போன்ற குறும்படங்கள் தமிழகமெங்கும் பல ஊர்களில் திரையிடப் பட்டு, பல ஆயிரம்பேரைப் பார்க்க வைத்துள்ளன. படைப்பும், படங்களும் பல பரிசுகளைக் கொண்டுவந்து இவர் கைகளுக்குச் சேர்த்திருக்கின்றன. தமிழகத்தில் ஜீவா, ஜெயகாந்தனுக்குப் பிறகு மேடையை ஒரு நிகழ்த்து களமாக்கி அதில் சந்நதமிடுபவர். சொற்களின் ஆயுதக் கிடங்காகவும் மேடையை மாற்றியவர். அனைத்துவிதமான வாசகர்களாலும் பி.கே. எனச் செல்லமாக அழைக்கப்படும் கிருஷ்ணகுமார் ஆறடிக்கும் கொஞ்சம் குறைவு.

பேச்சு

நான்கில் ஒரு பங்கு இருக்கிற மைதானம்தான் நான் படித்த பள்ளிக்கூடத்து மைதானம். அந்த மைதானத்தில் இரண்டு பக்கத்திலும் எங்கள் தலைமை ஆசிரியர் பதினான்கு வேப்ப மரங்களை வைத்திருந்தார். வேறு மரங்களே அந்தப் பள்ளிக்கூடத்தில் கிடையாது. அதற்கு அவர் சொன்ன ஒரே காரணம் வெயிலில் விளையாடக் கூடிய குழந்தைகளுக்கு அம்மை போட்டுவிடக்கூடாது என்பதற்காக வேப்ப மரங்களை மட்டுமே நட்டு வளர்த்ததாகக் கூறினார். காலையில் பள்ளிக்கூடத்துக்கு வந்த உடனே முதல் வேலை, முதல் நாள் இரவெல்லாம் மைதானம் முழுவதும் உதிர்ந்து கிடக்கும் இலைகளைப் பொறுக்குவது. தலைமை ஆசிரியர் சொல்லுவார் "விளக்கமாறு வைத்துக் கூட்டினால் புழுதி கிளம்பும். சுத்தப்படுத்துகின்றேன் என்று சொல்லி அசுத்தப்படுத்தக் கூடாது" என்று கூறி எல்லோருக்கும் நன்கு சீவப்பட்ட மூங்கில் குச்சியைக் கொடுப்பார். ஒரு அறுபது, எழுபது குழந்தைகள் மைதானத்தில் உட்கார்ந்து அந்த மூங்கில் குச்சிகளில் வேப்பிலைகளைக் குத்திச் சேகரிக்கும். புழுதி கிளம்பாமல் சேகரித்து விட்டு அதை அதற்கென்று உள்ள குப்பைத் தொட்டியில் கொண்டு உருவிப் போடுவோம். இந்த வேப்பிலைக் குப்பைகளைச் சேகரிப்பதிலும், யார் நிறைய கொண்டுபோய்க் குப்பை சேர்க்கிறார்கள் என்பதிலும் ஒரு போட்டி என் ஆரம்பப் பள்ளிக்கூட வாழ்க்கையில் இருந்தது. அங்கே துவங்கிய பழக்கமோ என்னமோ, எங்கே குப்பை பார்த்தாலும், குச்சி எடுத்து கொண்டு போய் அதை குத்திக்கிளற வேண்டும் என்ற ஆசையும் வெறியும் வருகின்றது.

நண்பர்களே, பள்ளிக்கூடங்களைப் பற்றியும் ஆசிரியர்களைப் பற்றியும் காலை அமர்வில் முன்பின்னாய் நீங்கள் நிறைய கேட்டு இருப்பீர்கள். ஒரு விதத்தில் பள்ளிக்கூடமே வேண்டாம் என்றுகூடத் தோன்றும். ஒரு சிலருக்கு ஆசிரியர்கள்தான் நம்மை உருவாக்குகிறார்கள் என்று தோன்றும். ஒரு சிலருக்கு ஒரு விதத்தில் ஆசிரியர்கள்தான் நம்மைக் கெடுக்கிறார்கள் என்று தோன்றும். அடிப்படையில் ஒன்றை நீங்கள் எல்லோரும் ஒப்புக்கொள்ள வேண்டும். பள்ளிக்கூடங்கள் எழுத்தறிவைப் போதித்துவிடுகிறது. அதில் இதுவரைக்கும் யாருக்கும் மாற்றுக் கருத்தில்லை. அதிலேயும் கூடச் சிலர் எட்டாம் வகுப்பு, பத்தாம் வகுப்பு வந்த பிறகும் கூடப் பையன்கள் எழுதுகிற leave letter - ஐப் படித்தால் சந்தேகம் வருகிறது. அதுவும்கூட, எழுத்தறிவு கூட சரியாக போதிக்கப்படுகிறதா என்ற சந்தேகம் வருகிறது.

என் தாயார் ஒரு ஆசிரியர், என் துணைவியார் ஒரு ஆசிரியர். ஆசிரியர் தொழிலைப் போல் ஓர் உன்னதமான தொழில் இல்லை என்று என் மனத்திற்குள் எப்போதும் ஓர் எண்ணம் இருக்கிறது. அதற்கு ஒரு காரணம் நான் கூற வேண்டும். ஆசிரியர்கள் ஒப்புக்கொள்வார்கள் என்று நான் நம்புகிறேன். அது திண்ணைப் பள்ளிக்கூடத்து குருகுலக் கல்வி முறையாக இருந்தாலும் சரி, இன்று சேர்க்கைக்கு எழுபது ஆயிரம் எண்பதாயிரம் கேட்கிற ஆங்கிலப் பள்ளிக்கூடத்திலும் சரி, பாடம் சொல்லிக் கொடுக்கிற வாத்தியாரை விடவும் புத்திக் கூர்மையும், மேன்மையும், அறிவும் நிரம்பிய மாணவர்கள் இருக்கிறார்கள். இதை வரலாறு நீக்கமற நிறைவேற்றி இருக்கிறது. துரோணரைக் காட்டிலும் ஓர் அர்ச்சுனன் கெட்டிக்காரன். துரோணரைக் காட்டிலும் ஓர் ஏகலைவன் ரொம்பக் கெட்டிக்காரன். அன்று ஏகலைவர்களுக்குப் பள்ளிக்கூடம் கிடையாது. எனக்குப் பாடம் சொல்லிக் கொடுத்த ஒரு வாத்தியாருக்கு ஆள்காட்டி விரல் இதுவரைக்கும் தான் இருக்கும். (கையில் அடையாளம் காட்டி) இதற்குப் பிறகு கிடையாது. இந்தக் கையில் பிடித்துக்கொண்டு சாக்பீசில் எழுதுவார். நான் பெயர் சொல்ல விரும்பவில்லை. இப்போது உயர்ந்த பதவியில் இருக்கிறார். இப்படித்தான் எழுதுவார். அந்தப் பள்ளிக்கூடத்திலேயே அவருக்குத்தான் அழகான கையெழுத்து. நான்கு விரல்களைப் பிடித்துக் கொண்டு

எழுதுகிறார். இதற்கு மேல் விரல் கிடையாது. ஒரு நாள் கேட்ட போது சொன்னார். எங்க ஊருல மேல் சாதிக்காரர்கள் சாப்பிடுற கடையிலே போயி நான் தண்ணீர் எடுத்துக் குடித்தேன் என்பதற்காக என் விரலை வெட்டிட்டாங்க என்று சொன்னார்.

கல்வி மறுக்கப்பட்ட ஒரு கிராமத்திலிருந்து, தீண்டாமைக் கொடுமை அமலிலிருந்த ஒரு கிராமத்திலிருந்து தப்பித்து ஓடி வந்து இது போல் ஒரு மிஷனரி பள்ளியிலே சேர்ந்து ஆசிரியராய்ப் பாடம் நடத்தினார். அவர் வகுப்பறையில் கரும்பலகையில் எப்போது எழுதினாலும் அந்த அறுபட்ட அந்தக் குறைபட்ட அந்தச் சின்ன விரல் துடிப்பதைப் பார்த்துப் பார்த்து நான் கண் கலங்கி இருக்கிறேன். அது ஆடுகிறபோது எல்லாம் தீண்டாமையின் கொடுமையை நான் உணர்ந்து இருக்கிறேன்.

விதவிதமான ஆசிரியர்களை எல்லோரும் பார்க்கிறோம். ஒன்று சொல்லத்தான் வேண்டும். மிகச்சிறந்த மாணவர்களைப் பள்ளிக்கூடங்கள் விரட்டி விட்டு இருக்கிறது. யாரும் மறுக்க முடியாது. பள்ளிக்கூடங்கள் மீது மரியாதையில்லாமல் இதைச் சொல்லவில்லை. மிகச் சிறந்த ஆசிரியர்களைக் கூடப் பள்ளிக் கூடங்கள் விரட்டி விட்டு இருக்கிறது. அதற்கு உதாரணங்களைச் சமூகங்களில், வாழ்க்கையில் நாம் பார்க்கலாம்.

நான் படித்த பள்ளிக்கூடத்திலே ஒரு வாத்தியார் இருந்தார். அவரை நாங்கள் காதலித்தது மாதிரி வேறு யாரையும் காதலிக்கவில்லை. எல்லாரும் சொன்னார்கள். கணக்கு கஷ்டம் கணக்கு கஷ்டம். கணக்கு யாருக்குத்தான் கஷ்டமில்லை. எனக்குக் கூடத்தான் கஷ்டம். அந்த வாத்தியார் வந்து கணக்கு ஆரம்பித்த பிறகு கணக்கு கஷ்டமாய் இல்லை. எந்தப் பாடமும் கஷ்டமாய் இல்லை. பள்ளிக்கூடத்தில் மொத்தப் பையன்களும் காதலிக்கிற வாத்தியாராக அவர் இருந்தார். அவர் பின்னாலேயே, The Pied Piper of Hamlin என்ற ஆங்கிலக் கவிதையில் குழல் ஊதிப் போகிறவனுக்குப் பின்னாலேயே குழந்தைகள் போவதைப் போல, நாங்கள் அவர் பின்னாலேயே போவோம். பள்ளிக்கூடத்திலே மற்ற ஆசிரியர்களுக்கும், பள்ளி நிர்வாகிகளுக்கும் கோவம் வந்து நீ என்ன கட்சி சேர்க்கிறாயா என்று கூறிப் பள்ளிக்கூடத்தை விட்டே

விரட்டி இருக்கிறார்கள். பள்ளிக்கூடங்களில் இவையெல்லாம் நடந்து இருக்கிறது. எல்லாக் காலங்களிலும் நடந்து இருக்கிறது. ஆனால் அடிப்படையான எழுத்தறிவைப் பள்ளிக்கூடம் போதித்து விடுகிறது.

அமரத்துவம் வாய்ந்த சில ஆசிரியர்கள் வாழ்க்கையில் வாய்த்து விட்டார்களேயானால், இப்படி மேடைகளில் நிற்கிற பெருமையை அவர்கள் உங்களுக்குக் கற்றுக் கொடுத்துவிட்டுப் போய்விடுகிறார்கள். எனக்கு இந்தப் பெருமையை எல்லாம் ஏற்படுத்திக் கொடுத்தவர் ஜோசப் வாத்தியார். எனக்கு இந்த அழைப்பிதழில் பெயர் போட்டது நேற்று முன்தினம்தான் தெரியும். இருந்தாலும் டேனிஷ் மிஷன் பள்ளியினுடைய நூற்றாண்டு விழா என்ற உடனே தயக்கமில்லாமல் ஒப்புக்கொண்டேன். காரணம் நான் படித்தது ஒரு இ.கு.ஐ பள்ளி. என்னுடைய ஆரம்பப் பள்ளி நுழைவு வாயிலில் ஒரு சீத்தாப்பழம், நெல்லிக்காய், கொய்யாப்பழம், நெருப்பிலே சுட்ட சோளப்பொரி விக்கிற கிழவி எல்லாப் பள்ளிக்கூட வாசலிலும் விதி விலக்கு இல்லாமல் ஒரே மாதிரி தோற்றமுடைய கிழவி இருப்பார்கள். இப்படிப்பட்ட கிழவிகள் எல்லாம் இப்போது உண்டா இல்லையா எனத் தெரியவில்லை. இப்ப எல்லாம் வண்டி வந்து விட்டது. கேட்பரிஸ் சாக்குலேட்டுகள் வந்து விட்டன. நாங்கள் சோளக்கதிர் சாப்பிட்டு வளர்ந்த குழந்தைகள் ஆரோக்கியமாக இருக்கிறோம். அந்தப் பள்ளிக்கூடம், அந்த வாசல், அந்த நினைவுகளில் ஜோசப் வாத்தியார் என்று ஒரு வாத்தியார் இருந்தார். நல்லா உயரமாய் இருப்பார். சிவப்பாய் இருப்பார். முகத்தில் எல்லாம் அம்மைத் தழும்பு, பெரியம்மைத் தழும்பு போட்டிருக்கும். எட்டு முழ வேட்டியில் ஒரு முனையை எடுத்து மடித்துக்கட்டி இருப்பார். கையில் ஒரு பிரம்பு எப்போதும் வைத்திருப்பார். ஆனால் ஒரு முறையும் யாரையும் அடித்தது இல்லை. பொடி போடுகிற பழக்கம் ஜோசப் வாத்தியாருக்கு உண்டு. கேள்வி கேட்டு பதில் சொல்லாவிட்டால் போகிற போக்கில் கொஞ்சம் மூக்குப் பொடியை ஏற்றி விடுவார் பையன்களின் மூக்கில். நான் ஐந்தாம் வகுப்பு படித்தபோது அது மாதிரி பொடி ஏற்றியதற்காக ஒரு பையனின் தாயார் சண்டைக்கு வந்தார். ஜோசப் வாத்தியார் சளி பிடிச்சிட்டுக் கிடந்தான். அடைப்பு எடுத்துவிட்டேன். இதுக்கு எதுக்கு

சண்ட போடுற என்று சாவகாசமாகச் சொல்லிவிட்டார். ஒரு பத்து நாள் ஜோசப் வாத்தியார் பள்ளிக்கூடத்துக்கு வரவில்லை. உடம்பு சுகமில்லை என்றார்கள். வேறு ஒரு டீச்சர் வந்தார்கள். அந்த டீச்சரைப் பிடிக்கவில்லை. ஜோசப் வாத்தியார் இல்லை என்பதாலேயே அந்த டீச்சரைப் பிடிக்கவில்லை. அந்த டீச்சர் நல்லவங்கதான். ஆனால் ஜோசப் வாத்தியாருக்குப் பதிலாக வந்தார்கள் என்பதற்காகப் பிடிக்கவில்லை. பத்து நாள் கழித்துச் சொன்னார்கள் ஜோசப் வாத்தியார் புற்று நோயால் செத்துப் போனார் என்று. என் ஐந்தாவது வயதில் என் மனதில் முதலில் பதிந்த ஒரு மரணம் என் ஆசிரியரின் மரணம்தான்.

பள்ளிக்கூடத்துக்கு அருகாமையில் இருந்த ஒரு வீட்டில் அவர் சடலத்தை நான் பார்க்க நேர்ந்தது. அந்த வயது வரை அவ்வளவு அருகாமையில் சடலத்தை நான் பார்த்தது கிடையாது. வீட்டில் விடமாட்டார்கள். ஏதாவது வந்தால்கூட கண்ணைப்பொத்திக் கூட்டிட்டுப் போய்விடுவார்கள். அப்படிப் பார்த்தபோது அச்ச மில்லை. சங்கடமும், இப்போது இந்த நிமிடம் நான் நினைத்து எனக்குள் கலங்குகிற அளவுக்கு துயரமும் இல்லை. வாத்தியார் செத்துப் போய் விட்டார் என்பது மட்டும் தெரிந்தது. ஆனால் இத்தனை ஆண்டுகளுக்குப் பிறகு இந்தப் பள்ளியின் நூற்றாண்டு விழாவிற்கு வர வேண்டும் என்று அழைத்தபோது பல்வேறு எண்ண அலைகளில் ஜோசப் வாத்தியார் ஞாபகத்திற்கு வந்தார். இவ்வளவு ஆண்டுகள் மறந்து போயிற்று. அவர் ஞாபகம் வந்ததில்லை. அவர் தோற்றம் கூட மறந்து போயிற்று. ஆனால் நூற்றாண்டு விழா, டேனிஷ் மிஷன் பள்ளி என்ற உடனே முதலில் ஞாபகத்திற்கு வந்த பல முகங்களில் முதலாவது ஜோசப் வாத்தியாரின் முகம்.

அப்படி நினைவு கூரத்தக்க ஆசிரியர்கள் வாழ்நாள் முழுக்க வந்திருக்கிறார்கள். நம்மை ஆளாக்கி இருக்கிறார்கள். உருவாக்கி இருக்கிறார்கள். ஆனால் ஒன்று நிச்சயம். ஒரு ஆசிரியர் எல்லா மாணவர்களையும் ஒன்று போல்தான் நினைக்கிறார். நடத்துகிறார். நினைக்க வேண்டும். நடத்த வேண்டும் அது வேறு.

ஒன்று இரண்டு விதிவிலக்கு எல்லாத் துறையிலும் இருப்பார்கள். ஒரு வாத்தியார் ஒரு பையனை மக்கு இராமசாமி

125

என்றுதான் கூப்பிடுவார். எப்பவும் இப்படித்தான் கூப்பிடுவார். பத்து நாள் ஆச்சு, பதினைந்து நாள் ஆச்சு, பையன்கள் கூப்பிட ஆரம்பித்தார்கள் மக்கு இராமசாமின்னு. ஒரு மாதம் ஆச்சு. அவனே சொல்ல ஆரம்பித்தான். நான்தான் மக்கு இராமசாமி என்று. ரோட்ல அவன் அப்பா போனால் மக்கு இராமசாமி அப்பா போறாரு என்றார்கள். அந்த வாத்தியார் விதைத்து வைத்த பட்டப் பெயர் இருக்கு பாருங்க. ஆனால் அந்த மக்கு இராமசாமி படித்து ஆளாகி ரொம்ப பெரிய மனிதனாகி அதே வாத்தியாரை ஒரு பேருந்து நிறுத்தத்தில் பார்த்தான். அறிமுகப்படுத்திக் கொண்டான். சார் நான் இராமசாமி. உங்ககிட்ட படிச்சேன். அப்படியா எங்கிட்டையா என்ன பண்ணுற இப்போ அப்படின்னார். நல்ல பொறுப்பான பதவியில் இருக்கிறேன். அஞ்சல் துறையில் பணியாற்றுகிறேன். எந்த வருடம் படித்தாய்? எந்த இராமசாமி? பையன் சொன்னான் சார் மக்கு இராமசாமின்னு. வாத்தியார் என்ன பாடுபட்டு இருப்பார் என்று யோசித்துப் பார்க்க வேண்டும். அப்படி குற்றமுடைய குறையுடைய ஆசிரியர்களும் இருக்கிறார்கள் ஆனால் எல்லாக் குற்றங்களையும் கடந்து, செய்கிற தொழிலால் புனிதமுடையது என்று ஒன்று உண்டு என்றால் அது ஆசிரியர் தொழில்தான்.

நான் எங்க அம்மாவிடம் சொல்வேன். நான் ஒரு வங்கியில் அதிகாரி. லட்சக்கணக்கில் கடன் கொடுத்து இருக்கிறேன். கடன் வாங்கிய பிறகு திரும்பிக் கூடப் பார்க்க மாட்டார்கள். வாங்குவதற்கு முன்பு வரை ஒரு நாளைக்கு முப்பது முறை கும்பிடுவார்கள். காலையில் கிணற்றுக்குக் குளிக்க போகும்போது சார் குளிக்கப் போறீங்களா! குளிச்சுட்டு வரும்போது சார் குளிச்சுட்டு வரீங்களா! ஆமய்யா. சாப்பிடும்போது சார் சாப்புடுறீங்களா! பின்ன என்ன கையா கழுவிட்டு இருக்கேன். அந்தக் கடன் வாங்குகிற வரையில் முன்னூறு விசாரணை இருக்கும். கடன் கொடுத்த பிறகு திரும்பிக்கூடப் பார்க்க மாட்டார்கள். எந்தத் தொழிலிலுமே தொழில் சார்ந்து பயன் அடைந்தவர்கள் காலத்தால் எங்கேயோ போய் விடுவார்கள். ஆனால் ஆசிரியத் தொழிலில் மட்டும் பாருங்கள். உங்களிடம் படித்த பிள்ளைகள் சில பல ஆண்டுகளுக்குப் பிறகு வளர்ந்து ஆளாகி, சமூகத்தில் ஒரு தகுதியோடு வந்து நிக்கிறபோது, கிடைக்கிற மகிழ்ச்சிக்கு இணையான மகிழ்ச்சி உலகத்தில் வேறு

எந்தத் தொழில் செய்கிறவனும் பெற முடியாது. அதனாலேயே இந்தத் தொழில்மீது எனக்கு ஒரு பொறாமை உண்டு. பொறாமை என்பதை நான் தவறான பொருளில் சொல்லவில்லை. ஆரோக்கியமான பொருளில் சொல்கிறேன். அப்படி ஒரு தொழில். ஆனால் ஒரு ஆசிரியன் எல்லோருக்கும் ஒன்று போல் கற்பிக்கின்றான். யாருக்கும் வித்தியாசம் பாராட்டவில்லை. ஐந்து பாண்டவர்களுக்கும், நூறு கௌரவர்களுக்கும் ஒரு துரோணர்தான் ஆசிரியர். மகாபாரதம் கேட்டு இருப்பீர்கள். படித்து இருப்பீர்கள். நூற்றைந்து பேருக்கும் ஒரே வாத்தியார். அனைவருக்கும் அவர் ஒரே மாதிரி தான் சொல்லிக் கொடுத்தார். ஆனால் நினைவிலே வையுங்கள், அந்த நூற்றைந்தில் வில்லுக்குரியவனாக விஜயன் மட்டுமே வந்தான். இதில் துரோணர் பிழை எதுவும் கிடையாது. அப்படியானால் 105 பேரில் ஒருவன் விஜயன் ஆனான் என்று மாணவர்கள் அதிர்ச்சியுற்றால் ஆசிரியர் அதிர்ச்சியடைய இன்னொரு விசயம் சொல்கிறேன். அந்த 105 பேரையும் கடந்து ஒருவன் இருந்தான். அவன் காட்டிலே இருந்த ஏகலைவன். அவன் துரோணரிடம் கற்கவில்லை. கற்க முடியாது. நேரில் கூட வந்து நின்று பேச முடியாது. அவன் காட்டிற்குள் வில்லோடும், அம்போடும் பிறந்த வேட்டை வாழ்க்கைக்குச் சொந்தக்காரன். அன்றன்றைக்கு ஒரு விலங்கை அடித்து உண்டால்தான் அவனுக்குப் பசியாறும். ஆனால் பாண்டவருக்கும் கௌரவர்க்கும் அப்படி அல்ல.

மண்ணாசை வந்தால், பெண்ணாசை வந்தால், இவன் மண்ணை அவன் பிடித்தால், அவன் பெண்ணை இவன் பிடித்தால் சண்டை போட வேண்டும் என்ற கட்டாயம் பாண்டவர்களுக்கும், கௌரவர்களுக்கும் உண்டு. ஆனால் ஏகலைவனுக்கு அப்படி அல்ல. காட்டிலே பிறந்த அந்தப் புலையன் எந்தப் பள்ளிக்கூடத்துக்கும் போனவன் இல்லை. அவன் துரோணரை மானசீக குருவாக ஏற்று வில் வித்தை பயின்றான். ஒரு நாள் இந்த 105 பயல்களையும் (பாண்டவர், கௌரவர்) அழைத்துக் கொண்டு காட்டிற்குப் போனார். போனால் ஏழு மரங்களைத் துளைத்து ஒரு அம்பு போகின்றது. துரோணருக்குத் தெரியும் அவர் பையன்களில் எவனுக்கும் அந்த ஆற்றல் கிடையாது என்று. வாத்தியாருக்கு அவர் பிள்ளைகளைத் தெரியாதா? இதைச் செய்தது யார் என்று தேடினார்கள். அரண்மனையில் செய்யப்படாத

அம்பு. புதுமையான கூர்மையான அம்பு அல்ல. அம்புக்குச் சொந்தக்காரர்களைத் தேடிப் போனார்கள். காட்டிலே ஒரு குகையில் ஏகலைவன் இருந்தான். ஏழு மரங்களைத் துளைக்கிற ஆற்றலை, சக்தியை நீ எங்கே இருந்து கற்றுக் கொண்டாய் என்று துரோணர் கேட்டார். ஏகலைவன் சொன்னான். உங்களை என் குருவாக ஏற்றுக் கற்றுக் கொண்டேன் என்று. துரோணருக்கு ஆச்சரியம். அவர் பிராமணர். அவன் தீண்டத்தகாதவன் புலையன். உனக்கு எப்போது சொல்லிக் கொடுத்தேன் என்றார். நானாகத்தான் உங்களை குருவாக ஏற்றுப் பயின்றேன் என்றான். துரோணர் மெல்லக் கேட்டார். உனக்கு வேறு என்ன தெரியும் என்று. சப்தபாணம் என்றான் ஏகலைவன். சப்தபாணம் என்றால் என்ன என்று துரோணருக்குத் தெரியாது.

ஆனால் நான் இன்னொரு விஷயம் சொல்ல வேண்டும். தீர்க்கமான, பதில் சொல்ல முடியாத கேள்வியை யாராவது கேட்டு விட்டால் பள்ளியை விட்டு வெளியேறுகிற வரையில் அவனுக்குப் புள்ளி வைக்கிற வாத்தியார்களை எனக்குத் தெரியும். என் சொந்த வாழ்க்கையிலும் அந்த அனுபவம் உண்டு. பதில் சொல்ல முடியாத கேள்வியை ஒரு மாணவன் கேட்டால் அவனைக் குருவாகப் பார்க்கிற ஒரு வாத்தியார் நம் தமிழ்நாட்டில் இந்தச் சமூகத்தில் வரவேண்டும். அவனைப் பார்த்து அவனே நமக்குக் கற்றுக்கொடுக்கிறான் என்று வாத்தியார் புரிந்து கொள்ள வேண்டும். நான் ஒரு வாத்தியாரை ஒன்பதாம் வகுப்பு படிக்கிறபோது தமிழ் வாத்தியாரைக் கேட்டேன். வள்ளலார் பற்றி நடத்தினார். சமரச சுத்த சன்மார்க்க நெறியை வள்ளலார் போதித்தார் என்றார். நான் தெரியாம எந்திருச்சிக் கேட்டேன். சமரச சுத்த சன்மார்க்கத்தைப் போதித்தவர், எல்லா மதங்களையும் சமமாக நடத்தியவர் வள்ளலார். எதற்காக சைவ சமயச் சின்னமான திருநீறை அணிந்து கொண்டார் என்று கேட்டேன். அவரைப் புண்படுத்த வேண்டும் என்பதற்காகக் கேட்கவில்லை. தெரியாமல் கேட்டேன். என்னா கேட்ட அப்படின்னாரு. என்னா கேட்ட என்றாலே பதில் தெரியல என்று அர்த்தம். கொஞ்சம் time gain பண்ணறதுக்கு என்னா கேட்ட அப்படின்னாரு. வள்ளலார் எதற்கு திருநீறு பூசிக்கொண்டார் சார் அப்படின்னேன். ரொம்ப படிச்சிட்டியா? இல்ல சார். தெரியாம கேட்டேன். தெரியாமக் கேட்டியா உட்காரு. அந்த இரண்டரை வருடம் என்னை விரட்டி இருக்கு. அந்த இரண்டரை வருடம் இம்சையான இம்சைப்படுத்தி

இருக்கு. அதிபுத்திசாலித்தனமான மேதாவித்தனமான கேள்விகளை நம்மிடம் கேட்கும் குழந்தைகளைப் பார்த்து பெற்றோர் பெருமிதம் கொள்கின்ற மாதிரி மாணவர்களைப் பற்றி ஆசிரியர் பெருமிதம் கொள்ள வேண்டும்.

அப்படித்தான் ஏகலைவன் சொன்னான். துரோணர் என்ன செய்யத் தெரியும் என்று கேட்டபோது, ஏகலைவன் சொன்னான் எனக்கு சப்தபாணம் விடத்தெரியும் என்று. சப்தபாணம் என்றால் என்ன என்று துரோணருக்குத் தெரியாது. துரோணர் யோசித்தார். செய்து காட்டு என்றார். ஏகலைவன் காத்திருந்தான். ம்.... செய்து காட்டு. கொஞ்சம் பொறுங்கள் சாமி. செய்து காட்டு என்றார். இல்லை சப்தம் வரவேண்டும் என்றான். இவருக்குப் புரியவில்லை. காத்திருந்தார். எங்கோ ஒரு நரி ஊளையிட்டது. ஊளையிட்ட நரியின் சப்தம் காற்றிலே கலந்து வந்தது. காற்றிலே வந்த அந்த ஓசை யைப் பிடித்துக் கொண்டு ஓசைவந்த அந்த திசையிலே அம்பினை செலுத்தினான் ஏகலைவன். துரோணரும் 105 பயல்களும் ஏகலைவனும் அம்பைத் தேடிப் போனார்கள். வாயில் அம்பு தைத்து நரி செத்துக் கிடந்தது.

சப்தம் வந்த திசையைக் குறி வைத்துத் தாக்கிய பாணம் ஏகலைவனின் பாணம். துரோணர் முடிவெடுத்தார். அஸ்தினா புரத்திற்கருகே ஒரு காடு. அந்தக் காட்டில் 105 பேரை விட ஒரு கெட்டிக்கார வில்லாதி. இவன் பாண்டவரோடு சேர்ந்தால் கௌரவர்கள் அழிந்து போவார்கள். கௌரவரோடு சேர்ந்தால் பாண்டவர்கள் அழிந்து போவார்கள். இவன் யாரோடும் சேர வேண்டாம் என முடிவெடுத்தால் இரண்டு பேரும் அழிவார்கள். இப்படி ஒரு கெட்டிக்காரன்பக்கத்துக் காட்டில் இருக்கக் கூடாது என்று அன்றைக்கு ஒரு வாத்தியார் முடிவெடுத்தார். முடிவெடுத்தவர் என்ன செய்தார். நான்தானே குரு என்றார். ஆமாம், ஸ்வாமி. அவன் ஏழைப் புலையன். படிக்காதவன். நான் தானே குரு. ஆம். குரு காணிக்கை கொடு. தட்சணை கொடு என்றார். என்ன வேண்டுமோ கேளுங்கள் கொடுக்கிறேன் என்றான். எந்தக் கட்டைவிரல் இல்லாவிட்டால் வில்லை அம்பில் நாண் ஏற்ற முடியதோ, எந்தக் கட்டை விரல் இல்லாவிட்டால் நாணிலிருந்து அம்பை விசையோடு வெளியேற்ற முடியாதோ அந்தக் கட்டை விரல் வேண்டும் என்று கேட்டார். இந்தக் கதையை உங்களுக்கு யாரேனும் ஆசிரியர் சொல்லிக் கொடு

129

த்தால், ஏகலைவனின் குரு பக்தி என்று சொல்லிவிட்டால் அந்த வாத்தியாருக்கும் சொல்லுங்கள். நீங்களும் தெரிந்து கொள்ளுங்கள். கட்டை விரலை அந்தப் புலையனிடம் இருந்து கேட்டது, ஏகலைவனின் குரு பக்தியைக் காட்டவில்லை, துரோணரின் துரோக புத்தியைக் காட்டுகிறது என்று புரிந்து கொள்ளுங்கள்.

அந்தத் துரோக புத்தி தெரியாமல் கட்டை விரலை அறுத்துக் கொடுத்தானேஏகலைவன்.கீழ்சாதிக்காரன்.புலையன்படிக்கப்படாது என்று அன்று வர்ணாஸ்ரம கர்மம் வைத்த விதியின் அடையாளமாக அவன் கட்டை விரலை அறுத்துக் கொடுத்தான். நண்பர்களே, அன்று அறுத்துப்போட்ட, உயிரற்ற, பிரேதமாகிப் போன ஏகலைவனின் கட்டைவிரல் இன்றைக்கு இந்த மண்ணில் எழுத்தறிவு இல்லாத மக்கள் உருட்டுகிற பொருளாக இருக்கிறது என்பதை நீங்கள் கவனத்தில் வைத்துக் கொள்ள வேண்டும். ஆனால் அந்தக் கட்டை விரலுக்கு எதிராக அறியாமை இருக்கு. அதற்கு எதிராகப் பகுத்தறிவு நிலையைப் பள்ளிக்கூடங்கள் போதிக்கவில்லை என்பதை நான் நாற்பதாயிரம் முறை சொல்வேன்.

அது வேறு. ஆனால் எழுத்தறிவு நிலை போதிப்பதாலேயே நூறு, நூறு ஆண்டுகளாய் சாதாரண ஏழை, எளிய மக்களுக்கு மறுக்கப்பட்ட கல்வியை எழுத்தை, இந்த விரல்களைப் பிடித்து முதல் முறையாக ஒன்றாம் வகுப்பில சிலேட்டில் குச்சியோடு நேசத்தோடும், பாசத்தோடும் அழுத்திப் பிடித்து அந்த இ.கு.ஐ பள்ளிக்கூடத்தில் எனக்கு எழுதச் சொல்லிக் கொடுத்த லில்லி டீச்சர் இப்போது உயிரோடு இல்லாமல் கூட இருக்கலாம். ஆனால் நன்றியோடும், கண்ணீரோடும் சொல்கிறேன். ஒரு ஜனம் படிக்கலாம், வெகு ஜனம் படிக்கக் கூடாது என்று இருந்த நாட்டில் பாதிரிகளும், மௌல்விகளும், எத்தனையோ ஆன்றோர்களும், சான்றோர்களும் வந்து பகுத்தறிவு ஊட்டாவிட்டாலும்கூடப் பரவாயில்லை. எழுத்தறிவு ஊட்டி அறுந்துகிடந்த ஏகலைவனின் கட்டை விரலுக்கு உயிர் கொடுத்தார்கள் என்பதால் என் லில்லி டீச்சருக்கும் என் ஜோசப் வாத்தியாருக்கும் எனக்குக் கற்றுக் கொடுத்த நூறு, நூறு ஆசிரியர்களுக்கும், உங்களுக்குக் கற்று கொடுக்கிற இந்த ஆசிரியர்களுக்கும் மேன்மை மிக்க இந்தத் திருப்பணியைச் செய்கிற பெரியவர்களுக்கும் நூற்றாண்டு விழா காணும் இந்நாளில் பணிந்து வணக்கம் கூறி விடை பெறுகின்றேன்.

சிறுகதை

கல்பனா

ஐந்தாம் வகுப்பில் வந்து சேர்ந்ததும், முதல் மூன்று நாட்கள் நடந்ததை மறக்கவே முடியாது. எங்கள் வகுப்பைத் தவிர, எல்லா வகுப்புகளிலும் பாடம் நடத்திக் கொண்டிருந்தார்கள். நாங்களோ, முதல் இரண்டு நாட்களும் மரத்தடிக்கு வந்து விட்டோம். ஒரே பாட்டும், கூத்துமாக, கொண்டாட்டமாய்க் கிடந்தது. ஜோசப் வாத்தியார் விதம் விதமான பாட்டுக்களும், விளையாட்டுக்களும் சொல்லிக் கொடுத்துக் கொண்டேயிருந்தார். நாங்கள் போடுகிற கூச்சலில், பக்கத்து வகுப்புகளில் பாடம் நடத்துவது கெட்டுப்போகும் என்பதால், பள்ளிக்கூடத்து மைதானத்தின் வடக்கு மூலையில் இருந்த வேப்ப மரத்தடிக்கு அழைத்துக் கொண்டு வந்துவிட்டார் ஜோசப் வாத்தியார். இரண்டாவது நாள் கடைசி மணி அடிப்பதற்கு முன்னால், “ஏ... பசங்களா... உங்க எல்லாருக்கும் ஒரு பேரு வச்சுருக்காங்கல்ல... உங்க வூட்டுல” என்றார்.

“ஆமா சார்...” என்றோம் பெருங்குரலில்.

“இன்னிக்கு வீட்டுக்குப் போனதும், எதுக்கு இந்தப் பேர எனக்கு வச்சீங்கன்னு கேக்கணும்... எம் பேருக்கு என்ன அர்த்தமின்னும் கேட்டுக்கிட்டு வந்து நாளைக்குச் சொல்லணும்” என்றார்.

மறுநாள், ஒவ்வொருவராகத் தங்கள் பெயரைச் சொன்னதும், அந்தப் பெயரைச் சொல்லி வகுப்பில் எல்லோரையும் ஒருமுறை உரக்கக் கூப்பிடச் சொன்னார் ஜோசப் வாத்தியார். ஒவ்வொருவரும்

பேருக்கான காரணத்தை, அர்த்தத்தைச் சொன்னதும், அதை விரிவாக விளக்கி மீண்டுமொருமுறை எல்லோருக்கும் புரியும்படி, குழந்தைத் தமிழில் சொன்னார் ஜோசப் வாத்தியார். எல்லாப் பெயர்களுக்கும் பின்னே ஒரு காரணமும், பொருளும் இருப்பது அன்றைக்கு லேசாகப் புத்தியில் உரைத்தது. கடைசியாக சார் சொன்னார், """பாத்தீங்களா... ஒண்ணு சாமி பேரு வச்சுருக்கு... இல்ல நாட்டுல, வூட்டுல இருக்குற பெரியவங்க பேருதான் ரொம்பப் பேருக்கு வச்சுருக்கு. யாருக்கு என்ன பேருன்னு எல்லாருக்கும் தெரிஞ்சுருக்கணும். பேரு சொல்லித்தான் ஒருத்தர ஒருத்தரு கூப்புடணும். யாரு பேரையும் எதுக்காகவும், எப்பவும் கேலி செஞ்சு பேசக் கூடாது. இப்ப, எல்லாருக்கும், எல்லாரு பேரும் தெரிஞ்சுதா?" என்று உரத்த குரலில் கேட்டார். "ஆமாம் சார்" என்றோம் கூட்டமாக.

"இனிமே பேரைச் சொல்லி, யாரும் யாரையும் கேலி பண்ண மாட்டீங்களே...!"

"மாட்டோம் சார்" என்றோம் பெருங்குரலில்.

"சுபாஷ் சந்திரபோஸ்" என்கிற என் பெயருக்குக் காரணம், அவர் நாட்டுக்கு, விடுதலைக்குப் போராடிய பெரிய தலைவர் என்பதும், தாத்தா அந்தத் தலைவர் உருவாக்கிய படைப்பிரிவில் பெரும் வீரராகப் பணிபுரிந்தார் என்பதும், அம்மா சொல்லித்தான் அன்றைக்கும், எனக்குத் தெரிந்தது. ஆண் குழந்தை பிறந்தால் "சுபாஷ் சந்திரபோஸ்" என்றும், பெண் குழந்தை பிறந்தால் "லட்சுமி" என்றும்தான் பெயர் வைக்க வேண்டுமென்று, அம்மா கல்யாணமாகி வந்த நாளில் இருந்தே தாத்தா சொல்ல ஆரம்பித்து விட்டதாம். அம்மா என்னை எப்போதும் "சுபாஷ்" என்றுதான் கூப்பிடும். அம்மா கூப்பிடுகிற மாதிரிதான், உறவுக்காரர்களும், வீட்டைச் சுற்றி இருந்த நண்பர்களும், பள்ளியிலும் கூப்பிட்டார்கள். அன்றைக்கு என் முழுப் பெயரையும் கம்பீரமாகச் சொன்ன ஜோசப் வாத்தியார், நேதாஜி பற்றி நிறைய, என்னென்னவோ சொன்னதாக நினைவில் இருக்கிறதே தவிர, என்ன சொன்னார் என்று ஏனோ நினைவில் இல்லை.

பிற்பாடு, கல்லூரியில் படிக்க வந்த போதும், நண்பர்கள் "சுபாஷ்" என்றுதான் கூப்பிட்டார்கள். வேலை கிடைத்து. குரூப்

1 அதிகாரியாக வேலைக்குச் சேர்ந்த பிறகு M.S. சார் என்று சக ஊழியர்களும், MS என்று அதிகாரிகளும் கூப்பிட ஆரம்பித்தார்கள் முழுப் பெயரையும் சொல்லி, எப்போதாவது சிலர் கூப்பிடத்தான் செய்தார்கள். யாருமே எப்போதுமே கூப்பிடாத விதமாக, முதன்முறையாக, “சந்திரா” என்று கூப்பிட்ட சுஜாதாவுடன் காதல் பிறந்ததும், அது கல்யாணம் வரை போனதும், அவள் “சந்திரா” என்று கூப்பிட்டதால் கூட இருக்கலாம். இப்போதும், யாருமில்லாத தனிமையில் “சந்திரா’ என்று அவள் கூப்பிடுகிற தருணம், ஏதோ ஒரு இசைக் கருவியில் என் பெயர் இசைக்கப்படுவதாக உணர்வது, மிகையற்ற ஒரு சந்தோஷம்தான்.

சொந்த வேலையாகச் சென்னைக்குப் போக வேண்டி இருந்தது. டிக்கெட் எடுப்பதற்காக, ரயில்வே ஸ்டேஷனில் முதல் வகுப்புப் பயணிகளுக்கான கவுண்டரில், கையில் ஒரு புத்தகத்தோடு வந்து நின்றேன். பத்துப் பன்னிரெண்டு பேர் எனக்கு முன்னே நின்றிருந்தார்கள். நான் தான் கடைசி. எனக்குப் பிறகு யாரும் நிற்கவில்லை. இரண்டொரு முறை வரிசையை ஏறிட்டுப் பார்த்து விட்டு, கையில் இருந்த கவிதைத் தொகுப்பை வாசிக்க ஆரம்பித்தேன். இடையில் மீண்டுமொரு முறை வரிசையை ஏறிட்டுப் பார்த்தபோது, எனக்கு நான்கைந்து ஆட்களுக்கு முன்னால், ஒரு வசதியான பணக்காரப் பெண் தன் மகளோடு நின்றிருப்பது கண்களுக்குப் பட்டது. அரக்குச் சிவப்பில் கட்டியிருந்த பட்டுப் புடவையும், நெருக்கி உயர்த்திக் கட்டியிருந்த கொண்டையும், நிறைக்க வைத்திருந்த பிச்சிப் பூவும், கனமான ஒற்றைச் சங்கிலியும், இளஞ்சிவப்பில் பரந்து கிடந்த பின் முதுகும் கண்களை நிறுத்தியது. அந்தப் பெண் ரொம்ப அழகென்று மனசு சொன்னது. அவளது முகத்தை எப்படியேனும் பார்க்கத்த தூண்டிக் கொண்டே இருந்தது, உள்ளிருந்து ஒரு குரல். அவளோ எந்தப் பக்கமும் திரும்பாமல், நேரே “கவுண்டரைப்” பார்த்து நின்றிருந்தாள். சட்டென்று மனதை அதட்டி, அவளது முகம் பார்க்கும் வேட்கையை வெளியேற்றிவிட்டு, மீண்டும் புத்தகத்திற்குத் திரும்பினேன்.

வரிசை மிக மெலிதாக நகர்ந்து கொண்டேயிருந்தது. புத்தகத்தில், காட்டுக்குள் கைத்தடி செய்யப் போன ஒரு தச்சன் என்னைக் கைப்பிடித்துக் காட்டுக்குள் அழைத்துப் போனான்.

நீண்ட அந்தக் கவிதைக்குள், சொற்களுடன் “கூடியதால்’ உண்டான உணர்ச்சிப் பெருக்கில், உண்டான சூழல் என்னைத் தன் பாதைக்குத் தடமேற்றிக் கொண்டிருந்தது. அதன் விசைக்கு என்னை நான் ஒப்புக் கொடுத்தேன். புத்தகத்தின் மையத்தில் உருவாகி இருந்த சூழலுக்குள் நான் அமிழ்வதை நானே உணரத் துவங்கிய பரவசத்தில், சூழல் நினைவில் இருந்து நழுவித் தப்பியோடியது. ரயில் நிலையம், முதல் வகுப்பு, பயணச் சீட்டு, அந்தப் பெண், எதுவும் சுற்றுப் புறத்தில் இல்லாத தனிமையின் கரையில் என்னை அந்தக் கவிதை கொண்டு போய் நிறுத்தி இருந்தது. அளவிட முடியாத வேகத்தில் காட்டாறு போலக் கவிதை உள்ளுக்குள் ஓடிக் கொண்டிருந்தது.

“சுபாஷு’’ என்ற குரல் கேட்டுத் திகைத்துத் தலை உயர்த்தினேன். அவளேதான். வரிசையில் முன்னே நின்றிருந்த அவளேதான். என் கற்பனையை விடவும், கனிந்த அழகோடு இருந்தாள். அவளது மகள் அருகிலயே நிற்க, எனக்கு மிக அருகே நின்றிருந்தாள். அவள்தான் கூப்பிட்டிருக்கிறாள். திகைப்புடன், உள்ளுக்குள் தேட ஆரம்பித்தேன். என் பெயரை எப்படிக் கூப்பிடுகிறார்கள் என்பதை வைத்தே, அவர்கள் என் வாழ்வில் எந்தக் “காலத்து’’ ஆட்கள் என்று ஊகித்துவிட முடிவது எளிதானது தான். எனினும் முகம் தட்டுப்படவில்லை. “நீங்க சுபாஷு தானே?’’ என்றாள் மீண்டும். எதுவும் பேசாமல் தலையசைத்து ஆமோதித்தேன். உள்ளுக்குள் தேடல் தீவிரமானது. என் தேடல் என் கண்களில் வெளிப்பட்டு இருக்கத்தான் வேண்டும். “என்னத் தெரியலையா சுபாஷு?’’ என்றாள் மெல்லிய புன்னகையுடன். அவள் கண்களையே பார்க்க ஆரம்பித்திருந்தேன். உடம்பின் எல்லா உறுப்புகளுக்குள்ளும் ஏறிவரும் முதுமை, கண்ணின் கருவிழிக்குள் காலடியெடுத்து வைப்பதேயில்லை. கண்ணைச் சுற்றிக் கூட கரும் வளையங்களைத் தீட்டும் காலத்தால், கருவிழிகளை ஒன்றுமே செய்ய முடிவதில்லை. அவள் கண்களுக்குள்ளேயே, நான் அவளைத் தேடுவதைப் பெருந்தன்மையோடு அனுமதித்த அவள் எனக்கு உதவும் பொருட்டாகவே மெல்லிய குரலில்... “ஜோசப் வாத்தியார்... என்றாள். அதனை அவள் சொல்லி முடிக்கு முன்பே நினைவின் தடங்கள் தெளிந்து, எல்லாம் கண்ணுக்குப் புலப்பட, மெல்லிய குரலில், ஆட்காட்டி விரலை உயர்த்தி “கல்பனா...

என்றேன். விரலோடு சேர்த்து என் கைகளைப் பற்றிக் கொண்டாள். கனிவோடும், குழைவோடும் மேலும் கீழுமாய்த் தலையசைத்த படியே,

“சுபாஷு எப்பிடி இருக்க?”

“நல்லா இருக்கேன். நீ எப்பிடி இருக்க?”

“எப்பிடி இருக்கேன்னு நீயே பார்த்துச் சொல்லு... சுபாஷு... இது எம்பொண்ணு அர்ச்சனா.. 5th படிக்கிறா” என்று முறையாக மகளை அறிமுகம் செய்தாள். அதற்காகவே காத்திருந்த குழந்தை இரண்டு கைகளையும் ஒன்று சேர்த்து, நடு நெற்றியில் கை வைத்து ‘வணக்கம்’ என்றது. நானும் இரண்டு கரங்களையும் கூப்பிக் குழந்தையின் உயர்த்திற்குக் குனிந்து வணங்கினேன். குழந்தை ஒரு வசீகரமான புன்னகையைப் பரிசளித்தது. ‘நல்ல வார்ப்பு’என்று எனக்குள் சொல்லிக் கொண்டேன்.

நிமிர்ந்து மீண்டும் கல்பனாவைப் பார்ப்பதற்குள் கல்பனாவே குனிந்து குழந்தையிடத்தில் கேட்டாள், “உன் கிளாஸ்ல உனக்கு யாரு பெஸ்ட் ப்ரெண்ட்?”... குழந்தை தயக்கமின்றி “கௌதம்” என்றாள். “அதேதான்... உனக்கு ஸ்கூல்ல கௌதம் மாதிரி... அம்மா ஸ்கூல்ல படிக்கும்போது, அம்மாவுக்கு சுபாஷு” என்றாள். குழந்தை மெல்லிய புன்னகையுடன், கல்பனாவின் மீது லேசாகச் சாய்ந்து கொண்டு, இருவரையும் நொடிக்குள் மாற்றி மாற்றிப் பார்த்த பார்வையில் இதமும், அங்கீகாரமும் இழைந்திருந்தது.

மிக மிக நெருக்கமாக நின்று கொண்டு... “சுபாஷு ஜோசப் வாத்தியார் இருக்காறா?” என்று கேட்டாள் கல்பனா... “இல்லை.... போய்ட்டாரு” என்று உதட்டைப் பிதுக்கினேன்.

“அப்படியொரு வாத்தியாரு இனிமே நம்ம புள்ளைங்களுக் கெல்லாம் கிடைக்காது போல இருக்கு” ....

ஹீம்... மாணிக்கம், ஆறுமுகம், ரஹ்மத், உஷா,நாகரத்தினம், மஹேஸ்வரி, பாக்கியம்... யாரையாவது பாத்தியா... யார் கூடவாவது இன்னும் friendship இருக்கா? ஸ்கூல் அப்பிடியே இருக்கா? இல்ல மாத்திக் கட்டியிருக்காங்களா? என்று கேள்விகளால் நிறைத்தாள் கல்பனா.

‘ரஹ்மத்’ மதுரையிலேயே பெரிய Artist ஆ இருக்கான். மாணிக்கம் 5க்கு மேல படிக்கல, ஒரு Parcel Serviceல கூலியா இருக்கான். உஷா டெல்லிக்கு எங்கேயோ போயிட்டா... நாகரத்தினம் இப்பவும் எங்க வீட்டுக்கு ரெண்டு தெரு தள்ளித்தான் குடியிருக்கு... ஆனா இதுவர பேசிக்கிட்டதில்ல...

“ஏம்ப்பா... பாத்தாப் பேசுங்கப்பா”...

‘பாக்கியம்’ என்று சொல்லி ஆரம்பித்து அவள் தீக்குளித்துத் தற்கொலை செய்து கொண்டதைச் சொல்லாமல், “எங்க இருக்குன்னே தெரியல” என்றேன்.

வனத்துறையில் வேலை பார்த்த அப்பாவுக்கு இடமாறுதல் வந்ததால், ஐந்தாம் வகுப்போடு வேறு ஊருக்குப் போய் விட்ட கல்பனா, இப்போதுதான் மீண்டும் இங்கு வந்ததாகவும், வந்த இடத்தில் என்னைப் பார்த்தது தாளவே முடியாத சந்தோஷம் என்று சொன்னபோது என் கைகளை, ஏற்கெனவே அவள் பற்றிக் கொண்டுதானிருந்தாள். அவள் கரங்களின் வழியே பால்யத்தின் தூய்மையும், நறுமணமும் என் உடலெங்கும் பரவிக் கொண்டிருந்தது. அவள் என் கரங்களைப் பற்றி இருப்பதை சற்று தாமதமாகத்தான் உணர்ந்து கொண்டிருந்தேன். மென்மையும் குளிர்ச்சியும், ஸ்நேகமும் கூடிக் கிடந்தது அவளது கை.

குழந்தை திடீரென கல்பனாவை அழைத்தது. “அம்மா”... “அப்பா வந்துட்டாரு” என்று ரயில் நிலையத்தின் வாசலைக் காட்டியது. குழந்தை கை காட்டிய இடத்தில். நல்ல சிவப்பாய், அழகாய், உயரமாய், அளவான சதைப் பிடிப்பாய், இடது கையால் வேஷ்டியின் நுனியைப் பிடித்த படியும், வலது கையில் ஒரு பெட்டியுடனும் முன் வாசலுக்குள் நுழைந்து கொண்டிருந்தார் ஒருவர். அவளது அழகிற்கு ஏற்ற பொருத்தமான துணைதான் என்று நினைத்தபடி திரும்பினேன்.

கல்பனாவின் முகம் மாறி, இறுகிக் கிடந்தது. வெட்டுப்பட்ட வாழை மரத்தின் தூர் போல முகம் கறுக்க ஆரம்பித்தது. அவனையே திகைத்துப் பார்த்தபடி அவளது உதடுகள் எதையோ முணுமுணுத்தன. எனக்கு எதுவும் கேட்கவேயில்லை. சட்டென்று திகைத்து, சுதாரித்து, இதுவரைப் பற்றியிருந்த கையை உதறி, விடுவித்துக் கொண்டு,

இரண்டடி பின்னே நகர்ந்தாள் கல்பனா. எனக்கு மட்டும் கேட்கிற மெல்லிய குரலில் "அவன் வந்துட்டான். நாம் போறேன்" என்றாள்,

நகர்ந்து கொண்டே, குழந்தையின் உயரத்திற்குக் குனிந்து, "அர்ச்சனா... அம்மா அந்த அங்கிளப் பாத்தேன்னு அப்பாகிட்ட சொல்ல வேண்டாம்" என்றாள். அதற்காகவே காத்திருந்தது மாதிரி, "எப்பவுமே சொல்லமாட்டேம்மா" என்றது குழந்தை, மீண்டும் ஒருமுறை என்னைத் திரும்பிப் பார்த்து "சுபாஷு... வரேண்டா" என்றபடி, விரைந்து நடக்க ஆரம்பித்தாள். என் கண்களில் பெருகி உருவான கண்ணீர்த் திரைக்குப் பின்னே கல்பனாவும், குழந்தையும், அவனும் போய் ஒளிந்து கொண்டார்கள். ரயில் நிலையம் முழுவதும் பனி மூட்டமாகிப் போய் இருந்தது.

"கல்பனா" ன்னா "கல்பனா"... கற்பனைன்னு தமிழில்ல சொல்லுவோம்லடா... அதுதான் கல்பனா...

ரொம்ப அழகான பேரு அழகான புள்ளைக்கு அழகான பேரு வச்சுருக்காங்க...

ஜோசப் வாத்தியார் சொல்லிக்கொண்டேயிருந்த குரல் இங்கே, இப்போது எப்படிக் கேட்கிறது...?

"கல்பனா"...

எஸ். ராமகிருஷ்ணன்

எழுத்தை சுவாசமெனக் கருதுபவர். ஒருநாளும் எழுதாமல் இருந்ததில்லை. விருதுநகர் மாவட்டம் மல்லாங்கிணறைச் சொந்த ஊராகக் கொண்டவர். இதுவரை வெளிவந்துள்ள படைப்பின் எண்ணிக்கை நூறைத் தாண்டும்.

'உபபாண்டவம்' 'யாமம்' 'உறுபசி' 'நிமிந்தகம்' உட்பட பல நாவல்களைத் தமிழுக்குத் தந்திருக்கிறார். என்.பி.டி. இவருடைய தேர்ந்தெடுத்த கதைகளைத் தன் வெளியீடாகக் கொண்டு வந்துள்ளது. கனடாவிலிருந்து இயங்கும் அமைப்பு வாழ்நாள் சாதனையாளர் விருது வழங்கி கௌவரப்படுத்தியுள்ளது. 'சண்டைக் கோழி' 'அவன் இவன்' உட்பட பல படங்களுக்கு இவர் வசனம் எழுதியுள்ளார். உலக இலக்கியம் 'உலக சினிமா' பற்றி குறைந்தது மூன்றுமணி நேரம் ஆழமாக உரையாற்றக்கூடியவர். அவர் பேசிய உரைகள் குறுந்தகடுகளாக வெளிவந்துள்ளன. உலகின் பல நாடுகளுக்கும் எப்போதும் இலக்கியப் பயணங்கள் மேற்க்கொள்பவர்.

இவருடைய வாழ்வனுபவங்கள் 'தேசாந்திரி' 'கதாவிலாசம்' போன்ற விகடன் தொடர்களில் முழுவதுமாக வெளிப்பட்டுள்ளன.

'எனது இந்தியா' என்ற ஜூனியர் விகடன் கட்டுரை மிகப் பரவலான வாசகர்களைச் சென்றடைந்தது. ஒவ்வொரு கல்லூரிகளிலும் அதைப் பற்றிய சிறப்புரைகளைத் தொடர்ந்து மேற்க்கொள்கிறார்.

பேச்சு

இந்த டேனிஷ் மிஷன் பள்ளியின் நூற்றாண்டு விழாவிற்கு என்னைக் கலந்துகொண்டு பேசுவதற்கு அழைத்தமைக்காக விழாக் குழுவினர்களுக்கும் குறிப்பாக, திருவண்ணாமலையினுடைய நண்பர்கள், எழுத்தாளர்கள் அனைவருக்கும் என் முதல் நன்றிகள் மற்றும் மேடையில் அமர்ந்திருக்கும் சக படைப்பாளிகள், கலைஞர்கள், நண்பர்கள் அனைவருக்கும் என்னுடைய நன்றி.

பவா வந்து சரியாத்தான் சொன்னார். ஏன்னா இந்த மாதிரி கூட்டத்தில் என்ன பேசறது? என்ன தகுதியில் நான் உங்களுடன் பேச முடியும் என்று பார்த்தால் எனக்கு இருக்கக்கூடிய ஒரே தகுதி நானும் ஒரு மாணவனாக இருந்தேன் என்பதுதான். அந்தத் தகுதியை வைத்துதான் உங்களுடன் பேசலாம் என்று வந்தேன்.

பொதுவா எனக்கு இந்த மாதிரியான கூட்டங்களில் எழுத்தாளர்களோ அல்லது யாரோ வந்து பள்ளியில் பேசினால் பிடிக்கவே பிடிக்காது. நான் எங்கள் பள்ளியில் படிக்கும்போது ஒரு பத்து மாணவர்களையோ அல்லது இருபது மாணவர்களையோ முதல் வரிசையில் உட்கார வைப்பார்கள். ஒரு பேச்சாளர் பேச ஆரம்பித்த உடனே அந்தப் பத்து, அல்லது இருபது பேரும் நாங்க மெல்ல அப்பப்ப பத்து அடி பின்னாடி நகர்ந்து உட்கார்ந்து விடுவோம். அடுத்த பேச்சாளர் பேச ஆரம்பிப்பார். இன்னொரு பத்தடி பின்னாடி போய் விடுவோம். கடைசி பேச்சாளர் பேசும்போது நாங்கள் மைதானத்தின் பின்னாடிக்குப் போயிருப்போம். அவர்

பேச ஆரம்பித்த உடன் டக்குனு தப்பிச்சு ஓடிடலாம்னு, தப்பிச்சு அநேகமாக பள்ளி மைதானத்தை விட்டுப் தப்பிச்சுப் போயிருப்போம்.

இப்படி ஒவ்வொரு முறையும் யாராவது சிறப்பு விருந்தினரையோ, அல்லது யாரைக் கூப்பிட்டு இருந்தாலும் இருந்து கேட்பதற்கான மனநிலையில் உள்ள மாணவனா நான் வளரவில்லை. நான் மட்டுமல்ல இந்த மாதிரி தாவி ஓடக்கூடிய கூட்டமே அப்ப அந்தப் பள்ளியில் படித்துக் கொண்டு இருந்தார்கள்.

இந்த மாணவர்கள் எல்லோரும் தப்பித்தப்பி ஓடிவிடுவார்கள் என்பதால் இதே மாதிரி ஒரு முக்கியமான கல்வி அமைச்சரை எங்கள் பள்ளிக்கு அழைத்து வந்த அன்றைக்கு நாங்கள் இதே மாதிரியா அவர் பேச ஆரம்பித்த உடனே ஒரு செட் தப்பித் தப்பி பின்னாடி தாவினோம். அவர் பார்த்து யாரோ ஒரு ஆசிரியரிடம் சொல்லி இருக்க வேண்டும் என்று நினைக்கிறேன். நாங்கள் தாவி பள்ளி மைதானத்தை நெருங்கும்போது இரண்டு கைகள் வந்து எங்களுடைய சட்டைகளைப் பிடிக்க, அப்படியே கொத்தா அள்ளித் திரும்பிக் கொண்டு வந்து முன்னாடி விட்டார்கள். ஏதோ ஒரு வகையில் பள்ளிப் பருவம் ஒரு விதத்தில் கொஞ்சம் பயம், கொஞ்சம் சந்தேகம், கொஞ்சம் ஏமாற்றம், கொஞ்சம் நிலைத்தடுமாற்றம் என்று எல்லாம் கலந்த கலவையாக, ஒரு புகைப்படம் மாதிரிதான் எனக்குத் தோன்றும். ஏன்னா, நான் என்னுடைய அப்பா அரசாங்கத்தில் வேலை பார்த்ததால் வெவ்வேறான ஊரில் வெவ்வேறு வகையான பள்ளிக்கூடங்களில் படித்தேன். ஒரு குறிப்பிட்ட பள்ளிக்கூடத்தில் நான் படிக்கவில்லை. வெவ்வேறு ஊர்களில் வெவ்வேறு பள்ளிகளில் இரண்டு வருடத்திற்கு ஒருமுறை மூன்று வருடத்திற்கு ஒரு முறை ஒரு குறிப்பிட்ட மாவட்டத்தின் பல்வேறு பள்ளிகளில் அதாவது அரசாங்க அல்லது தனியார் பள்ளிகளில், கிருஸ்துவப் பள்ளி, இஸ்லாமியப் பள்ளிகளில் என வெவ்வேறு பள்ளிகளில் என்னுடைய பால்ய நாட்களில் நான் படித்தேன்.

இந்த ஒவ்வொரு பள்ளிக்கூடத்தின் நாட்களிலுமே பள்ளிக்குப் போகணும் என்ற ஆசையை விட எப்படிப் போகாமல் இருப்பது என்று நான் திட்டமிட்டதுதான் அதிக நாட்கள் இருந்திருக்கும். கிட்ட

த்தட்ட பள்ளிக்குத் திங்கட்கிழமை போனவுடனே அடுத்து இந்த வாரத்தில் என்னைக்கு எப்படி விடுமுறை எடுக்கலாம் என்பது பற்றி முதலில் இரண்டு மூன்று பேர் தொடர்ந்து யோசித்துக் கொண்டே இருப்போம். என்ன செய்தால் விடுமுறை எடுக்க முடியும்? விடுப்பு எடுப்பதற்கான காரணங்களைக் கண்டுபிடிக்க வேண்டும். தொடர்ச்சியாக உடம்பு சரியில்லை என்று விடுப்பு எடுத்தால் வீட்டில் வந்து கேட்டு விடுவார்கள். அதனால் நிறைய செய்திகளை நாங்கள் புதுசு புதுசா யோசிப்போம். எதைச் சொல்லி விடுப்பு கேட்டுத் தப்பிக்கலாம் பள்ளியை விட்டு. அவ்வளவுக்கும் கிராமப் பள்ளிகள். அப்ப வந்து ஒரு விதமான இறுக்கமான பள்ளிகள் கிடையாது. சொல்லப்போனால் அந்தப் பள்ளிகளுக்கும் மாணவர்களுக்கும் உள்ள உறவு ஒரு குடும்ப உறவுமுறையான உறவாகத்தான் இருந்தது.

எங்களோட பள்ளியில் ஒரு ஆசிரியர் இருந்தார். அந்த ஆசிரியர் பக்கத்து கிராமத்திலிருந்து சைக்கிளில் வருவார். அவர் சைக்கிளில் வந்த உடனே அந்த சைக்கிளை இரண்டு மாணவர்களின் கைவசம் ஒப்படைத்து விடுவார். அந்த இரண்டு மாணவர்கள் பொறுப்பில்தான் அந்த சைக்கிள் எப்போதும் பாதுகாக்கப்படும். மாணவர்கள் என்ன பண்ணுவார்கள் என்றால் ஒரு அரைமணி நேரத்திலிருந்து முக்கால் மணி நேரம் வகுப்பு நடந்து கொண்டு இருக்கும்போது, அந்த சைக்கிளைத் துடைப்பார்கள். வகுப்பு அது பாட்டுக்கு நடக்கும். இவர்களுடைய முழு நேரப்பணி வந்து சைக்கிளைப் பாதுகாத்துக்கொண்டே இருப்பது. இவங்களுக்கு மேல் சூப்பர்வைசர் மாதிரி ஒரு பையன் இருப்பான். அவனுடைய முக்கியமான பணி என்னவென்றால், சைக்கிள் டைனமோவை மட்டும் துடைப்பது. அவன் வந்து என்ன செய்வான் என்றால் இவர்கள் முடித்தவுடன் டூட்டிக்குப் போவான். மஞ்சள் நிறத்தில் அந்த டைனமோமேல் ஒரு துணி இருக்கும். அதை எடுத்து அப்பப்ப மெல்லத் துடைச்சிக்கிட்டே இருப்பான். கிட்டத்தட்ட அந்த மதிய உணவு வேளையிலிருந்து மணி அடிக்கும்வரை மூன்று பேரும் ஒரு சைக்கிளைப் பாதுகாத்துக் கொண்டே இருப்பார்கள். இவர்கள் எப்போது வகுப்பறைக்கு வருவார்கள்? எப்படிப் படிக்கிறார்கள்? எப்போ எந்தெந்த வகுப்புக்குப் போறாங்கன்னு தெரியாது. ஆனால்

இந்த மூன்று மாணவர்களுக்கும் அந்த ஆசிரியருக்கும் இருந்த உறவு இருக்கில்ல. ஏதோ அவரின் சொந்தப் பையன்களின் சகோதரர்கள் உறவு மாதிரியும் குடும்ப உறவுகள் மாதிரியுந்தான் இருக்கும். ஆசிரியர்கூட அப்படியே பேசிக்கிட்டு போவார்கள். அவர் வீட்டுக்குப் போயிட்டு வருவார்கள்.

கிராமப் பள்ளிகளிலிருந்த ஆசிரியருக்கும் மாணவருக்கும் இருந்த உறவு பயத்தை உருவாக்கவில்லை. ஆசிரியர்களிடம் எந்த அச்சத்தையும் உருவாக்கவில்லை. அதுக்கு பதிலாக ஆசிரியருக்கும் எங்களுக்கும் இருந்த உறவில் ஒரு சின்ன தயக்கம் இருந்தது.

ஆசிரியர்களுடன் எப்படி வந்து நெருங்கிப் பேசறது என்று, ஏனோ, நெருங்கிப்போகும்போது ஆசிரியர் வந்து ஆசிரியத்துவம் இல்லாத, இயல்பான ஒரு மனிதராக என்னுடைய அப்பா, என்னுடைய சித்தப்பா, என்னுடைய மாமா போல ஒரு இயல்பான மனிதரா இருக்கிறாரே என்று. அப்படி ஒரு உருவமாக ஆசிரியரை யோசிப்பது பள்ளிக் காலத்தில் கஷ்டமானதாக இருந்தது. அப்படி ஆசிரியர் வீட்டுக்குப் போனா அவர் பனியனோட ஒரு ஈசிசேரில் சாய்ந்திருக்கக் கூடிய ஒரு காட்சியைப் பார்த்தபொழுது எனக்கு ரொம்ப அதிர்ச்சியாக இருந்தது. ஆசிரியர் இப்படி இருக்கிறாரே என்று. ஏனோ பள்ளிப்பருவத்தில் ஆசிரியர் என்பவர் பற்றி என் மனக்கற்பனைகள் அவரைப் பற்றிய நினைவு எல்லாமே வேற. ஆசிரியர் என்கிறவர் ஒரு பள்ளிக்கு வரும்போது இருக்கிற தோற்றம் இருக்கிறதே, அந்தத் தோற்றத்தையே ஆசிரியரின் தோற்றமாக ரொம்பகாலம் நினைத்துக் கொண்டு இருந்தேன்.

என்னுடைய கல்விக் காலங்களில் நான் ஒவ்வொரு வகுப்பிலும் இருக்கும்போது, நான் ஒரு முதல் மாணவனாக வரக்கூடியவனாக இருந்தேன். தொடர்ந்து அநேகமாக இன்று பேசிய பலரும் சொன்னார்கள். கணிதப் பாடத்தில் ஒரு மாணவனுக்கு ஈடுபாடு இல்லாதபோது திசை திரும்பிடுறாங்க. நான் வந்து அநேகமாகப் படித்து முடிக்கின்ற வரைக்கும் எல்லா வகுப்புகளிலும் கணக்கிலே நூற்றுக்கு நூறு வாங்கி இருப்பேன். அதுவும் கணக்குப் பாடம் எனக்கு மிகவும் சுலபம். நான் கணக்குப் பேப்பர் எடுப்பேன். பார்ப்பேன். கடகடவென்று ஆன்சர் பண்ணிட்டு வந்து விடுவேன்.

முழு நேரம் உட்கார்ந்து எந்தக் காலமும் எழுதமாட்டேன். அது இரண்டு மணி நேரம் தேர்வு என்று இருந்தா நான் நாற்பது நிமிடமோ அல்லது ஐம்பது நிமிடமோதான் எழுதுவேன். திரும்பி வந்து விடுவேன். தொண்ணுத்தெட்டிலிருந்து நூறுவரை, அதிகபட்சம் நூறு மதிப்பெண்கள் வாங்கிவிடுவேன் அல்லது தொண்ணுத்தெட்டு மதிப்பெண் வாங்கிடுவேன். அந்த இரண்டு மதிப்பெண் எப்பவாவது அந்த பேஜ் திருப்பி எழுதும்போது இந்தப் பக்கத்தில் விடுபடுவதாக அமையும்.

பள்ளியில் படிப்பு எனக்கு ஏற்படுத்திய சுவையைவிட, பள்ளிக்கூடத்தை விட்டு வெளியே இருந்து பள்ளிக்கூடத்தைப் பார்க்கும் சுவை எனக்குத் தொடர்ந்து இருந்துகிட்டே இருந்தது. பள்ளிக்கூடத்தை விட்டு விடுப்பு போட்டுட்டு பள்ளிக்கூடத்துப் பக்கத்தில் ஒரு வேப்பமரம் இருக்கும். அந்த வேப்பமரத்தின் அடியிலிருந்து பள்ளிக்கூடத்தைப் பார்த்துகிட்டே இருப்பேன். பள்ளிக்கூடத்துக்கு மாணவர்கள் போயிட்டே இருப்பார்கள். மைதானத்தில் விளையாடிக்கிட்டு இருப்பார்கள். ஆசிரியர்கள் வருவார்கள். போவார்கள். பள்ளிக்கூடம் போகவில்லை. ஆனால், பள்ளிக்கூடம் இயங்கிட்டு இருப்பதைப் பார்ப்பதில் ஒரு தனியான ருசி எனக்கு இருந்தது. அப்போ எனக்கு ஒரு பழக்கம் இருந்தது. இந்த மாதிரி பள்ளிக்கு வராமல் விடுப்பு போட்டுவிட்டு பையன்கள் வெளியே சுத்திக்கிட்டு இருந்தாங்கன்னா அந்தப் பையன்களைப் பிடித்து இழுத்து வருவதற்கு, அந்தந்த வகுப்புகளிலேயே சில முரட்டு மாணவர்கள் மாதிரி பெரிய உருவம் உள்ள மாணவர்கள் இரண்டு பேரையோ அல்லது மூன்று பேரையோ தேர்ந்தெடுத்து அந்தப் பள்ளியிலே வைத்திருப்பார்கள்.

அந்த மாணவர்களின் முக்கியமான வேலை ஒவ்வொரு தெருவாகச் சுத்தி, வகுப்புக்கு வராமல் விடுப்பு போட்டுவிட்டு யாராவது இருந்தான்னா, அவனைப் பிடித்து இழுத்திட்டு வருவது. தினசரி இந்தக் காட்சிகளைப் பார்க்கலாம். எங்கேயாவது யாராவது இரண்டு மாணவர்கள் விடுப்புப் போட்டு வீட்டில் படுத்து இருந்தால், இந்த மாணவர்கள் போய், தரதரவென்று இழுத்துக்கொண்டு பள்ளிக்கு வருவார்கள். இதே மாதிரி மாணவர்கள் என்னையும் இழுக்க வருவார்கள் என்று எனக்குத் தெரியும்.

144

அதனால் நான் ஒவ்வொரு தடவையும் அந்த மாணவர்களுக்குக் கொடுப்பதற்கு ஏதாவது ஒரு பொருளை எங்கள் வீட்டிலிருந்து கொண்டுவந்து வைத்திருப்பேன்.

மாணவர்களுக்குக் கொடுத்துவிட்டு நான் எப்படியாவது உட்கார்ந்து பள்ளியைப் பார்க்க விரும்புவேன். இந்த மாதிரி, பள்ளிக்குப் போகாமலே பள்ளிக்கூடத்தைக் கவனிக்கின்ற ஒரு மாதிரியான ருசி எனக்குப் பள்ளிக்காலம் முழுவதும் இருந்தது. பள்ளிக் கட்டிடம் எனக்கு விசித்திரமாகத் தோன்றும். இந்த மாதிரியான வகுப்பறைகள், அதைத் தாண்டி இருக்கும் மைதானம், அந்த மைதானத்தையும் தாண்டி எனக்கு மிகவும் பிடித்தமான ஏதோ ஒன்று அந்தப் பள்ளிக்கூடம் என் ரசனைக்கு ஒரு தனி உலகம் மாதிரியே இருந்தது. பள்ளிக்கூடத்தில் சில குறிப்பிட்ட மாணவர்களுக்கு விசித்திரமான பழக்கவழக்கங்கள் இருந்தன. இந்த மாதிரியான மாணவர்களைத்தான் நான் என்னுடைய நண்பர்களாக அந்தக் காலக்கட்டத்தில் பழகிக்கிட்டு இருந்தேன். இதில் இந்த மாணவர்களில் சிலர் என்ன செய்வார்கள் என்றால் பள்ளிக்கூடத்தில் ஒரு நெல்லி மரமும், ஒரு வாத மரமும் இருந்தது. இந்த நெல்லி மரத்தில் எத்தனை காய் இருக்கிறது என்று ஒருத்தன் தினமும் வந்து எண்ணுவான். எண்ணிட்டு கரைட்டாக வீட்டுக்குப் போய்விடுவோம். அடுத்த நாள் பார்க்கும்போது ஒன்று கூடியிருந்தாலோ அல்லது குறைந்து இருந்தாலோ அவனுக்கு அதிசயமாக இருக்கும். அது தான் அவனுடைய முக்கியமான உலகம். இன்னொருத்தன் வாத மரத்திலிருந்து எத்தனைப் பழம் கீழே விழுகிறது என்று பார்ப்பான். அவன்தான் அநேகமாக அந்தப் பள்ளிக்கு வாட்ச்மேனுக்கு அடுத்து, அந்தப் பள்ளி திறந்தவுடன் உள்ளே நுழையும் மாணவனாக இருப்பான். நேரே உள்ளே வருவான். உள்ளே வந்து வாத மரத்துக்குக் கீழே பார்ப்பான். எத்தனை விழுந்து இருக்கு என்று பார்ப்பான். எதையும் எடுத்து சாப்பிடவோ பார்க்கவோ மாட்டான். ஒரு ஏழு, எட்டு விழுந்திருந்தா அவன்பாட்டுக்குப் போயிடுவான். ஆனால் அவன் உலகம் ஒரு வாத மரத்தைச் சுற்றியும், ஒரு பையனுடைய உலகம் ஒரு நெல்லி மரத்தைச் சுற்றியும் அமைந்த மாதிரி, எனக்கு ஏதோ ஒரு விதத்தில் இந்த வகுப்பறையிலும், மொத்தப்

பள்ளிக்கூடத்து மீதும் பாலில் இருக்கும் ருசி மாதிரி ஏதோ ஒரு ருசி இருந்து கொண்டே இருந்தது.

உலகம் அப்பப்ப ஒரு மாணவனுக்கு அல்லது சின்ன அது மாதிரியான ஒரு குழந்தைக்கு எப்பவும் நம்மைவிட மிகப் பெரியதாக இருக்கும். நான் சின்னப்பையனாக இருக்கும்போது ஒரு வாழைமரத்து அடியிலிருந்து ஒரு வாழைக்காய் பறிக்கலாம் என்று இருந்தால் அது மிகப்பெரிய ஒரு ஆலமரம் சைசுக்கு இருப்பது மாதிரி தெரியும். ஏனா, அதன் உருவத்திலிருந்து பார்க்கும்போது நான் மிகச் சிறியவனாக இருப்பேன். எங்க வீட்டுக்குப் பக்கத்தில் ஒரு சின்ன இத்துனூண்டு தோட்டம் இருக்கும். அந்தத் தோட்டத்திலிருந்து மஞ்சனத்திச் செடி, அந்தச் செடி, இந்தச் செடி இருக்கும். இந்தச் செடிகளுக்குள்ளே நாங்கள் ஒரு வனம் மாதிரி நினைத்து அதற்குள் ஒளிந்து விளையாடுவோம்.

ஆனால், அதே செடிகளும் அதே வாத மரமும் இன்றைக்குப் போகும்போது என்னுடைய சம அளவிலும் என் காலுக்கும் கீழே இருக்கும்போது அப்போ எனக்குத் தோணுது. அப்போ ஏதோ ஒரு விஷயம் உலகத்தினுடைய பொருளுக்கும் நமக்கும் இருந்த உறவில் சின்னக் குழந்தையாக இருக்கும்போது உலகம் வந்து பெரியதாய் இருந்த மாதிரியும், உலகத்தினுடைய மிகப்பெரிய காட்சி களுக்கிடையே நாம் நடந்து போயிட்டு இருக்கிற மாதிரியும் ஒரு விதமான ஆசையும் எனக்குத் தொடர்ந்து வளர்ந்திட்டே இருந்தது.

எங்க அப்பா ஊர் மாறிப்போன வருடங்களில் இரண்டு, மூன்று வருடம் நான், ஒரு இஸ்லாமியப் பள்ளிக்கூடத்தில் படித்தேன். இந்த இஸ்லாமியப் பள்ளிக்கூடத்தில் ஒரு முளைப்பு. அங்கு என்னவென்றால், மாணவர்கள் எல்லாருமே இந்த மாதிரியான யூனிபார்ம் போட வேண்டியது இல்லை. அதுக்குப் பதிலா லுங்கி கட்டிக் கொண்டு வரலாம்.

அதே மாதிரி ஆசிரியர் எல்லாரும் கூட லுங்கி கட்டிக்கிட்டு வரலாம். புதுசா நான் அந்தப் பள்ளிக்குப் போனவுடனே எனக்கு மிகப்பெரிய அதிர்ச்சியாக இருந்தது. அது ஒரு பள்ளிக்கூடத்தினுடைய அறைகளாகவோ, தன்மையிலேயோ இல்லை. ஒரு நெருங்கிய ஏதோ நம்முடைய நண்பருடைய வீட்டிற்குப் போகும்போது

நாம எப்படி இருப்பமோ அது மாதிரி இயல்பாக இருந்தது. மாணவர்களுக்கும் ஆசிரியர்களுக்கும் இந்த மாதிரி கலர் கட்டம் போட்டது கட்டக் கூடாது. மற்றபடி வெள்ளையில் கட்டம் போட்ட லுங்கி கட்டிக் கொண்டு அந்தப் பள்ளிக்கூடத்துக்கு வரலாம் என்று எல்லா சின்னச் சின்ன பையன்களும் இந்த மாதிரி வேட்டி கட்டிக்கொண்டு பையன்கள் வராங்கள் என்று நாங்கள் கிண்டல் பண்ணுவோம். வேட்டி கட்டிக்கொண்டு பையன்கள் வருவார்கள், ஆசிரியர்கள் வருவார்கள். எனக்கு அந்தப் பள்ளிக்கூடத்தில் படித்த அந்த மூன்று வருடமும் நான் பள்ளிக்கூடத்துக்குப் போய்ப் படிக்காத மூன்று வருடம் மாதிரிதான் இருந்தது. நல்லாச் சொல்லித் தரக்கூடிய ஆசிரியர்கள், நண்பர்கள் கவனத்தில் படக்கூடிய பல விஷயங்கள் இருந்தாலும் அந்தப் பள்ளிக்கூடத்தினுடைய தன்மை வந்து ஒரு நீரோட்டம் போல அப்பப்ப மெதுவாக நம்மைக் கூடவே கூட்டிக் கிட்டு போற மாதிரி இருந்தது. திடீர் என்று ஒரு இரவில் அப்பா வந்து மாற்றலாகி வேறு ஊருக்குப் போகும்போது, இந்த மாதிரி ஒரு முழு பள்ளிக்கூடம் அதைச் சார்ந்த விஷயங்கள் எல்லாவற்றையும் விட்டுவிட்டு அடுத்த ஊருக்கு போகிறோம். அடுத்த பள்ளிக்கூடத்துக்குப் போகப் போறோம் என்ற உடனே ஒரு நாளில் எல்லாம் முடிக்கிற ஒரு தன்மை. சில இரவுகளில் அந்த மாதிரியான ஒரு பள்ளிக்கூடத்தை விட்டு இன்னொரு பள்ளிக்கூடத்திற்குப் போகின்ற ஒரு மனநிலையினுடைய துயரத்திற்கு உள்ளே போயிருக்கிறேன்.

பொதுவா நான் என்னுடைய சகோதரிகள், என்னுடைய சகோதரர்கள் எல்லாருமே ஒரே பள்ளிக்கூடத்தில் படித்தோம். இப்படிப் படிப்பதில் நிறைய விதமான ஆபத்துகள், போட்டிகள் இருக்கு. என்னுடைய அண்ணா வந்து ஒரு பள்ளிக்கூடத்தில் சேர்ந்து மூன்றாவது நாள் பள்ளிக்கூடத்துத் தலைமை ஆசிரியரால் கூப்பிட்டு விசாரிக்கப்பட்டான். முக்கியமாக, அதற்கான காரணம் என்னவென்றால், எங்க அண்ணன் வந்து ஈசன் எந்தை இணையடி நிழலே என்பதில் ஈசன் என்றால் என்ன என்பதைச் சொல்லிவிட்டு நீங்கள் பாடம் நடத்துங்கள் என்று ஒரு ஆசிரியரைப் பாடம் நடத்த விடாமல் செய்துவிட்டான். அந்த அசிரியர் பாடம் நடத்த விடாமப் பண்ணின அந்த மாணவனை என்னுடைய அடையாளம் கொண்டு கண்டு பிடித்துவிட்டார். இந்த மாணவனுடைய சகோதரர்கள்,

சகோதரிகள் நாங்கள் எல்லோருமே அவன் பின்னாடி குற்றவாளிகள் மாதிரி அந்த ஆசிரியர் அறையில் போய் நின்னிட்டு இருக்கோம். இந்தப் பையன்களும் அப்படிதானா. அல்லது அவங்க அண்ணன் மட்டும் அப்படிப் பேசக்கூடியவனா என்றார். மற்ற ஆசிரியரைப் பொறுத்தவரை நாங்கள் ரொம்ப சைலன்ட் ஆனவர்கள். நாங்கள் எங்கேயோ போறோம். வறோம். அப்பொழுது எங்கள் அண்ணன் படிக்கும் காலத்தே பள்ளிக்கூடத்தில், நாங்கள் அவருடைய தம்பிகளாகப் படிக்கும்போது எங்கள் அண்ணனுடைய நிழலிலேயே நாங்கள் எப்பவும் இருக்க வேண்டிய நிலை இருந்தது. எங்கள் அண்ணனுடைய ஒவ்வொரு நடவடிக்கைகளுமே அவனுடைய தனிப்பட்ட சுதந்திரத்தோட எங்களுடைய சுதந்திரத்தையும் சேர்த்தே சுழற்றிக்கிட்டே இருந்தன. ஒரு சில சமயங்களில் இது பெரிய பாதுகாப்பு தருவதாக இருந்தது. நான் என்னுடைய வகுப்பில் இருந்த இரண்டு மூன்று பையன்கள் இந்த மாதிரியான மைதானத்தில் விளையாடிக்கிட்டு இருக்கும்போது என்னுடைய பந்தைப் பறிக்க வரக்கூடிய ஒருத்தனோ அல்லது என்னை அடிக்க வரக்கூடிய ஒருத்தனோ முதலில் அடிக்க வரும்போது மற்றவன் சொல்வான். இவங்க அண்ணன் இந்தப் பள்ளியில் படிக்கிறான், அடிக்காதே என்று. இதுபோல் எங்க அண்ணன் பாதுகாப்பு அரண் மாதிரி, ஒரு பக்கம் இருந்திட்டே இருந்தான். இன்னொரு பக்கம் அவன் இருப்பது அவன் பள்ளிக்கூடத்தில் படிப்பதாலேயே நாங்கள் வந்து அவனுக்குக் கீழே இருக்கக் கூடியவர்களாகவே இருந்திட்டு இருந்தோம்.

எனக்கு இந்தப் பள்ளி, பள்ளி சார்ந்த ஞாபகம், பள்ளிக்கூடத்தின் நினைவுகள் எல்லாம் ஒரு வெதுவெதுப்பான வெயில் அடிச்சிகிட்டே இருப்பது போல் என் ஞாபகத்திலிருந்தது. ஒரு பழைய புகைப்படத்தைப் பார்க்கும்போது அந்தப் புகைப்படத்தில் நாம அந்தப் புகைப்படம் எடுத்த நாளிலிருந்து எப்படி உறைந்து இருக்குமோ அதே மாதிரியான அந்த பள்ளிக்கூடத்தினுடைய நாட்கள் எல்லாமே இயக்கமில்லாமல், சலனமில்லாமல் உறைந்திருக்கும் படம். ஒரு விதமான பழைய புகைப்படம் போல ஒரு கலர்ல அந்தக் காட்சிகள் அப்படியே இருந்திட்டே இருக்கும். இந்தப் பள்ளிக்கூடத்தில் நான் என்னை முதன்மைப்படுத்தி

சொல்லக் கூடிய விஷயம் அதிகமில்லை. ஏன் என்றால் சாதாரணமாகப் படிக்கக் கூடிய ஒரு மாணவனுக்கு விசித்திரமாக நடக்கக் கூடிய விஷயங்கள் ஒன்றும் நடந்திடாது. படிக்கப் போறேன், மார்க் வாங்க போறேன், பாஸ் பண்ண போறேன், அடுத்த வகுப்புக்குப் போறேன். என்னுடைய பள்ளிக்கூடத்தில் அதிகமாக பாதித்தவர்கள் என்னைத் தொடர்ந்து என்னுடைய மனோ உலகத்துக்கும் என்னுடைய இயக்கத்துக்கும் காரணமாக இருந்தவர்கள் பலரும் என்னுடைய சக மாணவர்கள்தான். என்னுடைய சகமாணவர்களாக இருந்த எல்லாருமே உண்மையிலேயே கிராமத்தினுடைய அடித்தட்டில் இருந்து வந்தவர்கள். இந்த மாணவர்களில் அநேகமாக பாதிப்பேருக்கு மேல் ஏதோ ஒரு காரணத்தால் படிப்பைத் தொடர முடியாமல் பாதியிலேயே விட்டு விட்டுப் போயிட்டு இருப்பார்கள். ஒவ்வொரு வகுப்பிலும் எனக்குப் பிடித்த இரண்டு மாணவர்கள் இருப்பார்கள். அந்த இரண்டு மாணவரும் ஏதோ ஒரு காரணத்தால் படிப்பை விட்டுட்டுப் போயிடுவார்கள். என்னுடைய சொந்த உலகத்தை உருவாக்கக்கூடிய அந்த ஓடிப்போன மாணவர்கள் ஏதோ ஒரு நாள் எங்கிருந்தாவது வருவாங்க. திரும்பி வரும்போது லாரி டிரைவராகவோ அல்லது பலசரக்குக் கடையிலோ வேலை பார்த்திட்டு இருப்பார்கள். இவங்க எல்லோரும் பள்ளியைத் தொடர முடியாமலே அந்தப் தங்களுடைய கனவுலகம் மாதிரியாக, பள்ளியைத் தங்களுடைய ஒரு சொந்த உலகமாக எனக்குக் கொடுத்திட்டே இருக்கிறார்கள். அதனால் நான் இந்த மாதிரியான பள்ளி, பள்ளி மாணவர்களாகிய இவர்களைப் பார்க்கும்போது எல்லாம் எனக்கு என்னுடைய பள்ளியிலிருந்து படிக்காமல்போன மாணவர்களின் நினைவுதான் தொடர்ந்து கசிஞ்சிட்டே இருக்கும். இந்த மாணவர்கள் ஒரு மார்க்கோ, இரண்டு மார்க்கோ குறைவா வாங்கி பெயில் ஆயிட்டாங்கன்னா, அவர்களுடைய பெற்றோர் உடனடியாக அந்த மாணவர்களுடைய படிப்பை நிறுத்திடுவாங்க. அவர்கள் உடனே சின்ன வேலை எதுக்காவது போக வேண்டி இருக்கும். அந்த மாதிரி போய் வாழ்க்கையினோட திசையே மாறிவிட்ட நிறைய மாணவர்கள் தொடர்ந்து என்னுடைய ஞாபகத்தில் வெவ்வேறு இடங்களில் வெவ்வேறு ஊர்களில் ஞாபகப்படுத்திக்கிட்டு இருப்பார்கள்.

149

ஒரு பள்ளி வந்து எனக்கு ஒரு வகுப்பறை. ஒரு இடம். ஆசிரியருக்கும் எனக்குமிருந்த உறவு இதையெல்லாம் தாண்டி, அது வந்து பள்ளி என்கிற ஒரு மனோநிலை எப்போதும் என்னுடன் இருந்துகொண்டேஇருக்கும். இந்த மாதிரியான நேரங்களில் அதுவும் இத்தனையாயிரம் குழந்தைகளை மாணவருடைய முகங்களைப் பார்க்கும்போது உள்ளே ஒளிந்துட்டு அல்லது இந்த மாதிரி கூட்டத்தில் எங்கோ ஒரு தொலைவில் இருக்கக்கூடிய மாணவர்களுடனே இன்னும் வந்து நான் உட்கார்ந்து கொண்டு இருக்கிறேனோ, அப்படி இருக்கிற மாதிரியான ஒரு சூடசமம்தான் எனக்கு இருந்திட்டே இருக்கும்.

அந்த மாதிரி இருக்கிறதிலிருந்து ஏதோ ஒரு விதமான சுகமும் ஒரு விதமான நெருக்கமும் இருக்கும். நாம நமக்குப் பிடித்தமான ஒருத்தருடன் கூட இருக்கிற மாதிரி இந்தக் கூட்டத்துக்குள் ஏதோ ஒரு மாணவனா நாம் உட்கார்ந்து இருக்கக்கூடிய ஏதோ ஒரு விதமான ஆசை இருக்கு. இந்த மாதிரியான நமது சொந்த ஆசை களையும், எண்ணங்களையும் கடந்து காலம் கடந்து போயிட்டே இருப்பதால் பள்ளிப் பருவம், பள்ளி மாணவர்கள் இந்த மாதிரியான விஷயங்களில் இந்த உலகத்திலிருந்து சில அடிகள் விலகி இன்றைக்கு நான் வந்து ஒரு நடுத்தர அல்லது மத்திய வயதுக்குள்ளே மெல்ல நடந்து போயிட்டு இருக்கின்றேன்.

ஒவ்வொரு அடி எடுத்து முன் வைக்கும்போது இந்த மாதிரியான ஒரு பள்ளிக் காலத்தினுடைய ஒரு ஆசை அல்லது என் நினைவு தொடர்ந்து என் பின்னாடி வந்திட்டு இருக்கின்ற ஒரு நிழல் மாதிரி. என்னுடைய பள்ளிப் பருவம் என்ற இந்த நிழல் தொடர்ந்து ஏதோ ஒரு வகையில் எழுதத் தூண்டிக்கிட்டு இருக்கு. அதைத் தூண்டின ஆசிரியர்கள், சக மாணவர்கள் இவர்கள் எல்லாம் என்னுடைய எழுத்துகளுக்கு ஊடகமாக வந்து அப்படியே ஒரு கதாபாத்திரமாகவோ, ஏதோ ஒரு மங்கிய ஒளியில் நடிப்பவர் களாகவோ அலைந்திட்டே இருக்காங்க. அந்த மாதிரியான ஞாபகங்களைத் திரும்பி பதிப்பிப்பதற்கோ, திரும்ப யோசிப்பதற்கோ ஒரு அவகாசமாக இந்த ஒரு சந்திப்பும் இந்த ஒரு உரையாடலும் அமைந்தது என்று சொல்லி நன்றி தெரிவிச்சுக்கிறேன்.

நாவல்

சிரிக்கும் வகுப்பறை நாவலின் ஒரு பகுதி

ஒரு கரப்பான்பூச்சியாகப் பிறந்திருந்தால் பள்ளிக் கூடத் திற்குப் போகாமல் இஷ்டம்போலச் சுற்றிக் கொண்டிருக்கலாம் என்று திவாகருக்குத் தோன்றியது.

அவன் உறக்கம் வராமல் படுக்கையில் கிடந்தபடியே மின்சார விசிறியைப் பார்த்துக் கொண்டிருந்தான். அது போ போ டா போ டா போ போ டா போடா போடா போடா என்று தனக்குத் தானே சொல்லியபடியே சுத்திக் கொண்டிருந்தது.

நாளை காலையில் எங்கோ தொலைவில் உள்ள சயனகிரி என்ற ஊரில் இருக்கின்ற பள்ளியில் கொண்டுபோய் அவனைச் சேர்த்துவிடப் போகிறார்கள். அதன் பிறகு ஐந்து வருஷங்களுக்கு வீட்டிற்குத் திரும்பி வரவே முடியாது. இந்த அறையை, மின்விசிறியை, தலையணையை, தலையணை உறையில் உள்ள வாத்துகளை என எதையும் பார்க்கவே முடியாது. நினைக்க நினைக்க அழுகை வருவது போலிருந்தது. உதட்டைக் கடித்தபடியே படுத்துக்கிடந்தான்.

சயனகிரிக்குச் செல்வதற்கு ஒரேயொரு ரயில்தான் இருந்தது. அதுவும் விடிகாலையில் புறப்படக் கூடியது. அதனால் ஐந்து மணிக்கெல்லாம் நாம் கிளம்ப வேண்டும் என்றார் அப்பா. அதை நினைத்தாலே திவாகருக்கு ஆத்திரமாக வந்தது.

ராத்திரி விடியாமலே நீண்டு போய்க்கொண்டிருந்தால் காலையில் ஊருக்குப் போகவேண்டிய அவசியமே இருக்காதே என்று கூடத் தோன்றியது.

இருட்டில் தனது கைகால்கள் இருக்கிறதா என்று தொட்டுப் பார்த்துக் கொண்டான். கை கால்களுக்கு யார் கை கால்கள் என்று பெயரிட்டது. ஏன் கைக்கு கை என்று பெயர் வந்தது. அதைக் கால் என்று சொன்னால் கோவித்துக் கொள்ளவா போகிறது. எதற்காக இப்படி ஒவ்வொன்றிற்கும் ஒரு பெயரை வைத்து அதைத் திரும்பத் திரும்பச் சொல்லி நம்மைப் பழக்கிவிடுகிறார்கள்.

அவன் தன் கைகள் கால்கள் ஒவ்வொன்றிற்கும் ஒரு பெயர் வைத்திருந்தான். வலக்கையின் பெயர் மீ. இடக்கையின் பெயர் சூ. கால்களுக்கு லெப்டி ரைட்டி. அப்படிப் பெயர் வைத்த பிறகு ஒரு கை மற்றொரு கையைத் தொடுவதும் உரசுவதும் அவனுக்கு வேடிக்கையாக இருந்தது. அவனைப் போல வேறு எந்தப் பையனும் தன் கைகளுக்குப் பெயர் வைத்திருக்கவில்லை என்பது கூடுதல் சந்தோஷமாகஇருந்தது. நாள்முழுக்கஇந்தப்பெயர்களைச்சொல்லிக் கொண்டேயிருந்தான், ஆனால் தொடர்ந்து கூப்பிட்டால் எல்லாப் பெயர்களும் இரண்டே நாளில் அர்த்தமற்றதாகி விடுகின்றன. அதை நினைவுவைத்துக் கூப்பிடுவது மேலும் முட்டாள்தனமாகத் தோன்றுகிறது.

சயனகிரி என்ற பெயரைக்கூட திவா அதற்கு முன்னால் கேட்டிருக்கவில்லை. ஆனால் அவனை சயனகிரியில் உள்ள பள்ளிக்குக் கொண்டுபோய்ச் சேர்த்துவிட வேண்டியது என்று முடிவு செய்த நாளில் இருந்து அந்தப் பெயர் அவனுக்குப் பிடிக்காமல் போயிருந்தது. அதனாலேயே சயனகிரி மயனகிரி கயனகிரி என்று அர்த்தமற்று உளறிக் கொண்டேயிருந்தான்.

தான் சயனகிரி பள்ளிக்குப் போகவே மாட்டேன் என்று அவன் கத்திக் கூப்பாடு போட்டான். அவனது அப்பாவோ, அம்மாவோ, ஏன் அவனை விடவும் நாலு வயது குறைந்த தம்பி அப்புவோ கூட அதைக் கேட்டுக் கொள்ளவில்லை.

திவாகர் இப்போது ஏழாம் வகுப்பில் படிக்கிறான். ஆனால் இதற்குள் ஒன்பது பள்ளிக்கூடங்கள் மாறிவிட்டான். இனி அவனைச்

சேர்ந்துக் கொள்வதற்கு எந்தப் பள்ளியும் தயாராகயில்லை. இதில் ஒரே வருசத்தில் மூன்று பள்ளிகள் மாறியது கூட நடந்திருக்கிறது. அவனைப் படிக்க வைக்க தங்களால் முடியவில்லை என்று எல்லா ஆசிரியர்களும் ஒரே போலக் குற்றம் சொன்னார்கள்.

ஒவ்வொரு பள்ளியிலும் அவன்மீது பெரிய குற்றப் பத்திரிக்கையே வாசித்தார்கள். அவனுக்குப் பாடத்தில் ஆர்வமே இருப்பதில்லை. தெண்டமாக உட்கார்ந்தேயிருக்கிறான். எதைக் கேட்டாலும் பதில் சொல்ல மாட்டான். எழுதச் சொன்னாலும் எழுதமாட்டான். அதனாலே ஆசிரியர்கள் அவனை முட்டாள்! கழுதை! என்று கூப்பிடுவார்கள், சில மாணவர்கள் அவனைக் கோழிக்கால் என்று கூப்பிட்டு கேலி செய்வதும் உண்டு.

யாராவது கோழிக்கால் என்று அவனை கேலி செய்தால் போதும், அவர்களைக் கையில் கிடைத்த பொருளைக் கொண்டு அடித்துவிடுவான். அப்படி ஒரு நாள் பென்சிலால் குத்தியதில் பிங்கி என்ற மாணவிக்கு ரத்தம் வந்துவிட்டது. பயந்து போய் பாத்ரூமிற்குள் ஓடி ஒளிந்து கொண்டுவிட்டான் திவா.

அடிக்க வந்த ஆசிரியர்களில் சிலரைக் கண்டபடி வார்த்தைகளால் திட்டினான் திவா. அந்தக் காரணத்தாலேயே பள்ளியில் இருந்து நீக்கப்பட்டான்.

அடுத்தப் பள்ளியில் சேர்ப்பதற்கு அம்மா போராடி சிபாரிசுகளைப் பிடித்து அவனைச் சேர்த்துவிட்டாள், அங்கே ஒரு பாட்டிலுக்குள் போட்டு ஒரு மீன்குஞ்சைக் கொண்டுவந்து ரகசியமாக திவா விளையாடிக் கொண்டிருந்தான். படிப்பில் அக்கறையே இல்லாத பையன், இவனைப் போன்ற முட்டாள் பையன்களைப் படிக்க வைப்பது நடக்காத காரியம். இவனால் மற்ற மாணவர்களும் கெட்டுப் போய்விடுகிறார்கள். அவனை வேறு பள்ளிக்கு அழைத்துக் கொண்டு போய்விடுங்கள் என்று அங்கேயும் ஆசிரியர்கள் திட்டினார்கள்.

"நீ ஏன்டா படிக்க வர்றே" என்று ஆசிரியர் கேட்கும் கேள்விக்கு.

153

"விளையாடுறதுக்கு சார்" என்றுதான் திவா பதில் சொல்வான்.

"அப்போ உன் மண்டையில படிப்பு ஏறாதா?" என்று கேட்பார்கள்.

"படிச்சது எல்லாம் காது ஓட்டை வழியா வெளியே போயிருது சார்" என்பான் திவா, அதைக்கேட்டு வகுப்பு முழுவதும் சிரிப்பார்கள்.

"பூனைக்கு என்றைக்காவது சிறகு முளைத்துப் பறக்க முடியுமாடா" என்று திவாவிடம் ஆசிரியர் கேட்பார்.

"ஏன் சார் முடியாது?" என்று பதிலுக்குக் கேட்பான் திவா.

"ஒருநாளும் பூனைகளுக்குச் சிறகு முளைக்கவே முளைக்காது. உன்னைப் போல முட்டாள்களும் அப்படித்தான், உங்களைப் படிக்க வைக்க யாராலும் முடியாது" என்று சொல்லிக் கையை நீட்டி ஆசிரியர் ஸ்கேலால் கடுமையாக அடிப்பார்

இப்படி பிரம்பு அடி, மண்டியிடுவது, உதை, கிள்ளு, கொட்டு என எத்தனையோ தண்டனைகள் தந்தபோதும் திவாவின் விளையாட்டுத்தனத்தைப் பள்ளி ஆசிரியர்களால் கட்டுப்படுத்த முடியவேயில்லை

பள்ளிக்கூடம் என்ற ஒன்றை யார் உருவாக்கினார்கள் என்று அவனுக்குத் தெரியவில்லை. எதற்காக நகரில் இவ்வளவு பள்ளிகள் இருக்கின்றன என்று பல நேரங்களில் திவாவிற்கு ஆத்திரமாக வரும்.

பள்ளிக்கூடங்களுக்குக் கண்ணுக்குத் தெரியாத அசுரத் தனமான கைகள் இருக்கின்றன. பாதி தூக்கத்தில் அவனை எழுப்பிப் பள்ளிக்குக் கிளம்பச் சொல்கின்றன. அவசர அவசரமாகச் சாப்பிடச் செய்து, கனமான பையைத் தூக்கிக் கொண்டு அவன் ஓடிவருவதைப் பார்த்து சிரிக்கின்றன. அடிவாங்கும்போது வகுப்பறைச் சுவர்கள் வாயைப் பொத்திக் கொண்டு சிரிப்பதை அவன் கண்டிருக்கிறான். உலகில் உள்ள பள்ளிக்கூடங்கள் யாவும் ஒரே நாளில் காணாமல் போய்விட்டால் நன்றாக இருக்கும்தானே? பள்ளிக்கூடங்களின்

இரும்புக் கதவுகளைப் பார்க்கும்போதே பயமாக இருக்கிறது. எதற்காக இவ்வளவு பெரிய கதவுகள்? அவை மூடும்போது உருவாக்கும் சப்தம் அடிவயிற்றைக் கலக்குகின்றது.

ஒரேயொரு ஆள் படிக்கும் பள்ளி என்று ஏதாவது உலகிலே எங்காவது இருக்கிறதா என்ன? அப்படி இருந்தால் தான் அதில் படிக்க வேண்டும். தனக்கு விருப்பமான நேரத்தில் எழுந்து மெதுவாக நடந்துபோய், வகுப்பறையில் தான் ஒருவன் மட்டும் உட்கார்ந்து கொண்டு சிரிக்க சிரிக்கப் பேசும் ஆசிரியர்கள் வந்து பாடம் நடத்தி அவனோடு விளையாடி, அவன் சொல்லும் கதைகளைக் கேட்டு சந்தோஷப்பட வேண்டும் என்று நினைப்பான். ஆனால் அப்படியான பள்ளிகள் உலகில் இருக்கவே இருக்காது என்று உறுதியாகத் தோன்றியது.

பள்ளியின் மீதான கோபம் அவனுக்கு நோட்டு பென்சில்களின் மீதான கோபமாக மாறியிருந்தது. ஆசிரியர் சொல்ல சொல்ல இந்தப் பென்சில்கள் ஏன் தானே எழுதிக் கொள்வதில்லை. பாதி எழுதும் நேரத்தில் உடைந்துபோய் கழுத்தை அறுக்கின்றன என்று ஆத்திரமாக வரும். இதனால் அவன் வாயில் வைத்து பென்சிலைக் கடித்து உடைத்துப் போடுவான். பென்சில்களோடு சண்டையிடுவான்.

பென்சில் இல்லை என்ற காரணத்தைச் சொல்லி எழுதாமலே உட்கார்ந்திருப்பான். அதற்கும் நிச்சயம் அடி விழும். இத்தோடு நீ நூறு பென்சிலைத் தொலைத்துவிட்டாய் என்று அம்மா முதுகிலே அடிப்பாள். ஆனால் அவன் அழுவதேயில்லை.

ஒரு நாள் அவன் கனவில் அவனே ஒரு பென்சில் போல மாறியிருந்தான். அவனை யாரோ சீவிக் கொண்டிருந்தார்கள். அவனது தலை சீவ சீவ வளர்ந்து கொண்டிருந்தது. பயந்து அலறிக் கத்தினான். தூக்கத்திலே அம்மா கோபமான குரலில் உயிரை எடுக்காமல் படுடா என்றாள். அவளிடம் தனது கனவை எப்படிச் சொல்வது என்று தெரியாமல் பென்சில் பென்சில் என்று உளறினான். அம்மாவிற்கு ஆத்திரமாகி இருக்க வேண்டும். ஏன்டா திவா என்னை இப்படி அர்த்தராத்திரியில் உயிரை எடுக்குறே. இந்நேரத்தில உனக்கு எதுக்குடா பென்சில் என்று நாலு அடி போட்டாள் .

திவாவிற்கு அம்மா அடித்ததை விடவும் . விடியும் போது ஒருவேளை அவன் பென்சிலாக மாறிவிட்டால் என்ன செய்வது என்று பயமாக இருந்தது. உறங்கினால் தான் நிச்சயம் பென்சிலாகிவிடுவோம் என்றுகூடத் தோன்றியது. அதற்காக விழித்தபடியே கிடந்தான். அதனால் அன்றைக்குப் பள்ளிக்குக் கிளம்பத் தாமதமானது. பள்ளிப் பேருந்தைத் தவற விட்டிருந்தான். ஆத்திரமடைந்த அம்மா திட்டும் அடியும் தந்தபடியே அவனைச் சாலையில் இழுத்துக் கொண்டு ஆட்டோ பிடிக்க ஓடினாள்.

ஆனாலும் அவர்கள் போய்ச் சேர்வதற்குள் பள்ளி துவங்கியிருந்தது. மூடப்பட்ட இரும்பு கேட்டின் முன்பாக திவாவும் அம்மாவும் நின்றிருந்தார்கள். அம்மா ஆற்றாமையால் அழுதாள். அவளைப் பார்க்க திவாவிற்குப் பாவமாக இருந்தது. வாட்ச்மேன் அம்மா அழுவதை கவனித்தது போல தான் உள்ளே கொண்டுபோய் விடுவதாகச் சொல்லி திவாவைத் தன்னோடு அழைத்துக் கொண்டான். அவசரத்தில் திவாவின் மதிய உணவை அம்மா வீட்டிலே வைத்துவிட்டு வந்துவிட்டாள்.

பள்ளியின் மூடப்பட்ட கதவுகளைப் பார்த்து ஏன் அம்மா அழுகிறாள் என்று திவாவிற்குப் புரியவேயில்லை. அவனிடம் ஏன் தாமதமாக வந்தாய் என்று டீச்சர் கேட்டபோது திவா அவனது அம்மா அழுதார்கள் என்று மட்டும் சொன்னான். ஆசிரியர் அதற்குமேல் கேட்கவேயில்லை. அம்மா அழுவதாகச் சொன்னால் ஏன் அவனைப் பள்ளியில் விசாரிக்காமல் விட்டுவிடுகிறார்கள் என்பது திவாவிற்கு மேலும் குழப்பமாக இருந்தது

அன்று முழுவதும் அவன் வகுப்பறையில் எதை எதையோ யோசித்துக் கொண்டிருந்தான்.

1 வது படித்தவுடன் 11ம் வகுப்பு அப்புறம் 111ம் வகுப்பு அப்புறம் 1111ம் வகுப்பு இப்படி ஏன் வகுப்புகள் மாற்றமாட்டேன் என்கிறார்கள். ஒரு வருசத்திற்கு ஒரு வகுப்பு படிப்பது என்று யார் முடிவு செய்வது? பூமிக்கு அடியில் எங்காவது பள்ளியிருக்கிறதா? சிரிப்பதற்கு என்று தனியே வகுப்பறைகள் எங்காவது உலகில் இருக்கின்றனவா? பூமியைத் தவிர வேறு கிரகங்களில் இருந்தால்கூடப் பரவாயில்லை. அங்கே எப்படியாவது போய்ச் சேர்ந்துவிடலாம்.

பள்ளியில் இருந்து திவாமீது புகார் வரும் ஒவ்வொரு நாளிலும் அம்மா சோர்ந்து போன முகத்துடன் பள்ளிக்கு வருவாள். யார் யாரிடம் மன்னிப்பு கேட்க வேண்டுமோ அனைவரிடமும் மன்னிப்புக் கேட்பாள். பள்ளியில் வைத்து திவாகரை அடிக்கவே மாட்டாள். அவனிடம் கோபப்படுவது கூடக் கிடையாது.

திவா மீது அக்கறை இருப்பது போல சில ஆசிரியர்கள் சொல்லும் அறிவுரைகளை அம்மா மிக கவனமாகக் கேட்டுக் கொள்வாள். பள்ளியை விட்டு வெளியே அழைத்து வந்து சாலையில் நிறுத்தி கை ஓயும்வரை அவனை அடித்துவிட்டு அவன் பையைத் தூக்கிக் கொண்டு அழைத்துச் செல்வாள். பேருந்தில் அருகாமையில் உட்கார வைத்துக் கொண்டு நினைத்து நினைத்து அவன் தொடையில் கிள்ளுவாள்.

திவா அழவே மாட்டான். அதுதான் அவளை மிக அதிகமாகக் கோபம் கொள்ள வைக்கும். இவ்வளவு அடிவாங்கியும் ஏன்டா அழமாட்டேங்குறே, நீ முட்டாளா? என்று சொல்லி சொல்லி அடிப்பாள். ஆனால் திவா ஒருநாள் கூட அடிவாங்கியதற்காக அழுததேயில்லை. மாறாக வரும் வழியெங்கும் பள்ளிக்கூடத்தில் அடிப்பதை யார் முதலில் கண்டுபிடித்தார்கள் என்று பலநாள் யோசித்திருக்கிறான். யாரிடமாவது அதைப்பற்றிக் கேட்டால் அடிப்பார்களே என்றுதான் தோன்றும்

வீட்டிற்கு வந்ததும் திவாவின் புத்தகப் பையைத் தூக்கி எறிந்துவிட்டு படுக்கையில் படுத்து அம்மா அழுது கொண்டேயிருப்பாள். திவா ஓடிப்போய் பாத்ரூம் கதவை மூடிக்கொண்டு உள்ளே உட்கார்ந்து கொள்வான். அப்பா அலுவலகத்திலிருந்து திரும்பி வரும்வரைக்கும் அவன் அதற்குள்ளாகவே இருப்பான்

தண்ணீரைச் சொட்டுசொட்டாக திறந்துவிட்டு வேடிக்கை பார்த்துக் கொண்டிருப்பான். ஒவ்வொரு சொட்டும் ஏன் ஒரு வேகத்தில் விழுகின்றன. ஒரு சொட்டு போல மற்றொரு சொட்டு ஏன் இருப்பதில்லை. தண்ணீர் ஏன் எப்போதுமே தரையை நோக்கி விழுகிறது. வானத்தை நோக்கி பறக்கலாம்தானே என்று யோசனைகள் தோன்றும்

சுவரில் மாட்டப்பட்டிருந்த கண்ணாடியில் தன்னையே உற்று பார்த்துக் கொண்டிருப்பான். பாத்ரூமினுள் ஒரு கரப்பான் பூச்சியிருந்தது. அது கண்ணாடி ஜன்னலின் இடுக்கில் இருந்து ரகசியமாக எட்டிப் பார்ப்பதும் மறைவதுமாக இருக்கும். அதை வெளியே வரும்படி நைசாகக் கூப்பிடுவான். கரப்பான்பூச்சி அவன் பேச்சைக் கேட்பதேயில்லை.

சில வேளைகளில் அவனுக்குத் தோன்றும், பாத்ரூமிற்குள்ளாகவே இருந்தபோதும் கரப்பான்பூச்சிகள் குளிக்குமா? தன்னைப் போல தினமும் வீட்டுப்பாடம் எழுதிக் கொண்டிருக்குமா?

சில நாட்கள் குளியல்சோப்பை வாஷ்பேஷினில் தண்ணீர் நிரப்பி அதில் கரைய வைத்து விளையாடுவான். சோப்பை முகத்தில் பூசிக் கொண்டு தன்னை விண்வெளி வீரன் என்று சொல்லியபடியே சோப்பு நுரைகளை அள்ளி அள்ளி வீசுவான். பல்துலக்கும் பசையைப் பிதுக்கி நீளமாக சுவர் முழுவதும் வரைந்து வைப்பான். அதற்கும் இரவில் அடிவிழும். திவாகர் அடிவாங்காமல் ஒருநாள் கூட இருந்ததேயில்லை

அப்பா எப்போதுமே இரவு ஒன்பது மணிக்குத்தான் வீடு வந்து சேர்வார். வந்தவுடனே 'எங்கே திவா' என்று கேட்பார். அன்றைக்கு அவன் செய்த தவறுகள் அத்தனையையும் அம்மா சொல்லித் தீர்த்தவுடன் கோபத்துடன் பாத்ரூம் கதவைத் தட்டுவார்.

தயக்கத்துடன் கதவைத் திறந்து திவா வெளியே வருவான். அப்பா அவனை முறைத்தபடியே கன்னத்தில் ஓங்கி ஒரு அறை தந்துவிட்டு 'மம்மி சொல்ற படி நடக்கணும் புரியுதா' என்று கத்துவார். திவா அதற்கும் அழமாட்டான்.

பிறகு அப்பா வழக்கம் போல தனது லேப்டாப்பில் வேலை செய்ய ஆரம்பித்துவிடுவார். அம்மா சாப்பிடக் கூப்பிடுவாள். அவனுக்கு சாப்பாடு போட்டபடியே நடந்த தப்பிற்கு எல்லாம் பள்ளியில் உள்ள முரட்டு மாணவர்கள் காரணம் ஆனால் எல்லாப் பழியும் திவாவின் மேலே விழுகிறது என்று அவனுக்கு ஆதரவாகப் பேசுவாள். பரிவாகத் தலையைத் தடவி விடுவாள். அவன் நல்ல படிப்பாளி என்று பாராட்டுவாள். அதைப் பார்க்க திவாவிற்கு ஆச்சரியமாக இருக்கும். இதை ஏன் ஒரு நாளும் அம்மா பள்ளியில் வந்து பேசுவதேயில்லை.

சாப்பிடும் போது ‘திவா இன்னைக்கு ஸ்கூலில் எத்தனை அடி வாங்கினே’ என்று அவனது தம்பி அப்பு சைகையில் கேட்பான். கோபத்தில் அவனை அப்படியே அறைய வேண்டும் போலிருக்கும். திவா முறைத்தபடியே சாப்பிடுவான்.

அப்பு வேகவேகமாக சாப்பிடக் கூடியவன். அதனால் தன் தட்டில் உள்ள தோசைகளைச் சாப்பிட்டுவிட்டு திவாவின் தட்டில் இருந்ததையும் சேர்த்து சாப்பிட்டுவிடுவான். திவா மிக மெதுவாகவே சாப்பிடுவான். அப்போதும் அவனுக்கு ஏதாவது யோசனை தோன்றிக் கொண்டேயிருக்கும்.

இரவில் படுக்கையில் படுத்த போதும் கூட அவனுக்கு எளிதில் உறக்கம் வராது. கரப்பான்பூச்சி இரவில் என்ன செய்து கொண்டிருக்கும். அதற்கு குளிராதா? பள்ளியில் இரவில் யார் படிப்பார்கள்? ஏன் பள்ளிக்கூடங்களில் இரவில் பாடம் நடத்துவதில்லை. ஏன் படுத்துக்கொண்டு உறங்குகிறோம். நின்றுகொண்டே தூங்கினால் என்ன ஆகிவிடும் என்று ஏதாவது ஒன்றைப் பற்றி நினைத்துக் கொண்டிருப்பான். அவன் அறியாமல் உறங்கினாலும் கனவில் விசித்திர மிருகங்கள் அவனைத் துரத்திக் கொண்டிருக்கும்

திவாகடைசியாகராயல்பள்ளியில்படித்துக்கொண்டிருந்தான். அவன் வகுப்பில் அறுபத்திநாலு மாணவர்கள் இருந்தார்கள். அதில் கடைசி ரேங்க் வாங்கியது திவாதான். அவனுக்கு ஆசிரியர்கள் கற்றுத்தருவது பிடிப்பதேயில்லை. பாடப்புத்தகங்களைக் கையில் எடுத்து வைத்துக்கொண்டு சப்தமாக வாசிப்பதை ஏன் கற்று தருதல் என்று பொய் சொல்கிறார்கள். ஒரு ஆசிரியருக்குக் கூட புத்தகம் மனப்பாடமாகத் தெரிவதில்லை, பின்பு மாணவர்கள் மட்டும் ஏன் மனப்பாடம் செய்ய வேண்டும் என்று கட்டாயப்படுத்துகிறார்கள்,

ஒருநாள் கூட ஒரு ஆசிரியரும் வகுப்பறையில் சிரித்ததேயில்லை. சொன்னதையே திரும்ப திரும்பச் சொல்கிறார்கள். கேட்டாலே தூக்கம் வருகிறது,

நிறைய நேரங்கள் ஆசிரியர் கேட்கும் கேள்விக்கு திவாவிற்கு பதில் தெரியும். எதற்காகப் பதில் சொல்ல வேண்டும் என்று பேசாமல் இருப்பான். அதற்காக அவனுக்கு அடி விழும். இதனாலே பள்ளிக்கு வருவதற்கே அவனுக்குப் பிடிக்காமல் போனது

சில நேரம் விளையாட்டு போல அவனுக்குள் ஒரு மனப்போக்கு உருவாகும்.

வகுப்பறையில் நடத்தப்படும் பாடத்திலிருந்து ஏதாவது ஒரு சொல் அவனை நெருங்கி வந்து பிடித்துக் கொள்வது போலிருக்கும். ஒரு நாள் எலிசபெத் டீச்சர் எஸ்கிமோக்களைப் பற்றிப் பாடம் நடத்திக் கொண்டிருந்தாள். அவனுக்கு எஸ்கிமோ என்ற சொல் மிகவும் பிடித்து போய்விட்டது. அதை அம்மாவிடம் சொல்லியபோது எஸ்கிமோ என்றால் பச்சை மாமிசம் சாப்பிடுகின்றவன் என அர்த்தம், அப்படி நாம் சொல்லக் கூடாது, அவர்களின் பெயர் இனூட் என்றாள்.

உடனே திவா தானும் ஒரு இனூட் என்று சொல்லிக் கொண்டான். தன்னைச் சுற்றிலும் பனி நிரம்பியிருப்பது போலவும், தான் பனிக்கரடிகளைத் துரத்தி செல்வது போலவும் நம்பத் துவங்கினான். அவன் கண்களுக்கு ஜன்னலுக்கு வெளியே இனூட்களின் கூட்டம் ஒன்று பனிச்சறுக்கு வண்டிகளில் சென்று கொண்டிருந்தார்கள்.

குத்து ஈட்டி ஒன்றுடன் ஒரு இனூட் அவன் வகுப்பறைக்குள் நுழைந்து அவனை அழைத்துப் போக வந்திருப்பதாக திவா பொய் சொன்னான். வகுப்பில் இருந்த மாணவர்கள் அத்தனை பேரும் சிரித்தார்கள்.

எலிசபெத் டீச்சர் அருகில் வந்து என்னடா உளறுகிறாய் என்று கேட்டாள். திவா அமைதியாக நானும் ஒரு இனூட் தானே மிஸ் என்று சொன்னான். அவள் முதுகில் ஓங்கி அடித்துவிட்டு வகுப்பு முடியும்வரை மண்டியிட்டு இருக்கச் சொன்னாள். திவாவிற்கு ஏன் தன்னுடைய பள்ளியைச் சுற்றி பனி பெய்யவில்லை என்று கவலையாக இருந்தது. எப்படியும் மாலைக்குள் இனூட்கள் வந்து தன்னை அழைத்துக் கொண்டு போய்விடுவார்கள் என்று நம்பிக் கொண்டிருந்தான்.

அன்று மாலை பள்ளி முடிந்து வீட்டிற்கு வந்து குளிர் சாதனப்பெட்டியில் இருந்து பனிக்கட்டிகளை எடுத்து படுக்கை முழுவதும் போட்டு அதன்மீது உட்கார்ந்து கொண்டு பனிச்சறுக்கு விளையாடினான்.

பனித்துண்டுகளை வீடெங்கும் ஒட்டி வைக்க முயற்சி செய்தான். அன்றிரவு எல்லா நாட்களையும் விட திவாகருக்குக் கூடுதலாக அடி விழுந்தது. ஆனால் பனிக்கட்டி ஏன் சுவரில் ஒட்ட மறுக்கிறது என்ற அவனது கேள்விக்கு வீட்டில் யாரும் பதில் சொல்லவேயில்லை.

வீட்டில் உள்ள நாய்க்குட்டி எப்போதாவது பள்ளிக்குப் போய் படிக்கிறதா என்ன? பிறகு தான் மட்டும் எதற்காகப் படிக்க வேண்டும் என்று அம்மாவிடம் அன்றிரவு கேட்டான். அம்மா முறைத்தபடியே படிக்காமல் இருந்தால் நீ தெருநாய் போலாகி விடுவாய் என்று சொன்னாள்.

நல்லதுதானே என்று தோன்றியது.

தெருநாயாக இருந்தால் சுற்றிக் கொண்டேயிருக்கலாம். இந்த நகரம் முழுவதையும் சுற்றிப் பார்த்துவிடலாம். யாரையும் பார்த்துக் கத்தலாம். பயமுறுத்தலாம். பைக் பின்னாடியே ஓடலாம். சண்டை போடலாம். எப்படித் தெருநாய் ஆவது என்று அம்மா சொல்லவேயில்லை.

அவர்கள் வீடு உள்ள ஆறாவது மாடியில் இருந்து பார்த்தால் தெரியும் ராணுவக் குடியிருப்பிற்குள் கூட போய்வரலாம். ஆனால் அதற்கெல்லாம் அம்மா அனுமதிக்கவேமாட்டாள். சே... எப்படியாவது நாயாக மாறிவிட வேண்டும் என்று திவாவிற்குத் தோன்றியது.

அவர்கள் இதுவரை நகரில் நாலு வீடு மாறிவிட்டார்கள். எல்லாமும் அடுக்குமாடி வீடுகள். அதிலும் ஐந்தாவது மாடி எட்டாவது மாடி என்று உயரத்திலே இருந்தார்கள். அந்த வீடுகளில் அவனோடு விளையாடுவதற்கு யாரும் கிடையாது. படிக்கட்டு களில் யாரும் ஏறி வரமாட்டார்கள். காய்கறிகள் பால்பாக்கெட்டுகள் கூட கயிறு கட்டி வாங்கிக் கொள்வார்கள். எப்போதாவது கடற்கரைக்குப் போகும்நாளில் கூட அம்மா அவனைத் தனியே விளையாட அனுமதிக்கமாட்டாள். இதற்குத் தெருநாயாக இருந்தால் பரவாயில்லை தானே என்று தோன்றியது.

ஒரு நாள் ராயல் பள்ளியினுள் ஒரு எலி இருப்பதை திவா தான் கண்டுபிடித்தான். மாணவர்களுக்கான உணவு உண்ணும் அறையின்

161

பின்புறத்தில் அந்த எலி மறைந்திருந்தது. சில நேரங்களில் வகுப்பு நடந்து கொண்டிருக்கும்போது அந்த எலி மெதுவாக வெளியே வந்து அவசரமாகத் தூணை விட்டுத் தாவியோடி இரும்புக் கேட்டைத் தாண்டி வெளியே போவதைக் கண்டிருக்கிறான்.

எதற்காக எலி பள்ளிக்கு வருகிறது என்று வியப்பாக இருந்தது. ஒரு வேளை அதையும் தன் அம்மாவைப் போல ஒருத்தி கட்டாயமாகப் பள்ளிக்கு அனுப்பி வைத்துவிட்டாளா? எலி தன் வீட்டிலிருந்து எத்தனை மணிக்குப் பள்ளிக்குப் புறப்படும்? பள்ளிக்கு ஏதாவது வேனில் வருமா அல்லது நடந்து வருமா? பாடப்புத்தகங்களை எடுத்துக் கொண்டு வருமா இல்லை வீட்டுப்பாடம் எழுதாமல் வருமா? அந்த எலி எந்த வகுப்பில் படிக்கிறது? என்று நினைத்துக் கொண்டிருந்தான்.

இதற்காகவே எலியை கவனிப்பதே வாடிக்கையாயிருந்தான். அதில் எலி பள்ளிக்கு வருகின்றதேயன்றிப் பாடம் எதையும் படிப்பதில்லை என்பது சந்தோஷம் தருவதாக இருந்தது. தன்னைப் போலவேதான் அந்த எலியும் இருக்கிறது என்று உற்சாகம் கொண்டான். படிக்காவிட்டால் பிறகு எலிக்குப் பள்ளியில் என்ன வேலை என்று கண்டுபிடிக்க அவன் ரகசியமாகச் சுற்றியலைந்தான்.

ஆசிரியர்கள் மாணவர்கள் கொண்டுவரும் மதிய உணவிலிருந்து திருடி சாப்பிடுவதற்காக அந்த எலி பள்ளிக் கூடத்திற்கு வருகிறது என்பதை அவன் கண்டுபிடித்தான். அது மிகுந்த வேடிக்கையாக இருந்தது. அது வெறும் எலி அல்ல, திருட்டு எலி. அந்த எலி எல்லோரையும் ஏமாற்றிப் பள்ளிக்குள் அலைந்து கொண்டிருப்பது அவனுக்குப் பிடித்திருந்தது. இவ்வளவு கோபக்கார ஆசிரியர்கள் இருந்தும் ஒருவராலும் அந்த எலியைக் கண்டுபிடிக்க முடியவில்லை.

திவாகர் அந்த எலிக்கு முன்னி என்று பெயர் வைத்தான். அது யாருமில்லாத நேரங்களில் அவசரமாக வராண்டாவைக் கடந்து ஓடும். சில நேரம் படிக்கட்டுகளின் ஓரத்தில் தாவி தாவி வேடிக்கை காட்டும். ஒரு நாள் சைக்கிள் ஸ்டாண்டின் அருகே சென்றபோது அந்த எலி எதையோ தின்று கொண்டிருப்பதைக் கண்டான். உடனே சப்தமாக ஏய் முன்னி! பள்ளிக்கூடத்தில் வந்து திருட்டு வேலை

செய்கிறாயா என்று கேட்டான். அந்த எலி அவனைத் திரும்பி பார்த்து வாலை ஆட்டிவிட்டு வேகமாகச் சென்று விட்டது.

இது நடந்த மூன்றாம் நாளின் காலையில் வகுப்பு நடந்து கொண்டிருந்தபோது அதே எலி ஒரு அவித்த முட்டையின் துண்டைத் திருடிக் கொண்டு வேகமாக அவன் வகுப்பை கடந்து ஓடுவதைக் கண்டான். அவனுக்கு சிரிப்பாக வந்தது. யாருடைய டிபன் பாக்சில் இருந்து முட்டையைத் திருடியது என்று தெரியவில்லை. தூண் ஓரமாக மறைந்து கொண்டு முட்டையை எலி தின்னத் துவங்கியது. திவாகர் அதை கவனித்தபடியே மனதிற்குள்ளாக 'முன்னி, நீ முட்டை சாப்பிடு நான் யாராவது வந்தால் சப்தம் போடுகிறேன்' என்று சொன்னான். எலி அதைக் கேட்டது போலவே இல்லை.

வராந்தையில் யாரோ நடந்து வருவது போல இருந்தது. முன்னி யாரோ ஆள் வர்றாங்க, வேகமா சாப்பிடு என்று கைகளைக் குவித்துக் கொண்டு சொன்னான் திவா. ஆனால் அந்த சப்தம் கேட்பதற்குள் ஆள் அருகில் வந்திருக்கக் கூடும். மறுநிமிசம் பலத்த கூக்குரல் கேட்டது.

"அய்யோ எலி... எலி..."

ஜெயசுந்தரி மிஸ் அந்த எலியைப் பார்த்துவிட்டாள். அவள் பலத்த குரலில் "எலி எலி" என்று கத்தினாள். மறுநிமிசம் வகுப்பில் இருந்த மாணவர்கள் சேர்ந்து கொண்டு "எலி எலி" என்று சப்தமிட்டார்கள். பாதி தின்ற முட்டையை அப்படியே போட்டுவிட்டு எலி வாலை வேகமாக ஆட்டியபடியே ஓடத்துவங்கியது. அதற்குள் பள்ளியின் காவலர் மற்றும் வேன் டிரைவர்கள் ஆசிரியர்கள் என்று பலரும் அந்த எலியைத் துரத்தத் துவங்கினார்கள்.

எங்கே ஓடுவது என்று புரியாமல் எலி அங்குமிங்கும் ஓடி திவாவின் வகுப்பறைக்குள் தாவி வந்தது. மாணவிகள் பயத்தில் சப்தமிட்டார்கள். அது வகுப்பறைக்குள் வழி தெரியாமல் தத்தளித்தது.

தன்னை நம்பி தான் அந்த எலி வருகிறது என்று திவா எண்ணினான். "வா என்னோட பையில் வந்து ஒளிந்துகொள்" என்று கத்தினான். எலி ஓடிவந்த வேகத்தில் அவனைக் கடந்து பெஞ்சில்

ஏறி அங்கிருந்து ஜன்னலில் தாவி வெளியே குதித்தது. இவ்வளவு நாட்கள் தான் மிகவும் நட்பாகப் பழகிய போதும் ஏன் அந்த எலி அப்படிச் செய்தது என்று கோபமாக வந்தது.

ஜன்னலில் இருந்து தாவிய எலி ஓடும்போது வெளியே செடிகளுக்குத் தண்ணீர் ஊற்றுகின்ற ஒருவன் தன் கையில் இருந்த தடியால் எலியின் தலையில் ஓங்கி அடித்தான். அதே இடத்தில் எலி சுருண்டு விழுந்தது.

பூச்செடியின் அருகில் விழுந்து கிடந்த எலியின் வாலைப் பிடித்துத் தூக்கிக்கொண்டு வந்தான். பாதி மயக்கத்தோடு அது வகுப்பறைகளைப் பார்த்தபடியே போனது. என்ன செய்யப் போகிறார்கள் என்று புரியாமல் திவா பார்த்துக்கொண்டேயிருந்தான். விஞ்ஞான ஆசிரியை அந்த எலியைப் பரிசோதனைக் கூடத்திற்குக் கொண்டுபோய் அறுத்து அதன் உடல் அமைப்பை மாணவர்களுக்குக் காட்டலாம் என்று சொன்னாள். எலியைப் பரிசோதனை கூடத்திற குக் கொண்டு போனார்கள்.

திவாவிற்கு வருத்தமாக இருந்தது. தான் சொன்னதைக் கேட்காமல் எதற்காக இந்த எலி இப்படி மாட்டிக் கொண்டது. அவித்த முட்டையைத் திருடி சாப்பிட்டது குற்றமா என்ன? எதற்காக எலியை இப்படி துரத்தி துரத்தி அடிக்கிறார்கள். யாராவது எலிக்காக ஒரு நாளாவது தன் வீட்டிலிருந்து ஏதாவது சாப்பிடக் கொண்டு வந்திருக்கிறார்களா என்ன? அல்லது அவர்களில் எவரையாவது எலி எப்போதாவது கடித்திருக்கிறதா அல்லது மிரட்டியிருக்கிறதா? எதற்காக அதைக் கொல்ல வேண்டும்?

பாதி முட்டை தானே, சாப்பிட்டால் சாப்பிட்டுப் போகட்டுமே. எவ்வளவு சாப்பாட்டை மதியம் வீணடிக்கிறார்கள்.

திவா வகுப்பில் இருந்து வெளியே போய், பரிசோதனைக் கூடத்தில் எலியை என்ன செய்கிறார்கள் என்று பார்க்க விரும்பினான்.

எலியை அறுத்து அதன் உடலில் உள்ள குடலைப் படம் வரைந்து பாகம் குறிப்பார்கள் என்று அவன் அருகில் உள்ள கணபதி சொன்னான். திவாவிற்கு எரிச்சலாக வந்தது.

திவா கோபத்துடன் சொன்னான். "யார் எல்லாம் எலியை கேலி செய்தார்களோ அவங்க எல்லாரும் தூங்கும்போது இதே எலி வந்து அவங்க வயித்தைக் கிழிச்சி, குடலை வெளியே எடுத்துப் படம் வரையும் பாரு" என்றான்.

கணபதி பயத்துடன் "நிஜமாவா?" என்று கேட்டான்.

"ஆமாம், கட்டாயம் வயிற்றைக் கிழித்து படம் வரையும். இது சத்தியம் என்றதும் கணபதி அழுதபடியே மிஸ் இவன் என் குடலைக் கிழிச்சி படம் வரைஞ்சிருவேன்னு சொல்றான்" என்று கத்தினான்.

திவா ஆத்திரத்துடன் தன் உடைந்த ஸ்கேலால் அவன் முதுகில் குத்தியபடியே "நான் சொன்னது உன்னையில்லை" என்று கத்தினான்.

ஆனால் அடிபட்ட கணபதி வலியோடு மிக சப்தமாக அழுதான்.

வகுப்பில் இருந்த ஜென்சி மிஸ் அருகில் வந்து "கணபதி என்ன ஆச்சு" என்று கேட்டாள்.

கணபதி அழுதபடியே "மிஸ் இவன் என் குடலை ஸ்கேலால் குத்தி கிழிச்சி உள்ளே இருக்கிறதை எடுத்திரப் போறானாம், அந்த எலியைக் கூட இவன் தான் ஸ்கூலுக்கு கொண்டுவந்து விட்டிருக்கான்" என்றான்.

ஜென்சி டீச்சர் அவனை எழுந்து நிற்க சொல்லியபடியே திவா, "அவனை அடிச்சியா" என்று கேட்டாள். பதில் சொல்லாமல் நின்று கொண்டேயிருந்தான்.

கணபதி அவன் கையிலிருந்த உடைந்த ஸ்கேலைப் பிடுங்க முயற்சித்தான். திவா கொடுக்காமல் இறுக்கி பிடித்துக் கொண்டான். கணபதி பிடுங்க முற்பட்டவுடன் ஆத்திரத்துடன் அவன் பல்லோடு சேர்ந்து அந்த ஸ்கேலால் குத்தினான் திவா. மறுநிமிசம் கணபதியின் உதடு கிழிந்து ரத்தம் கொப்பளித்தது. பல்லில் கூட அடிபட்டிருக்கக் கூடும். ரத்தம் பீறிட்டது

கணபதி வலியில் கூப்பாடு போட்டான். ஜென்சி மிஸ் திவாவின் கன்னத்தில் அறைந்தபடியே அவனை இழுத்துக் கொண்டு

ஓரமாகப் போய் நிறுத்தினாள். அதற்குள் இரண்டு மாணவர்கள் கணபதியை அழைத்துக் கொண்டு முதல் உதவி செய்யும் அறைக்குக் கூட்டிப் போனார்கள். கணபதி வலி தாங்கமுடியாமல் அழுது கொண்டு சென்றான்.

திவா முறைத்தபடியே நின்று கொண்டிருந்தான். வகுப்பை அப்படியே விட்டுவிட்டு ஜென்சி டீச்சர் பள்ளி முதல்வரைப் பார்ப்பதற்காகச் சென்றாள். திவாகருக்கு அந்த எலியை அதன் வீட்டில் தேடுவார்களா என்று கவலையாக இருந்தது.

திரும்பி வந்த ஜென்சி டீச்சர் அவனை இழுத்துக் கொண்டுபோய் பிரின்ஸ்பல் அறையின் முன்பாக நிறுத்தி வைத்தாள். அவனது அம்மாவிற்கு போன் செய்திருந்தார்கள். அவள் வரும்வரை அவனை ஓரமாக மண்டியிட்டு இருக்கும்படியாகச் சொல்லிவிட்டு ஜென்சி டீச்சர் மீண்டும் வகுப்பறைக்குப் போனாள்.

எலியின் வயிற்றை இவர்கள் மட்டும் கிழிக்கலாம். ஆனால் தான் கனவில் வந்து எலி உன் வயிற்றைக் கிழித்துவிடும் என்று சொன்னதற்கு எதற்கு அடிக்கிறார்கள் என்று திவாவிற்கு எரிச்சலாக வந்தது. திவாகர் மண்டியிட்டபடியே காத்துக் கொண்டிருந்தான்.

கடந்து செல்லும் ஆசிரியர்கள் அவனை ஏளனத்துடன் பார்த்தபடியே சென்றார்கள். அம்மா வந்து சேரும்போது பின்மதியமாகியிருந்தது. அம்மா முதல்வர் அறைக் குள்ளாகவே நின்று கொண்டிருந்தாள். பிறகு வெளியே வந்து அவனை அடிக்கவேயில்லை. "எழுந்து உன் பையை எடுத்துக் கொண்டு வா" என்று சொன்னாள். வகுப்பிற்குச் சென்று தன் பையை எடுத்துக் கொண்டான். வெளியே வந்தபோது அம்மா "இனிமேல் நீ படிக்கவே வேண்டாம்" என்று கடுகடுத்த குரலில் சொன்னாள்.

அம்மா அவனை அடிக்காதது ஆச்சரியமாக இருந்தது. ஒரு வேளை பஸ்ஸில் வைத்து அடிக்கக் கூடும் என்று நினைத்தான். ஆனால் அம்மா வீடு வரும்வரை அடிக்கவேயில்லை. வீட்டிற்கு வந்த பிறகும் "பசிக்கிறதா" என்று கேட்டுவிட்டு அவனுக்காக உணவைச் சூடாக்கி சாப்பிட சொன்னாள். பிறகு "கதவை மூடிக்கொண்டு டிவி பார்த்துக் கொண்டிரு" என்று சொல்லிவிட்டு அம்மா பீரோவைத் திறந்து பணம் எடுத்துக் கொண்டு வெளியே கிளம்பிச் சென்றாள்.

அம்மா சொன்னது நிஜம்தானா? இனிமேல் பள்ளிக் கூடத்திற்கே போகவேண்டிய தேவையில்லையா என்று யோசனையாக இருந்தது.

பள்ளிக்கூடத்திற்குப் போகவில்லை என்றால் வெளியே ஒவ்வொரு தெருவாகச் சுற்றிப் பார்க்கலாம் என்று நினைத்தபடியே நோட்டில் அவன் வகுப்பறைக்குள் ஓடிய எலியை வரையத் துவங்கினான்.

இரவு எட்டு மணிக்கு அம்மாவும் அப்பாவும் அப்புவை அழைத்துக் கொண்டு வீடு வந்து சேர்ந்தார்கள். அவனை ஒன்றுமே கேட்டுக் கொள்ளவில்லை. அப்பு அவனிடம் "நீ கணபதின்னு ஒரு பையனை அடிச்சயே அவங்க வீட்டுக்கு போயி நாங்க சாரி கேட்டுட்டு வர்றோம்" என்றான்.

"நீ எதற்காக கணபதியைப் போய் பார்த்தே" என்று திவா கோபப்பட்டான். "அந்தப் பையனுக்கு முகம் வீங்கிப் போயிருக்கு. உதடு கிழிஞ்சி போய் தையல் போட்டு இருக்கு. இனிமே நீ அந்த ஸ்கூல்ல படிக்கமாட்டேன்னு அம்மா சொன்னாள்" என்றான் அப்பு.

"அப்படியானால் அந்த கணபதியை அடிச்சது சரிதான்" என்றபடியே தான் வரைந்திருந்த எலியை அவனிடம் காட்டி "இந்த எலிதான் எங்க கிளாஸ்ல வந்து இன்னைக்கு மாட்டிகிடுச்சி" என்று சொன்னான்.

அப்பு அந்தப் படத்தை வாங்கிக்கொண்டு ஓடிப்போய் அப்பாவிடம் கொடுத்தான். அவர் சப்தமாக "திவா இங்கே வா" என்று கூப்பிட்டார். திவா அப்பா அருகில் போய் நின்றபடியே தலையைக் கவிழ்ந்து கொண்டான்.

அப்பா எரிச்சல் தாங்க முடியாத குரலில் கேட்டார்.

"உனக்கு என்னடா பிரச்சனை? உன்னை நாங்க என்னதான்டா செய்றது? இந்த ஸ்கூல்ல இருந்தும் உன்னை வெளியே அனுப்பிட்டாங்க. இனிமே உன்னை வேற ஸ்கூல்ல சேர்க்க முடியாது. இனிமே என்ன செய்யப் போறே? உன்னை நாளைக்கு ஒரு டாக்டர்கிட்டே கூட்டிட்டு போய் செக்கப் பண்ணப் போறோம்."

திவா பயத்துடன் பேசாமல் நின்றான். அப்பா அந்த எலி படத்தை வாங்கிக் கிழித்துப் போட்டுவிட்டு “போ. போயி டீவி பாரு” என்று சொன்னார். திவாகருக்கு அந்த எலி படத்தை ஏன் அப்பா கிழித்து போட்டார் என்று புரியவேயில்லை.

அன்றிரவு அப்பாவும் அம்மாவும் நெடுநேரம் அவனைப் பற்றியே பேசிக் கொண்டிருந்தார்கள்.

அதன் மறுநாள் அவனை டாக்டர் ஜெகத்ராமனிடம் அழைத்துப் போனார்கள். அவர் நிறைய கேள்விகள் கேட்டார். பிறகு அவனைப் படம் வரைந்து காட்டச் சொன்னார். ஆனால் அவரிடம் எலிக்கு முன்னி என்று பெயர் வைத்ததைப் பற்றி திவா சொல்லவேயில்லை.

அதன் பிறகு நாலைந்து நாட்கள் அவன் பள்ளிக்குப் போகாமல் வீட்டிலேயே இருந்தான். அம்மா அவனை வீட்டில் விட்டு கதவை மூடிக் கொண்டு வேலைக்குக் கிளம்பிப் போய்விடுவாள். மாலையில் அவள் திரும்பி வரும்வரை வீட்டிற்குள்ளாகவே கிடக்க வேண்டியிருந்தது.

திவா ஜன்னலைத் திறந்து வைத்துக் கொண்டு வானத்தில் தற்செயலாகக் கடந்து போகும் பறவைகளை எண்ணத் துவங்குவான். சில நேரம் வீட்டின் அருகாமையில் இருந்த தென்னை மரம் எத்தனை தடவை அசைகிறது. எந்தப் பக்கம் அசைகிறது என்று பார்த்துக் கொண்டேயிருப்பான். கரப்பான்பூச்சி விழித்திருக்கிறதா இல்லை தூங்குகிறதா என்று அடிக்கடி கூப்பிட்டுப் பார்ப்பான்.

ஒரு வார காலத்தின் பிறகு ஒரு நாள் அவர்கள் வீட்டிற்கு ஒரு கடிதம் வந்தது. சிவப்பு நிற உறையில் வந்த கடிதமது. சயனகிரி என்ற ஊரில் உள்ள பள்ளியில் திவா தங்கள் பள்ளியில் படிப்பதற்காக தேர்வு செய்யப்பட்டிருக்கிறான் என்ற விபரம் அதில் இருந்தது. அப்பாவிற்கு அது எப்படி என்று புரியவேயில்லை. அப்படியொரு பள்ளியைப் பற்றி அவர் அறிந்திருக்கவேயில்லை. விண்ணப்பிக்கவும் இல்லை. திவா பள்ளிக்குப் போகாமல் இருக்கிறான் என்று எப்படி அவர்களுக்குத் தெரியும் என்று அம்மா கேட்டாள். அப்பா அவர்களிடம் போனில் தொடர்பு கொண்டு கேட்டபோது படிப்பை விட்டு நிறுத்தப்படும் மாணவர்களின்

பட்டியல் தங்களிடம் இருக்கிறது. அதிலிருந்து திவாவைத் தாங்கள் தேர்வு செய்ததாகத் தெரிவித்தார்கள்.

நல்லவேளை இந்தப் பள்ளியாவது அவனைக் கூப்பிடுகிறதே என்று அப்பா சந்தோஷப்பட்டார்.

வீட்டை விட்டு அவன் கொஞ்சநாள் வெளியில் படித்தால் சரியாகிவிடுவான். சயனகிரியில் அவனைச் சேர்த்துவிட வேண்டியது தான் என்று அம்மா முடிவு செய்தார்.

மறுநாளே அவனுக்குத் தேவையான உடைகள், காலணிகள் யாவையும் வாங்க அப்பா அழைத்துக் கொண்டு போனார். அப்புவிற்கு இதைப் பார்க்க சிரிப்பாக இருந்தது.

அவன் இரவெல்லாம் "டேய் நீ சயனகிரியில் போய் படிக்க போறே. இனிமே வீட்டுக்கே வரமாட்டே, நான் ஒரு ஆள் மட்டும் வீட்ல இருக்கிறதை எல்லாம் ஜாலியா சாப்பிடுவேன்" என்று கேலி செய்து கொண்டேயிருந்தான்.

அம்மா மட்டும் திவாவின் தலையைத் தடவிவிட்டு "அந்தப் பள்ளியில் யாரையும் அடிக்கக் கூடாது, ஒழுங்காக படிக்க வேண்டும். நல்ல பையனாக வளர வேண்டும், புரிஞ்சதா" என்றாள். திவா ஆதங்கத்துடன் தலையாட்டிக் கொண்டான்.

படிக்காத கரப்பான்பூச்சி, படிக்காத பூனை எல்லாம் சந்தோஷமாகத்தானே இருக்கிறது. தான் மட்டும் எதற்காக சயனகிரிக்குப் போய்ப் படிக்க வேண்டும் என்று கவலையாக இருந்தது. அவனால் அதை வாய்விட்டுச் சொல்ல முடியவில்லை. அவனைத் தவிர வீட்டில் யாவரும் நிம்மதியாக உறங்கிக் கொண்டிருந்தது இன்னமும் ஆத்திரமாக வந்தது.

திவா படுக்கையில் புரண்டபடியே கிடந்தான்.

சே... எதற்காக நம்மை ஏதோ ஊரில் உள்ள பள்ளியில் சேர்க்கிறார்கள்?

இதிலிருந்து எப்படித் தப்பிப்பது என்று யோசித்தபடியே கிடந்தபோது அவனை அறியாமலே தூக்கம் வரத் துவங்கியது.

பீ.லெனின்

"பாசமலர்" "பாவமன்னிப்பு" போன்ற புகழ்பெற்ற பல படங்களைத் தந்த இயக்குநர் பீம்சிங்கின் மகன். எட்டு வயதிலிருந்தே சினிமா அறிமுகம். இந்திய அளவில் மிக முக்கியமான படத்தொகுப்பாளர். தமிழ் மட்டுமல்லாது, மலையாளம், இந்தி உட்பட பல பிரபலமான படங்கள் இவர் கைப்பட்டே மெருகேறி உள்ளன. இன்றைய சினிமா மீது தீராக் கோபம்கொண்டு, தானே 'குற்றவாளி' 'நாக் அவுட்' 'மதி எனும் மனிதனின் மரணம் குறித்து...' என இதுவரை 12 குறும்படங்கள் எடுத்து ஜனாதிபதி விருது உட்பட பல விருதுகளைப் பெற்றவர்.

இவருடைய இயக்கத்தில் உருவான ஜெயகாந்தனின் 'ஊருக்கு 100 பேர்' என்ற இவருடைய முதல் திரைப்படம் 2001 ஆம் ஆண்டின் சிறந்த தமிழ்ப் படத்துக்கான தேசிய விருதைப் பெற்றுள்ளது. இப்படத்துக்காக தேசிய அளவில் சிறந்த இயக்குநர் விருதையும் பெற்றிருக்கிறார்.

ஒரு நாடோடியைப் போல அலைந்து திரிந்து சிறந்த படமுயற்சிகளை ஊக்கப்படுத்துபவர் 2013ம் ஆண்டில் இந்தியன் பனோரமாவின் தலைவர்.

பேச்சு

பொய் பேசக்கூடாது. எனக்கு ஒண்ணாங் கிளாஸ்லேர்ந்து மூணாம் கிளாஸ் வரைக்கும் என்ன நடந்ததுன்னு தெரியாது. என்ன நடந்ததுன்னு அம்மாகிட்டே போய்க் கேட்டேன். எனக்குத் தெரியாதுடான்னாங்க. ஏன்னா, நாங்க ஆறு பேர். எங்களுக்குப் பிறகு ரெண்டு பெண்கள். எனவே எதுவும் நினைவில்லைன்னு அம்மா சொல்லிட்டாங்க. அதனால தெரியாததைப் பத்தி கதை சொல்ல முடியாது, சொல்லவும் கூடாது. அதனாலே நினைவிருக்கும் நாலாங்கிளாஸ்லேர்ந்து சொல்றேன்.

நான் நாலாங்கிளாஸ் புரசைவாக்கம் டானா தெருவிலே உள்ள கார்ப்பரேஷன் ஸ்கூலில் படிச்சேன். நாங்க, எங்க பெரியப்பா பசங்க எல்லாம் சேர்ந்து மொத்தம் பதினேழு பேர் இருப்போம். ஒரே வீட்டில் இருந்தோம். அது மேனா தெருவிலே ரொம்பவும் சிறியதான வீடு. எங்க பெரியப்பா திருப்பதியில் இருந்தார். எங்க அப்பாவுக்குச் சரியான வேலை கிடையாது. சிரிப்பு நடிகர் என்.எஸ். கிருஷ்ணன்கிட்டே வேலை பார்த்திட்டிருந்தார். அதனாலே பெரிய ஸ்கூல்லே பணம் கட்டிப் படிக்க வைக்க முடியாது. கார்ப்பரேஷன் ஸ்கூல்னா இலவசமாகப் படிக்கலாம். மதிய உணவும் சாப்பிடலாம்.

இங்கே பாதி படிப்பு படிச்சிக்கிட்டிருப்போம். திடீர்னு ரெண்டு பேரைத் திருப்பதிக்கு அனுப்பிடுவாங்க. அங்கே போய் ஒரு கார்ப்பரேஷன் ஸ்கூல்லே தெலுங்கு படிப்போம். ஆறு மாசத்திலே அங்கேயிருந்து இங்கே அனுப்பிடுவாங்க. நாலாங்கிளாஸ்லே ரெண்டு முறை இப்படி நடந்தது. அதனால தெலுங்கு வந்தது.

மெட்ராஸ் திரும்பிய பிறகு அஞ்சாங்கிளாஸ் சேர்க்கலாம் என்றார்கள். புரசைவாக்கத்தில் கங்காதீஸ்வரர் கோயில்கிட்ட இருக்கிற சிதம்பரம் செட்டியார் ஸ்கூல்லே சேர்த்தாங்க. சேர்த்தபோது ஏதோ டெஸ்ட் வச்சாங்க. இங்கிலீசுல எல்லாம் கேட்டாங்க. எனக்கு இங்கிலீஷ் தெரியவில்லை. கார்ப்பரேஷன் ஸ்கூல்ல படிச்சதனாலே. இங்கிலீசைத் தமிழிலே எழுதி படிக்க வச்சாரு. அதனாலே இங்கே அந்த அட்மிஷன் எக்ஸாமிலே தோத்துப் போயாச்சு. அதனாலே ஐந்தாங்கிளாஸ்லேர்ந்து மூணாங்கிளாஸில் போட்டுட்டாங்க. சிதம்பரம் செட்டியாரின் மனைவிதான் எனக்கு டீச்சர். அதற்கு அப்புறம் முத்தையா செட்டியார் ஹைஸ்கூலில் ஏழாவது வரைக்கும் படிச்சேன். அதற்குப் பிறகு மயிலாப்பூரில் பி.எஸ். ஹைஸ்கூலில் படிச்சேன். எஸ்.எஸ்.எல்.சி வரைக்கும் படிச்சாச்சு. ஒண்ணுத்திலேயும் நாங்க யாரும் பெயில் ஆகலே. வாரத்தில் நான்கைந்து சினிமா பார்ப்பேன். அன்னைய பாடத்தைப் படிச்சிட்டு சினிமா பார்ப்பேன். அப்புறம் பாக்ஸிங் கத்துக்கிட்டேன். அப்புறம் விளையாட்டு ஸ்கவுட்டில் இருந்தேன். பேச்சுப் போட்டி, பாட்டுப் போட்டி, எல்லாத்திலேயும் ஃபஸ்ட் வருவேன். படிப்பில் ஜஸ்ட் பாஸாகிடுவேன். கணக்கு எல்லாம் வந்திடும். ஆனா கொஞ்சம் பயம் இருந்துகிட்டே இருக்கும். வாத்தியார்னாலே என்று அப்படியெல்லாம் இல்லை. நமக்கே ஏதோ ஒரு பயம் இருந்தது. அந்த பயம் எப்படி விலகியது என்றே தெரியவில்லை. அப்படியே எஸ்.எஸ்.எல்.சி வரைக்கும் வந்தாச்சு.

என் கூட எஸ்.எஸ்.எல்.சி.யிலே ஒரு மியூசிக் டைரக்டரோட மகன் படிச்சாரு. அவர் படிச்சிட்டே இருப்பார். நல்லா வரைவார். வரைவது எனக்குக் கஷ்டம். வரையறவங்களைப் பார்த்தா ரொம்ப ஆச்சரியமா இருக்கும். நான் ரொம்ப முயற்சி பண்ணிப் பார்ப்பேன். வராது. அந்தப் பையன் பாதரச குழாய் எல்லாம் ரொம்ப அழகா வரைவார். என்னோட நோட்புக்கிலே எனக்கு வரைஞ்சு கொடுப்பார். அவர் எட்டாவதிலிருந்து என் கூடப் படிச்சார். அவர் எனக்காக அழுவார். அவர் பேர் சதானந்தம். இப்ப இளையராஜாகிட்டே வாசிச்சிக்கிட்டிருக்காரு. அவரை 'சதா'ன்னு தான் கூப்பிடுவோம். ஏனப்பா சதா, எதுக்காக அழுவுறேன்னு கேட்பேன். இங்கே நோட்டுல நான் உனக்குப் படம் வரைஞ்சிடுவேன். எக்ஸாமிலே

நீ என்ன பண்ணுவ? எப்படி வரைவேன்னுவாரு. அதெல்லாம் எக்ஸாம்லே அப்புறம் பார்த்துக்கலாம். இப்ப வேலை முடியணும்னு சொல்லுவேன். அதே போல, சயன்ஸ் எக்ஸாமிலே நான் பாஸாயிடுவேன். அவர் பெயிலாயிடுவாரு. எப்படீன்னா, அவர் வரைவதிலே கவனமா இருப்பார். வரைவதிலேயே நேரம் அவருக்குப் போயிடும். நான் விஷயத்தை மாத்திரம் எழுதிட்டு பல்லி மாதிரி வரைஞ்சு இதுதான் தவளைன்னு எழுதி எப்படியோ கிறுக்கிடுவேன். படத்துக்குக் கொஞ்சமா மார்க் கிடைச்சாலும் விஷயத்துக்கு நிறையவே மார்க் கிடைக்கும். ஆனா எஸ்.எஸ். எல்.சி.வந்தபோது பெயில் ஆயிட்டேன். எங்க அப்பா வந்து எனக்கு மாலை போட்டார். எதுக்கு மாலை போடறார்னு கேட்டேன். ‘ஒண்ணுமில்லையப்பா, இப்ப பெயில் ஆனா பவுண்டேஷன் கொஞ்சம் ஸ்டிராங் ஆக இருக்கும். இந்தத் தடவை படிக்காத நீ இன்னொரு தடவை படிப்பதால் இப்படித் தப்பு வராது’என்றார். எனக்கு ரொம்ப அவமானமாய் போச்சு. அதனாலே இனிமே படிக்க வேணாம்னுட்டு இந்தச் சினிமா வேலைக்கு வந்துட்டேன். அப்ப எனக்கு வயசு பதினாறு. திடீர்னு படிக்கலாம்னு தோணிச்சு. அப்பதான் ஈவினிங் கிளாஸ் தொடங்கினாங்க. நான் மறுபடியும் ஈவினிங் கிளாஸ்ல போய்ப் படிச்சேன். Madras Matriculation - லே படிச்சேன். Don Bosco - விலே படிக்க ஆசை. ஏன்னா, அங்க படிச்சா நல்லா இங்கிலீஷிலே பேசுவாங்க. ஆனா எஸ்.எஸ்.எல்.சி. யில பெயில் ஆயிட்டதாலே, மெட்ரிகுலேஷன்ஸ் டிரை பண்ணலாம்னு சேர்ந்து இங்கிலீஸை டிரை பண்ணிப் படிச்சேன். பாஸாயிட்டேன். எஸ்.எஸ். எல்.சி.யிலே பாஸாகலை, மெட்ரிக்குலேஷன்லே பாஸாயிட்டேன். அதுக்கு அப்புறம் பி.யூ.சி போனேன். அதுவும் ஈவினிங் கிளாஸ். ஒரு வருஷம் போனேன். அப்புறம் இண்டிரஸ்ட் போயிடுச்சு. அதுக்கு அப்புறம் சினிமாவிலேதான் இருக்கேன்.

பள்ளிப் பருவத்திலே எனக்கு நிறைய சொல்லிக் கொடுக்கப்பட்டது. பாட்டு, பேச்சு, எக்சர்சைஸ்ன்னு நெறைய கத்துக்கிட்டேன். எனக்கு மிஸ்டர்.சாமி என்று முத்தையா ஸ்கூல் பி.டி.வாத்தியார்தான் குரு மாதிரி மனசிலே வச்சிருக்கேன். அவர் நிறைய எக்சர்சைஸ் கற்றுக் கொடுத்தார். உடம்பு நல்லா இருந்தாதான் மத்தது எல்லாம் நல்லா இருக்கும்னு எங்களுக்குச் சொல்லிக் கொடுத்தவர். நான் இப்பவும் டிரிம்மா இருக்க அவர்தான் காரணம்.

அப்பவெல்லாம் நாங்க டெய்லி சினிமா பார்த்துக் கிட்டிருந்தோம். அப்பவும் சினிமா சரியில்லை. இப்பவும் சரியில்லை. நீங்க எல்லோரும் ஞாபகம் வைத்துக் கொள்ள வேண்டும். படிப்பு ரொம்ப முக்கியம். படிக்காம எதையும் செய்ய முடியாது. சிவாஜி, எம்.ஜி.ஆர்., எம்.ஆர்.ராதா எல்லோருமே படிச்சவங்கதான். படிக்காம வசனம் எல்லாம் படிச்சி பேச முடியாது. குறைந்தது ஓரளவு எழுத்தறிவாவது அவங்களுக்கு இருந்தது. இப்ப பிள்ளைகள் என்றாலே ரஜினி மன்றத்தில் இருப்பாங்க. அஜீத் மன்றத்தில் இருப்பாங்க. அப்படி யாரும் இங்கே இருந்தா அதையெல்லாம் இன்னையோட ஒழிச்சிடுங்க. மன்றத்தில் எல்லாம் யாரும் இருக்கக் கூடாது. ஏன்னா, நாங்களும் எம்.ஜி.ஆர், சிவாஜி எல்லாம் பார்த்தோம். ஆனா, எந்த மன்றத்திலும் நாங்க கிடையாது. படத்தைப் பாருங்க. பண்ணுற ஸ்டைல பாருங்க. ஆனா, இந்த மன்றம் எல்லாம் உருப்படாத சமாச்சாரம். ஏன்னா, இந்த சினிமா ஒண்ணும் சரியில்லை. படிங்க. நல்லாப் படிங்க. மற்றபடி நான் டான்ஸ் ஆடுவேன். பாட்டு பாடுவேன். ஒரு படத்திலே டான்ஸ் ஆடியிருக்கேன். அது ஈஸி. அதே போல பாட்டு. எல்லாத்துக்கும் ஒரு ரிதம் இருக்கு. அது தப்புத்தாளமாகக் கூட இருக்கலாம். ஆனா ரிதம் இருக்கு. நாம எல்லோரும் பாடலாம். எப்படி வேணுமானாலும் பாடலாம். பயப்படக் கூடாது. எப்பவும் எதுக்கும் பயப்படக்கூடாது. உண்மையைப் பேச வேண்டும். இதுதான் ஸ்கூலிலே நான் கத்துக்கிட்டது.

உள்ளம் என்பது எது என்று தெரியாது. தமிழ் சினிமாவில் மனசைத் தொட்டுச் சொல்றேன்னு சொல்வாங்க. மனசு இங்கேயா இருக்கு. இது ஹார்ட். ஹார்ட்டா எல்லாம் சொல்லுது? மூளை. மூளையிலேர்ந்து தானே வாய்வழியாச் சொல்றோம். இருந்தும் தமிழ் சினிமாவிலே இதயம் வெளியிலே விழுந்து துடிப்பதாகக் காட்டுறாங்க. இந்தப் படத்தையெல்லாம் போய்ப் பார்த்துக் கிட்டிருக்கீங்க. படிப்புதான் முக்கியம். நாம படம் எடுக்கலாம்னு. குழந்தைகள் படம் எடுக்கலாம்னு ஐதராபாத்தில் போய்ப் பார்த்திட்டு வந்தேன். அதெல்லாம் தான் படம். குழந்தைகளே நடித்த படம். அந்தப் பெரிய மூஞ்சிகளை விட இந்தக் குழந்தைகள் நடித்தது எவ்வளவு அருமையாக இருந்தது. பார்க்கும்போது நாமும்

குழந்தையாகவே மாறி விடுகிறோம். சின்னச் சின்ன நாலு வயசு பிள்ளைங்க இருபத்தைந்து முப்பது பேர் நடித்த படங்களைப் பார்த்தோம்.

நூறு வருஷமா இந்தப் பள்ளி இருக்கிறதுன்னு பவா ஃபோன்லே சொன்னாரு. நூறு வருஷமா ஒரு அப்பா அம்மாவையே நாம பார்க்க முடியலே. ஆனா ஒரு ஸ்கூலைப் பார்க்கிறோம். அது எப்படி இருந்ததோ, எப்படி நடந்திட்டிருந்ததோ, அதெல்லாம் வேறு விஷயம். ஆனா, ஒரு நூறு வருஷம் ஆகியிருக்கு. இத யாரு எப்ப கட்டினாங்க. அவரையெல்லாம் நினைத்துப் பார்க்க வேண்டும். இந்தப் பண்பைத்தான் நாம் குழந்தையிலிருந்து உருவாக்க வேண்டும்னு சொல்லியிருக்கிறேன்.

மில்லர்ஸ் ரோடிலே மெடிக்கல் காலேஜ் ஹாஸ்டல் போர்டிலே டேஞ்சர் என்று எலும்பு மண்டையோடு படம் போட்டிருக்கும். ஆறரை மணிக்கு மேல் அந்தப் பக்கம் போனாலே பயமா இருக்கும். சத்தியமே லட்சியமாய் கொள்ளடா என்று சத்தமாய்ப் பாடிக்கிட்டுப் போவேன். சரிகம கத்துக்கலே. எப்படி வேணுமானாலும் சத்தம் போடுங்கடான்னு ஸ்கூல்லே சொல்லிக் கொடுத்தது. சத்தம் போட்டுப் பாடினோம். பாட்டு வந்தது. அதனாலே நீங்க சத்தம் போடுங்க. பாடுங்க. (மேல் ஸ்தாயியிலும் கீழ் ஸ்தாயியிலும் அவர் பாட, பிள்ளைகளும் பாடுகிறார்கள்) இவ்வளவுதான். மியூசிக் சிம்பிள்.

வாழ்க வையகம். வாழ்க வளமுடன்.

நேர்காணல்

இன்றைய சினிமா சூழல் எப்படியிருக்கிறது?

மோசமாக, ரொம்ப மோசமாக. இன்றைய சினிமாவில் பங்களிக்கும் கலைஞர்களுக்குப் பணமே பிரதானம். இவர்களுக்கு எவ்விதமான சமூகப் பொறுப்புணர்வும் இல்லை. சமூகப் பொறுப்புணர்வுப் இருக்கட்டும். தாங்கள் செய்யும் தொழிலில்கூடப் பொறுப்புணர்வு இல்லை. நிறைய விரயம் செய்கிறார்கள். ஒரு காட்சியை ஒரு ஷாட்டை எதற்காக எடுக்கிறோம் என்று தெரியாமல் எடுக்கிறார்கள். படப்பிடிப்புக்குரிய இந்த ஃபிலிம் எப்படி உருவாகிறது. இதை வெளிநாட்டில் இருந்து தருவிக்க நம் அரசு எவ்வளவு தங்கம் செலுத்துகிறது. துணி ஏற்றுமதி செய்கிறது என்பதெல்லாம் இவர்களுக்குத் தெரியுமா? கேட்டால் சினிமாவால்தானே அரசுக்கு நிறைய வரி கிடைக்கிறது என்பார்கள். இவர்கள் தரும் காகித ரூபாய்க்கு அன்னிய நாட்டில் என்ன மரியாதை இருக்கிறது? 13 ஆயிரம் அடி படத்திற்கு எழுபதாயிரம் அடி, 150 ஆயிரம் அடி எல்லாம் எடுத்துத் தள்ளுகிறார்கள். முப்பதாயிரம் அடி எடுத்தால் போதும். இந்த அநியாயம் அசட்டுத் தனம், பெரிய நடிகர்கள், பெரிய இயக்குனர்கள், பல பெரியபெரிய பெரியவர்கள் சம்மந்தப்பட்ட படத்தில்தான் நடக்கிறது. எனக்கொரு சந்தேகம், தொழில் தெரிந்த கலைஞனென்றால், கைதேர்ந்த கலைஞன் என்றால், ஏன் இத்தனை மடங்கு ஃபிலிமை வீணடிக்க வேண்டும்? நூறு பேர் சாப்பிடும் விருந்துக்கு, ஐநூறு பேருக்கான உணவுப் பொருளைக் கொண்டா உணவு தயாரிக்கிறார் சமையல் கலைஞர்? திட்டமில்லாமல் ஃபிலிமை வீணடிக்கிறார்கள் என்றால்,

இந்தப் பெரிய கலைஞர்களுக்கு கலை கைவரவில்லை என்றுதானே அர்த்தம்?

அவர்கள் அப்படி எடுக்க வேண்டிய அவசியம் என்ன?

ஆழ்ந்து சிந்தித்து எடுக்கிறார்களாம். ஒரு நாளைக்கு ஐந்து ஷாட் எடுத்தால் அதில் நான்கு ஷாட்டுகளைத் தூக்கிப் போட்டுவிடுவார்கள். படப்பிடிப்பில் ஒரு ஷாட்டை பத்து டேக்கு கள் எடுப்பார்கள். கடைசியில் எடிட்டிங்கில் முதல் டேக்கைத்தான் பயன்படுத்துவார்கள். இதற்குக் காரணம் திட்டமின்மைதான். இயக்குநர் என்ன எதிர்பார்க்கிறார் என்று நடிகருக்குத் தெரியாது. இதனால் ஐந்து அடி மட்டுமே பயன்படுத்தப்படும் ஒரு ஷாட்டுக்கு ஐநூறு அடி ஃபிலிம் என்பது கிட்டடத்தட்ட ஆறாயிரம் ரூபாய். இப்படி விரயம் செய்யும் பணத்தைப் படத்திற்காக உழைக்கும் ஒரு தொழிலாளிக்குத் தர சம்மதிக்க மாட்டார்கள். இந்தப் பெரிய இயக்குனரை 'ஏனய்யா இப்படி ஃபிலிமை வீண்டிக்கிறாய்?' என்று கேட்டால் 'சார் சினிமாங்கிறது கலை. கலையில் எனக்குத் திருப்தி வருகிற வரை எடுக்கிறேன்' என்பார். இதே பெரிய இயக்குனரிடம் ஒரு பத்திரிகையாளர் ஏன் இப்படி மோசமாக ஒரு மசாலா படத்தை எடுக்கிறீர்கள் என்றால், சோற்றுக்காக என்பார். பத்திரிகையில் வயிற்றுக்காக வாழ்வதாகச் சொல்லும் இயக்குநரே, படத் தொகுப்பறையில் வந்து 'என் சினிமாக் கலை' என்னும் முரண்பாட்டை என்னென்பது?

விரயத்திற்கு இவர்கள் சொல்லும் விளக்கம், கலைக்கு எல்லை இல்லை என்பார்கள். இவர்கள் கூறும் கலைக்கு எப்படி எல்லை இல்லையோ, அப்படியே இவர்கள் செய்யும் விரயத்திற்கும் எல்லை இல்லை. நீ என்னதான் கற்பனை செய்தாலும் அது ஒரு வட்டத் திற்குள் அடங்க வேண்டாமா? ஒரு சினிமா இரண்டு மேஜைகளில் உருவாகிறது என்பார் சத்யஜித்ரே. ஒன்று எழுத்தாளனின் மேஜை. இன்னொன்று படத்தொகுப்பாளரின் மேஜை. முதலில் எழுத்தாளன் ஒரு படத்திற்குரிய திரைக்கதை வசனத்தை முழுமையாக எழுதி முடித்தபின்தான் செல்லுலாய்டுக்கு செல்ல வேண்டும். நாம் எழுத்தாளர்களை மதிப்பதில்லை. இயக்குநரே எல்லாம் செய்து கொள்வார். விஷயமுள்ள பிறரைப் பயன்படுத்திக் கொள்ளும்

எண்ணமெல்லாம் கிடையாது. கதையும் நானே, கவிதையும் நானே, வசனமும் நானே, இயக்கமும் நானே பல நானேக்கள். இந்த நானேக்கள் 'ஏனோக்கள் தானோக்கள்' தான். நடிகனைச் சுற்றி நடிகனின் விருப்பத்தைச் சுற்றியே இவர்கள் இயங்குவதால்தான் இவர்கள் ஆபாசத்தின் உச்சிக்குப் போனாலும்கூட இவர்கள் சரக்கு மக்கள் மத்தியில் போகமாட்டேனென்கிறது.

தமிழ் சினிமாவில் புதிய புதிய தொழில் நுட்பங்களும், புதிய புதிய மாற்றங்களும் அரங்கேறி வருவதாகக் கூறுவது பற்றி?

என்ன மாற்றம் நிகழ்ந்துவிட்டது? இங்கு சாதாரண மூவியாலா இருந்த இடத்தில் இன்று அதி நவீனமான ஸ்டீன்பெக் என்ற எடிட்டிங் இயந்திரம் வந்திருக்கிறது. கருத்து வந்திருக்கிறதா? புதுசுபுதுசாய்க் கதை வந்திருக்கிறதா? புதுப்புது தொழில்நுட்பத்தைப் பயன்படுத்துவதாய்ப் பறை சாற்றிக் கொள்கிறார்களே இவர்கள் என்ன தொழில் நுட்பத்தை அமுல்படுத்தி விட்டார்கள்? டெக்னிக் இரண்டாம் பட்சம்தான். விஷயமே முக்கியம். ஒரு இயக்குநர் செய்யும் புதுமை அந்தப் படத்தின் படத்தொகுப்பாளருக்கே புரியாதபோது மக்களுக்கு மட்டும் எப்படிப் புரியும்?

படப்பிடிப்பிற்காக ஒரு நடிகர் ஊட்டிக்குப் போனால், அதே கதையில் வேறொரு நடிகர் நடித்துக்கொண்டிருக்க, வேறொரு படத்தின் படப்பிடிப்பு நடந்து கொண்டிருக்கும். ஒரே கதையை நான்கு பேர் திருடலாம், சென்சார் கண்ணில் மண்ணைத் தூவி எப்படி ஆபாசத்தை வாரித் தெளிக்கலாம்? கொலை செய்வதை எப்படிப் புதுசு புதுசாகச் சொல்லலாம் என்பதற்குத்தான் இந்தத் தொழில் நுட்பங்கள் பயன்படுகின்றன. நல்ல படங்கள் எடுப்பவர்களுக்கு இந்தத் தொழில் நுட்பங்கள் எட்டாக் கனியாகவே இருக்கின்றன. இந்த ஸ்கோப்பும், இந்த 70 எம்.எம்.ஸ்டுடியோவும், கம்ப்யூட்டர் கிராஃபிக்சும் கிடைப்பதில்லை. சமூகத்தை சர்வநாசம் செய்யும் படங்களுக்கே கிடைக்கின்றன. டிஸ்யூம் டிஸ்யூம் சவுண்டை எப்படி கம்ப்யூட்டர் மூலம் இன்னும் விதவிதமாய் போடலாம் என்றுதானே யோசிக்கிறார்கள். இவர்களின் டெக்னிக் என்பது என்ன? காது மூக்கு கை கால் என்று தனித்தனியாக டிங் டாங்கென்று நான்கு பிரேம்

179

நான்கு பிரேம் வைத்து கட் பண்ணிப் போடுவதால் திரையில் என்ன வருகிறது என்பதே பார்வையாளன் மனதில் பதியாது. டக்டக்கென்று ஷாட்ஸ்ஸை கட் பண்ணுவது வஞ்சிக்கோட்டை வாலிபனில் வரும் போட்டிப் பாட்டுக்குப் பயன்படும்.

கலைப் படங்களில் காட்சிகள் நீண்ட நேரம் நீளுவதாகவும் ஷாட்கள் நீண்டதாக இருப்பதாகவும் ஒரு குற்றச்சாட்டு கூறப்படுவதுண்டு. இதற்குக் காரணம் தான் எடுக்கும் காட்சி சரியாகப் பார்வையாளன் மனதில் பதிய வேண்டும் என்ற எண்ணத் தால்தான். கலைப்பட இயக்குநருக்குப் பொறுப்பு அதிகம். இன்று சிலர் சினிமாவைத் தலைகீழாகப் புரட்டி போடப் போவதாகக் கூறுகிறார்கள். குழந்தையை வாய்வழியே பெற முடியாது. எதையும் மாற்ற வேண்டாம். இருப்பதை ஒழுங்காகப் பாதுகாத்தால் போதும். சத்யஜித் ரேவுக்கும், மிருணாள் சென்னுக்கும், அரவிந்தனுக்கும் தெரியாத டெக்னிக்கா? தனக்குத் தெரிந்ததையெல்லாம் ரசிகனின் மூளையில் அவிழ்த்துப் போடுவது தேவையில்லை. சினிமாப் பாடலை எடுத்துக் கொள்ளுங்களேன்.

'நான் காதலெனும் கவிதை சொன்னேன் கட்டிலின் மேலே அந்தக் கவிதைக்கு நான் பரிசு தந்தேன் தொட்டிலின் மேலே' என்று தாம்பத்ய வாழ்வை மிகுந்த கண்ணியத்தோடு அன்று கவிஞரின் பேனா எழுதியது. இன்று முக்கல் முனகல்களே பாடல்களாகி விட்டன.

"மனமிருந்தால், பறவை கூட்டில்

மான்கள் வாழலாம்

துணிந்துவிட்டால் மலையைக்கூட

நாம் சுமக்கலாம்

குணம் குணம் அது கோயிலாகலாம்"

இது நான் சின்ன வயசில் கேட்ட பாடல். மனதில் பதிந்த பாடல். இப்போது நான் பணியாற்றும் படங்களில் ஒரு பாடலை எடிட் செய்யும்போது, கிட்டத்தட்ட முப்பது முதல் நாற்பது முறை கேட்க நேரிட்ட போதும், அது மனதில் பதிய மறுக்கிறது. காரணம் அதில் அர்த்தமும் இல்லை, அழகும் இல்லை.

பெரிய நடிகர்கள்தான் "டெக்னிக் டெக்னிக்" என்று அலைகிறார்கள். சின்ன நடிகர்கள் படங்கள் பரவாயில்லை. இவர்கள் படங்களில் டெக்னிக்கிற்கு முக்கியத்துவம் இருப்பதில்லை. சாரம் இருக்கிறது. சாரம் இருப்பதால் ஓடி விடுகிறது.

இந்த இறுக்கமான சூழலுக்குக் காரணம் என்னவென்று நினைக்கிறீர்கள்?

நம் சினிமாக் கலைஞர்களும், நடிகர்களும்தான். இந்தக் கலைஞர்கள் தங்கள் வீட்டுக் குழந்தைகளுக்கு நல்ல இலக்கியத்தைப் படிக்கத் தருவார்கள். நல்ல படத்தைக் காட்டுவார்கள். கேட்டால் 'மக்களுக்கு இதெல்லாம் புரியாது' என்பார்கள். 'கேரளத்திலும் வங்காளத்திலும் நல்ல சினிமா ஓடுகிறதே அதுபோல் நாமும் முயற்சிக்கலாமே' என்றால் அந்த மாநில மக்களின் ரசனையே வேறு. மேலும் அங்கு மக்கள் பெரும்பான்மையோர் கல்வி அறிவு பெற்றவர்களாக இருக்கிறார்கள் என்று காரணம் காட்டுவார்கள். இதெல்லாம் வெறும் சாக்கு. பொய். உதிரிப்பூக்கள் இங்கு ஓடவில்லையா? விஷுவலால் யாரை வேண்டுமானாலும் ஈர்க்கலாம். நாம் கொடுக்கவில்லை. இருபது வருடமாக தொடர்ந்து எம்.எஸ்.விஸ்வநாதனின் இசையைக் கேட்டு வந்த மக்கள் ஒரு வித்தியாசமான சவுண்டைத் தந்த இளையராஜாவின் மாற்றத்தை ஏற்றுக் கொள்ளவில்லையா? நிறைய படங்கள் இன்று அடிபடக் காரணம், நடிகர்களின் மாயையும் சாதிப்பதற்காக வந்த இளைஞர்கள், எதற்காக வந்தோம் என்பதையே மறந்துவிட்டதும் தான். இவர்களுக்கு ஆசை இருக்கிற அளவிற்கு உழைப்பு இல்லை என்பதுதான் உண்மை.

மலையாள, வங்காள நடிகர்களுக்கு நல்ல மனோபாவம் இருக்கிறது. மம்முட்டி, எம்.டி.வாசுதேவன் நாயர், பத்மராஜன் படங்களில் நடிக்க ஆர்வம் காட்டுகிறார். சத்யஜித் ரேயின் 'நாயக்' கிற்கு ஒரு உத்தம் குமார் கிடைக்கிறார். இங்கும் அதுபோல் ரஜினி, கமல், போன்றவர்கள் நடிக்க முன்வரவேண்டும். வர்த்தக ரீதியில் வெற்றி பெறுவதற்கென்றே எடுக்கப்பட்ட 'நாட்டுக்கொரு நல்லவன்' ஓடியதா? ஓடவில்லை. இதனால் ரஜினியின் வியாபார கவர்ச்சி மங்கிவிடவில்லை. எனவே ஓடுகிறதோ ஓடவில்லையோ

வருடத்திற்கொரு நல்ல படத்தில் நடிக்க கமல், ரஜினி போன்றவர்கள் முன்வரவேண்டும். பெரிய நடிகர்களின், பெரிய தயாரிப்பாளர்களின் படங்களில் பணிபுரியும் கலைஞன் காணாமல் போய்விடுகிறான். சின்னப் படத்தின் மூலம்தான் கலைஞன் வெளிப்பட முடியும். அவன் தனித்துவம் தனியாகத் தெரியும். சின்னப் படத்தில் அறிமுகமாகி பிரபலமடைந்த கலைஞனை வழக்கம்போல் வர்த்தக சினிமா விழுங்கிவிடும். மிருணாள் சென் 'மிருகையா'வில் அறிமுகப்படுத்திய மிதுன் சக்கரவர்த்தியை, நஸ்ருதின் ஷாவை பம்பாய் சினிமா உலகம் விழுங்கியதைப் போல கலைஞன் இருக்க வேண்டும். இப்போதெல்லாம் ஓர் இளம் இயக்குநரின் முதல் படம் வெற்றி பெற்றதும், உடனே நம்மால் ஏன் பிறர் லாபம் சம்பாதிக்க வேண்டும் என்று அவ்வளவும் முழுசாய் தனக்கே வேண்டும் என்று, சொந்தப்படம் ஆரம்பிக்கிறார்கள். கலைஞன் வியாபாரியாகும் போது தோற்றுவிடுகிறான்.

இன்றுள்ள நடிகர்களோ இயக்குநர்களோ, 'தாங்கள் மிகவும் கஷ்டப்பட்டு திரையுலகில் நுழைந்திருக்கிறோம். நாங்கள் சம்பாதிக்க வேண்டும். எங்களை சாதனை பண்ணச் சொல்லலாமா'? என்று கேட்கிறார்கள்.

சமீபத்தில் ஒரு நடிகர்கூட தன் பேட்டியில் மிகவும் கருப்பாக இருந்ததால் தான் மிகவும் அவமானப்படுத்தப்பட்டதாகக் கூறியிருந்தார். இவர் மட்டுமல்ல, அன்று சாதனை புரிந்த பல கலைஞர்களும் முட்களைக் கடந்து வந்தவர்கள்தான். நேஷனல் ஸ்டுடியோ பெருமாள் ஏற்றுக் கொண்ட சிவாஜியை, முதலில் ஏ.வி.எம்.செட்டியார் ஏற்றுக் கொள்ளவில்லை. ஹேமமாலினி ஸ்ரீதரால் புறக்கணிக்கப்பட்டவர்தான். இந்தி நட்சத்திரம் ரேகாவை ஏற்கவில்லை என் தந்தை பீம்சிங்.

சினிமாவினால்தான் மக்கள் கெட்டுப் போகிறார்கள். முன்பு நல்ல படங்களைப் பார்த்து மிகவும் மென்மையானவனாக இருந்த நான், இப்போது தொடர்ந்து வன்முறை படங்களுக்கு வேலை செய்து, வேலை செய்து அந்த வன்முறை என்னையும் பற்றிக் கொண்டது. நாடு நடிகர்களின் பின்னால் போய்க் கொண்டிருக்கிறது.

இளைஞர்கள் ரசிகர் மன்றத் தட்டி எழுதிக் கொண்டிருக்கிறார்கள். மோசமான படங்களைக் கொடுத்து அவன் காசையும் பறித்து அவன் சிந்தனையை மழுங்கடிக்கும் இந்த சூப்பர் ஸ்டார்கள் மறுபக்கம் தங்கள் பிறந்த நாளுக்குப் பிச்சை சோறு போடுகிறார்கள். வேட்டி, சட்டை தருகிறார்கள். சாமியார்களுக்கு மடம் கட்டுகிறார்கள். தையல் மிஷின் தருகிறார்கள். அப்பாவி இளைஞர்களோ இவர்களுக்குப் புகழ் சேர்ப்பதற்காகக் கண் தானம், ரத்த தானம் செய்து சந்தோஷப்பட்டுக் கொள்கிறார்கள்.

மக்களைச் சுரண்டிக் கொண்டே, மறுபக்கம் சத்துணவு போடுகிற மாதிரிதான் இது. இந்த விஷம் எத்தனை பரம்பரைக்குப் பாயப் போகிறதோ?

தணிக்கைக் குழுவைப் பற்றி?

இன்னும் தீவிரமாக இருக்கணும். ரிவைசிங் கமிட்டியில் சினிமா சம்பந்தப்பட்டவர்கள் இருக்கக் கூடாது. சினிமா சம்பந்தப்பட்டவர்கள் பெரிய நடிகர்களின் படத்துக்கு வக்காலத்து வாங்குவார்கள். உதாரணமாக சிவாஜி பிலிம்சின் 'தாலாட்டு கேட்குதம்மா' படத்தில் 'யம்மா யம்மா லேடி டாக்டர்' என்ற சில்க் சம்பந்தப்பட்ட பாடல் காட்சி ஆபாசமாக இருக்கிறது என்று சென்னை தணிக்கைக் குழு கத்தரித்து விட்டது. ஆனால் ரிவைசிங் கமிட்டியோ இந்தப் பாடலை அங்கீகரித்து விட்டது. 'வட்டார வழக்கு கிராமத்தில் இப்படித்தான் பேசுவார்கள்' என்று நிறைய கெட்ட வார்த்தைகளைப் போட்டு தணிக்கைக் குழுவினரை ஏமாற்றி வருகிறார்கள். இப்போதெல்லாம் மக்கள் மத்தியில் நல்ல புகழில் உள்ள நடிகர்கள் கூடக் கெட்ட வார்த்தைகளை அடிக்கடி சினிமாவில் பேசுவது பாஷனாகி விட்டது. தணிக்கைக் குழுவில் ஒரு ஒத்திசைவு வேண்டும். எல்லோரையும் சமமாய் நடத்தணும். பின்னணி இசை சேர்ப்பதற்கு முன் ஒரு படத்தைத் தணிக்கை செய்தால் தணிக்கையாளர்கள் சொல்லும் திருத்தங்கள் செய்ய, தணிக்கைக் குழு அதுபற்றி தன் கருத்துகளைத் தெரிவிக்கலாம். ஆனால் நம்மூர் தணிக்கைக்குழு படம் நாளைக்கு வெளியாகிறது எனில், இன்று மறுக்கும். 'நான் காந்தி அல்ல' என்ற பெயரை மறுக்கும் 'பில்லா'வையும் 'ரங்கா'வையும் ஏற்கும்.

திரைப்படங்களுக்கு வழங்கப்படும் உதவித்தொகை மற்றும் விருதுகள் பற்றி ?

ஆஸ்கார் அவார்டுகூட சோரம் போய்விட்ட சூழலில் விருது பற்றிக் கேட்கிறீர்கள்? ஓடும் படத்திற்கு, வர்த்தகமான படத்திற்கு எதற்கு விருது? விருது நசியும் கலைக்கும் கலைஞனுக்கும் உற்சாகமூட்டத்தான். வித்தியாசமான படத்திற்குத்தான். நடிகர்களுக்கு அளிக்கும் பரிசுத்தொகை அதிகமாகவும் தொழில்நுட்பக் கலைஞர்களுக்கு அளிக்கப்படும் தொகை மிகவும் சொற்பமாகவும் இருக்கிறது, இந்தத் தமிழக அரசு தரும் பரிசில். இது கலைஞனை அகௌரவப்படுத்தும் காரியம். இதனால் அபூர்வ சகோதரர்கள் படத்திற்காக எனக்குச் சிறந்த படத் தொகுப்பாளருக்கான விருதை அளித்தபோது அதை நான் வாங்க மறுத்துவிட்டேன். ஆணவத்தால் அல்ல. என் கோபத்தின் ஓர் அடையாளத்திற்காக.

இப்போது அரசு தரும் உதவித்தொகை அர்த்தமற்றது. பெரும்பாலும் அது வெற்றிகரமாக ஓடிய படங்களுக்கே கிடைக்கிறது. பரிசோதனை முயற்சிக்கு அல்ல. ஓடிப் பணம் குவித்த படத்திற்கு எதற்கு உதவித் தொகை? கஜானாவில் உள்ள தமிழக அரசின், தமிழ் மக்களின் வரிப் பணத்தை எந்த அடிப்படையில் - தொண்ணூறு லட்ச ரூபாயை மோசமான மூன்றாம் தரமான படைப்புகளுக்கு வாரி வழங்குகிறார்கள்?

திரைப்படக் கல்லூரியில் பயிலும் மாணவர்களை ஆறு அல்லது ஏழு குழுவாகத் தேர்ந்தெடுத்து அவர்கள் எடுக்கும் டிப்ளமோ படத்திற்குப் பதிலாக - அவர்களிடம் இந்தத் தொண்ணூறு லட்சத்தை - ஒரு குழுவிற்கு 12 லட்சம் வீதம் தந்து ஒரு நல்ல படத்தை - முன்மாதிரியான படத்தை எடுக்கச் சொல்லலாம். 12 லட்சத்தில் எளிமையான படத்தை எடுக்கவும் முடியும். மற்றும் சிறு படங்கள் (Short Film) செய்திப் படங்கள் (Documentary) வீடியோ படங்கள் தயாரிக்கச் சொல்லலாம். இதனால் இந்த D.F.T. மாணவர்கள் மசாலா மன்னர்களாக மாறாமலிருக்கவும் வாய்ப்பு உண்டு.

சினிமாவை இவ்வளவு கடுமையாக விமரிசிக்கும் நீங்கள் இந்த மோசமான சூழலுக்கு மாற்றாக என்ன செய்யப் போகிறீர்கள்?

சினிமாவில் வித்தியாசமான முயற்சிகள் செய்ய இன்னும் கொஞ்சம் நாளாகும். இப்போது இது வீடியோவில்தான் சாத்தியம். மக்களுக்குப் பயன்படும் விதமாய் சில கதைகளை, கருத்துகளை வீடியோவிலும் சில சிறு படங்களை சினிமாவிலும் எடுத்து, கிராமம் கிராமமாய்ச் சென்று போட்டுக் காட்டும் திட்டம் வைத்துள்ளேன். யாரிடம் மேன்மையான விஷயங்கள் போய்ச் சேராது என்று இவர்கள் சொல்லி வருகிறார்களோ, அவர்களிடம் என் விஷயத்தைக் கொண்டு செல்வேன். சாப்பாடு அதை மக்கள் தருவார்கள். என் தாகத்தை மக்கள் தணிப்பார்கள்.

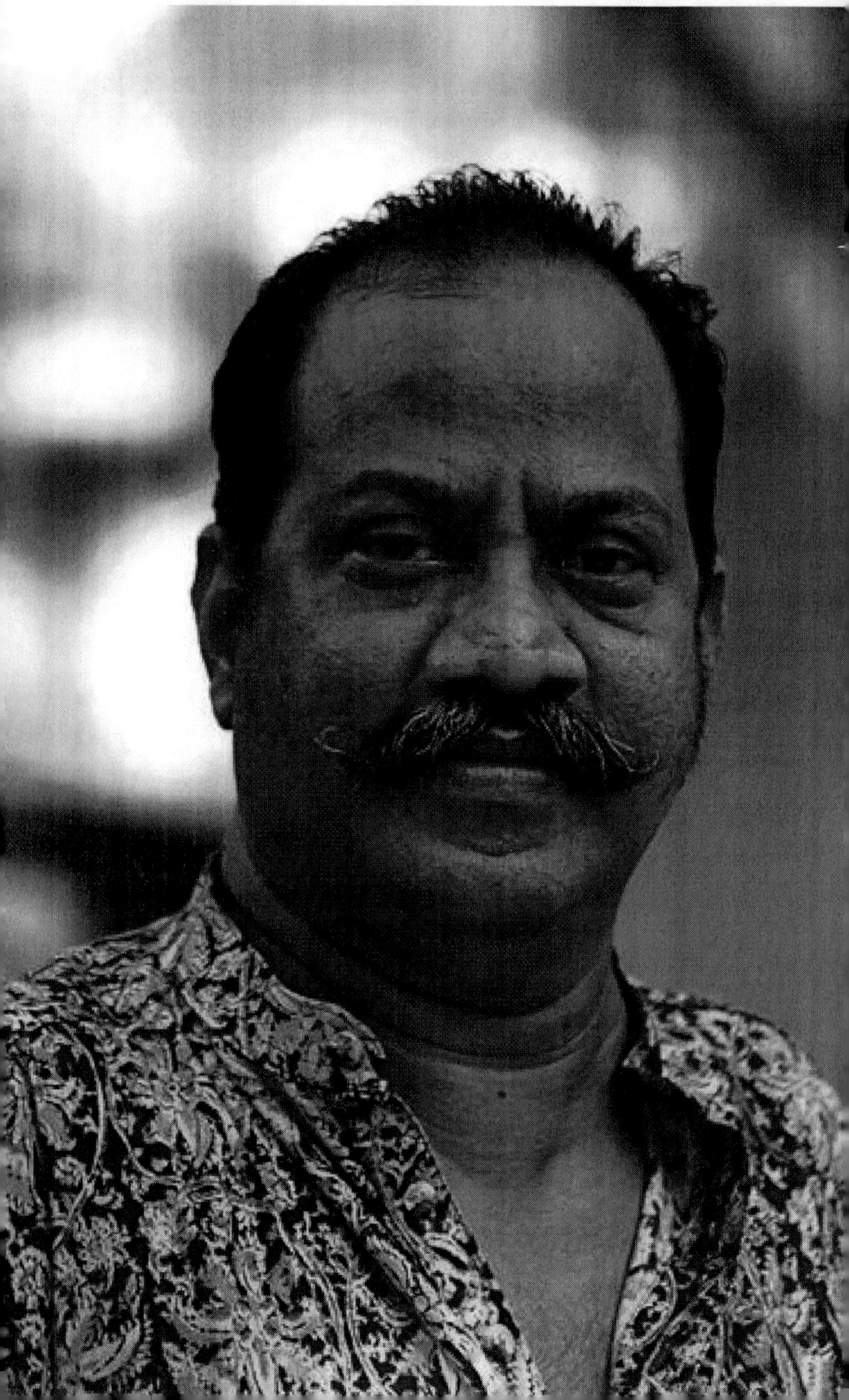

ஞாநி

பத்திரிகையாளனாகத் தன் வாழ்வைத் துவங்கிய ஞாநி, சென்னை கிருத்துவக் கல்லூரி மாணவர். புகழ் பெற்ற ‘பரிக்ஷா’ நவீன நாடகக்குழுவின் இயக்குநர். ‘தினமணி’ ‘ஜூனியர் விகடன்’ ‘ஆனந்த விகடன்’ பத்திரிகைகளில் வெளிவந்த இவரின் கட்டுரைகள் தனிச் சிறப்பு பெற்றவை. ‘மனிதன் பதில்கள்’ தனி முத்திரை பதித்தது. ‘தீம்தரிகிட’ என்ற பத்திரிகையைப் பத்தாண்டு இடைவெளிகளுக்குப் பிறகு மீண்டும் நடத்துகிறார். அரசியல் நிகழ்வுகள், மாற்றங்கள் நிகழும் போதெல்லாம் இவரின் கருத்துகளுக்கு மீடியாவில் தனி முக்கியத்துவம் உண்டு. தொலைக்காட்சியில் வேர்கள் தொடர் முக்கியமானது. பத்திரிகையாளனாக வாழ்வதில் தொடர்ந்து சந்தோஷம் கொள்பவர். எழுத்தை ஒரு நாளும் கைவிட்டதில்லை.

பேச்சு

எல்லோருக்கும் வணக்கம்.

இன்று காலை நிகழ்ச்சியிலே பேசறவங்களுக்கெல்லாம் ஒரு தலைப்பு கொடுக்கப்பட்டிருந்தது. அவங்களோட பள்ளிக்கூட அனுபவங்களை நெனச்சி, சிறகடிச்சி, அவங்களைப் பறக்கப் சொல்லி.... மதிய நிகழ்ச்சியிலே பேசறவங்களுக்கெல்லாம் வேறொரு தலைப்பு கொடுக்கப்பட்டிருந்தது. ஆனால் காலை நிகழ்ச்சியே முடியாததனாலே தொடர்ந்து பள்ளிக்கூட அனுபவங்களையே பேசிக்கிட்டிருந்தாங்க. மதிய நிகழ்ச்சியிலே பேச இருக்கிற எங்க ரெண்டு பேரோட தலைப்பு என்னன்னு கேட்டீங்கன்னா, உண்மையிலேயே அது எங்களுக்கான தலைப்பே கிடையாது. அடுத்த நூற்றாண்டில் கல்வி. அதுதான் எங்களுக்கான தலைப்பு.

அடுத்த நூற்றாண்டில் கல்வி பற்றி நாங்க எப்படி பேசறது? நீங்கதான் பேசணும். காரணம் என்ன? அடுத்த நூற்றாண்டில் கல்வியைப் பத்தி நான் கொஞ்சம் உங்களோடு பேசப்போறேன். ஆனா, அதை நீங்கதான் பேசணும் என்கிற விஷயத்தை மட்டும் நான் உங்ககிட்ட பேசப்போறேன். காரணம், இன்னைக்கு இந்தப் பள்ளிக்கூடத்திலே பிளஸ் டூவிலே இருக்கிறவங்க எல்லாம் ஒரு அஞ்சு வருஷம் எட்டு வருஷத்துக்குள்ளே இதே மாதிரி பிரமுகர்களாக மாறிடுவீங்க. இப்ப மேடையிலே இருக்கிற வி.ஐ.பி.ஸ் மாதிரி. ஒரு அஞ்சு வருஷத்திலேர்ந்து ஏழு வருஷத்துக்குள்ளே நீங்க எல்லோரும் வாலிபர்களா யுவதிகளா இளைஞர்களா வெவ்வேறு வேலைகளுக்குப் போயிடுவீங்க.

முக்கியமான பொறுப்புகளில் எல்லாம் இருப்பீங்க. இப்ப ஆறாம் கிளாஸ் எட்டாம் கிளாஸ் படிக்கிறவங்க கூட பார்த்தீங்கன்னா, ஒரு பத்து வருஷந்தான். ஆக அடுத்த அஞ்சு வருஷத்திலேர்ந்து பத்து வருஷத்திலே நாங்களெல்லாம் இன்னும் வழுக்கை விழுந்து நரைச்சு காணாமப் போயிடுவோம். ஆனா, அடுத்த அஞ்சு வருஷத்திலேர்ந்து பத்து வருஷத்திலே நீங்கதான் இருக்கப் போறீங்க. நீங்கதான் அடுத்த நூற்றாண்டின் கல்வி எப்படி இருக்கணும்னு தீர்மானிக்கப் போறவங்க. இங்கே உட்கார்ந்துக்கிட்டிருக்கீங்க.

இந்த நூற்றாண்டிலே, கல்வியைத் தீர்மானிச்சவங்க எல்லாம் போய்ச் சேர்ந்திட்டாங்க. இப்ப இருக்கிறவங்க எல்லாம் இந்த நூற்றாண்டிலே கல்வியை நடத்திக்கிட்டிருக்கோம். ஒரு நூறு வருஷத்துக்கு முன்னே கல்வி எப்படி இருந்திச்சின்னு நீங்க யோசிச்சிப் பார்க்கணும். இந்தப் பள்ளிக்கூடத்தைப் பத்தி நெனைக்கும் போதெல்லாம் மனசுக்குள்ளே நம்மை அறியாமலே ஒரு நெகிழ்ச்சி ஏற்படுது. சென்னையிலேர்ந்து வரும்போது மனசுக்குள்ளே யோசிக்கும்போது - நூறு வருஷம் நடந்துக்கிட்டிருக்கிற பள்ளிக்கூடத்தோட விழாவுக்குப் போறோம்னு நெனக்கும்போது மனசுக்குள்ளே நெகிழ்ச்சி ஏற்பட்டுது. லெனின் சொன்ன மாதிரி, நம்ம சொந்த அப்பா அம்மாவே நூறாவது வயசு கொண்டாடி நாம பார்க்க முடியலே. நெறைய பேரு நூறு வயசு இருக்கிறதில்லே. அப்படி அவங்க இருந்தாங்கன்னா, நாம இருக்கிறதில்லை. பார்க்கவே முடியாம போயிடுது. ஆனா ஒரு பள்ளிக்கூடம் நூறு வருஷம் இருக்கிறதைப் பார்க்க முடிகிறதுன்னு சொன்னாரு. நூறு வருஷத்துக்கு முன்னே இங்கே நிலைமை என்னவா இருந்ததுன்னு நீங்க யோசிச்சுப் பார்க்கணும்

நூறு வருஷம் முன்னே இந்தப் பள்ளிக்கூடம் உருவான நேரத்தில் நம்ம சமூகத்தில் ஜனங்க எப்படி இருந்தாங்கன்னு யோசிச்சிப் பார்க்கணும். இன்னைக்கு நாலாயிரம் பிள்ளைகள் இங்கே படிக்கிறீங்க இல்லைய?. ஐயா, இந்தப் பள்ளிக்கூடம் நூறு வருஷத்துக்கு முன்னே தொடங்கினபோது எத்தனை பேர் படிச்சாங்க தெரியுமா? இந்தப் பள்ளிக்கூடம் தொடங்கின போது இருநூறு பேர்தான் படிச்சாங்க. நீங்க நாலாயிரம் பேர் நூறு வருஷத்துக்கு முன்னே இருந்திருந்தீங்கன்னா, உங்களிலே மூவாயிரத்து எண்ணூறு பேருக்குப் படிக்கிற வாய்ப்பே கிடையாது. நீங்க பள்ளிக்கூடத்துக்கே

வர முடியாது. உங்களுக்குப் பள்ளிக்கூடம் கிடையாது. உங்க ஜாதி அடிப்படையிலே பள்ளிக்கூடம் கிடையாது. உங்களோட பொருளாதார அடிப்படையிலே - ஏழ்மை அடிப்படையிலே பள்ளிக் கூடம் கிடையாது. இப்படி, பல காரணங்களாலே உங்களுக்குப் பள்ளிக்கூடம் கிடையாது. அதைவிட இன்னும் கொடுமையான தொரு சமூகமாக இருந்தோம்.

நூறு வருஷம் முன்னே, இங்கே இருந்த பையனுங்க பொண்ணுங்க அத்தனை பேருக்கும் கல்யாணம் முடிஞ்சி போயிருக்கும். இதை இப்ப நீங்க கற்பனை பண்ணிப் பார்க்க முடியுமா? நம்ம ஊரிலே தமிழ்நாட்டிலே ஒரு வயசுக் குழந்தைக்குக் கல்யாணம் பண்ணி வச்சாங்க. அந்தக் குழந்தைக்கு ரெண்டு வயசு ஆகிறபோது அதன் புருஷன் செத்துப் போயிட்டான். புருஷனுக்கு நாலு வயசு. அவன் செத்துப் போயிட்டான். அந்தக் குழந்தை ரெண்டு வயசிலேயே விதவையாயிடுச்சு. விதவைன்னு எழுத்துக் கூட்டி எழுதத் தெரியாது அந்தக் குழந்தைக்கு. விதவைன்னா என்ன பண்ணுவாங்க தெரியுமா? அவங்க ஆயுசு பூராவும் திரும்ப கல்யாணம் பண்ணிக்காம, வீட்டுக்குள்ளேயே ஒரு மூலையிலே ஒடுங்கிக் கிடந்து அப்படியே சாகணும். இது மாதிரி தமிழ்நாட்டில் மட்டும் நூறு வருஷம் முன்னே பார்த்தீங்கன்னா, கிட்டத்தட்ட பாதி பேர் புருஷனை இழந்த விதவையாக இருந்தாங்க. இந்த வயசுல இருந்த பெண்களுக்கெல்லாம் கல்யாணம் ஆயிடுச்சி. இருந்த பையன்களுக்கெல்லாம் கல்யாணம் ஆயிடுச்சு. கல்யாணம் ஆகி பதினைஞ்சு வயசுல செத்துப் போனாங்க. இருபது வயசில செத்துப் போனாங்க. நாற்பது வயசில செத்துப் போனாங்க. இப்படி இருந்த சமூகத்தை மாத்தி, நாம எல்லோரும் படிக்கணும்னு மாத்தினாங்க பாருங்க. அப்படி இந்தச் சமூகத்தை மாத்தறதுக்கு இந்தியா பூரா பல இடங்களில் வேலை செஞ்சாங்க.

ஒரு டேனிஷ் மிஷனரி வேலை செஞ்சதினாலே திருவண்ணா மலையிலே நூறு வருஷமா கல்வி இருக்கு. திருவண்ணாமலையிலே நூறு வருஷமா இளம் விதவைகள் இல்லை. குழந்தைக் கல்யாணம் இல்லை. எல்லாரும் படிக்கப் போறாங்கன்னா, இதைத் தொடங்கி வைத்துப் புரட்சி செய்த பெருமை, திருவண்ணாமலையைப் பொறுத்தமட்டில் கண்டிப்பாக டேனிஷ் மிஷன் பள்ளிக்கு இருக்கு.

அவங்க எல்லாரையும் நீங்கள் எல்லாம் உங்களுடைய ஆயுள் காலம் முழுவதும் நெனச்சு நன்றி சொல்ல வேண்டும். சரி, நன்றி சொல்லியாச்சு. அவங்களெல்லாம் போயிட்டாங்க. ஒரு நிமிஷம் நாம அவங்களுக்காக எழுந்து நின்று அஞ்சலி செலுத்தலாம். ஆனா, நீங்க என்ன செய்யப் போறீங்க? அடுத்த நூறு வருஷத்திலே பின்னால் வரப்போறவங்களுக்கு நீங்க என்ன செய்யப் போறீங்க?

இந்தப் பள்ளி நூறு வருஷமா நடந்துகிட்டிருக்கு. இதைத் தொடங்கினவங்க யாரும் இப்ப உயிரோட இல்லை. அவங்க உயிரோடு இருந்தால், இது நூறு வருஷமா, தொடர்ந்து நடக்குதுன்னு தெரிஞ்சா, எவ்வளவு மகிழ்ச்சியடைவாங்கன்னு சொல்வதற்கு வார்த்தையே கிடையாது. ஏன்னா, அவங்க என்னவெல்லாம் கனவு கண்டாங்களோ, என்னவெல்லாம் நடக்கணும்னு நெனச்சாங்களோ, அதிலே ஒரு பகுதியாவது நடந்துக்கிட்டிருக்குது. நிறைவேறி இருக்குது. நீங்க படிச்சிட்டிருக்கீங்க. அஞ்சு வருஷம் பத்து வருஷம் கழிச்சி நீங்க எல்லாரும் முக்கியமான வேலைகளுக்குப் போக போறீங்க. அரசாங்க வேலைக்குப் போவீங்க. தனியார் வேலைக்குப் போவீங்க. கம்ப்யூட்டர் என்ஜினியர் ஆவீங்க. நெறைய பேர் சினிமாவுக்குப் போவீங்க. நடிப்பீங்க. ஆடுவீங்க. பாடுவீங்க. எழுத்தாளரா இருப்பீங்க. எல்லாம் நீங்கதான் இருக்கப் போறீங்க. உங்க காலத்திலே கல்வியை நீங்க எப்படிப்பட்ட கல்வியாக்கப் போறீங்க?

முதலில் ஒரு விஷயம். இப்ப நீங்க படிக்கும்போது எதுவெல்லாம் சரியில்லைன்னு நெனைக்கிறீங்களோ, அதையெல்லாம் நாங்க மாத்துவோம்னு நீங்க ஒரு உறுதி எடுத்துக்கணும். இன்னைக்கு உங்க படிப்பிலே என்னவெல்லாம் சரியில்லைன்னு நீங்க நெனைக்கிறீங்களோ, அதையெல்லாம் ஏன் சரியில்லைன்னு நீங்க ஆராய்ச்சி பண்ணனும். ஏன் தப்பாயிருக்குன்னு யோசிக்கணும். இந்தத் தப்பை எப்படி சரி பண்றதுன்னு யோசிக்கணும். ரொம்ப சுலபமா எல்லாப் பள்ளிக்கூடத்தையும் மூடிட்டு, பள்ளிக்கூடமே வேணாம்னு சொல்லிடலாம். ரொம்ப சுலபமான விஷயம். ஆனா, ஒரு பள்ளிக்கூடத்தை நடத்தி அதை எப்படி சரியா நடத்தறதுன்னு செய்வது இருக்கே, அதுதான் நமக்கு இருக்கிற உண்மையான சவால். கல்வி வேணும். அது எப்படி சிறந்த கல்வியாக இருக்க முடியும் அப்படீன்னு யோசிக்கணும்.

இன்னையிலேர்ந்து நூறு வருஷம் கழிச்சி இந்தப் பள்ளிக்கூடம்னு இல்லை. நீங்க பல பேர் போய் பணியாற்றக் கூடிய பள்ளிக்கூடம். உங்க குழந்தைகள் படிக்கக் கூடிய பள்ளிக்கூடம். அது எப்படிப்பட்ட பள்ளிக்கூடமாக இருக்கணும்னு உங்க எல்லாருக்கும் ஒரு கனவு வேணும். நீங்க அதைப் பத்தி dream பண்ணனும். You must have a dream. Dream ன்னா, நான் டாக்டராவேன், என்ஜினியராவேன், நான் கார் வாங்கப்போறேன், இது வாங்கப் போறேங்கிறது மட்டும் dream இல்லே. அதைவிட முக்கியமான dream நாளைக்கு ஜனங்க எப்படி இருப்பாங்க. இன்னைக்கு நம்ம ஊரிலே என்ன இருக்கு? ஜாதி இருக்கா? இல்லையா? ஜாதி இருக்கு. இன்னும் ஜாதி இருக்கு. ஜாதியை ஒழிக்கணும்னு முயற்சி பண்ணிட்டிருக்கோம். ஆனா, நூறு வருஷம் கழிச்சி நீங்க உருவாக்கக்கூடிய சமுதாயத்திலே ஜாதி இருக்காதுன்னு நீங்க தீர்மானிக்கணும். அந்தக் கனவு உங்களுக்கு வேணும்.

நீங்க வளரக் கூடிய சமுதாயத்திலே ஆண்கள் இருப்பாங்க. பெண்கள் இருப்பாங்க. மனுஷங்க இருப்பாங்க. எல்லாரும் சமமான மனுஷங்களாக இருப்போம். அப்படீங்கற ஒரு கனவு நமக்கு வேணும்.

இதை யார் சொல்லிக் கொடுப்பாங்க? எங்கே சொல்லிக் கொடுப்பாங்க? பள்ளிக்கூடத்திலே சொல்லிக் கொடுக்கிறதிலே எழுத்தறிவு கிடைக்குது. எழுத்தறிவு கூடவே ஒழுக்கமும் கிடைக்குது. இந்த ரெண்டு விஷயம் கிடைக்குது. இந்த ரெண்டு விஷயமும் இல்லன்னு வச்சிக்கோங்க. இன்னைக்கு லெனின் சொன்ன மாதிரி, பள்ளிக்கூடத்திலே நாம கத்துக்கிட்டதை விட, வெளியிலே நெறைய கத்துக்கலாம். ஆனா, அதைப் புரிஞ்சிக்கறதுக்கு முதலிலே படிச்ச படிப்பு அவசியமா இருக்கும். பள்ளிக்கூடத்திலே என்னவெல்லாம் படிச்சோமோ, அந்த அடிப்படை - இந்த பேஸ்மெண்ட் இல்லைன்னா, அதுக்கு மேலே நாம ஒண்ணையுமே கட்டியிருக்க முடியாது.

இன்னைக்கு என்னுடைய பள்ளியைப் பத்திச் சொல்லணும். நான் இந்த மேடையிலே பெருமைப்படக்கூடிய விஷயம். இங்கே இருக்கக்கூடிய நண்பர் நடிகர் நாசரும் நானும் ஒரே பள்ளிக்கூடத்திலே படிச்சோம். நாங்க ரெண்டு பேரும் செங்கல்பட்டிலே ஒரே

பள்ளிக்கூடத்து மாணவர்கள். எங்க பள்ளிக்கூடத்திலேர்ந்து ரெண்டு பேர் இன்னைக்கு இந்த மேடையிலே ஒண்ணா கலந்துக்கிறோம்னு நெனைக்கும்போது அவரும் நானும் எங்க பள்ளிக்கூடத்தைப் பத்திப் பெருமைப்படறதுக்கு விஷயம் இருக்கு. அப்படி இந்தப் பெருமை நாளைக்கு நீங்க போற இடங்களிலே, ஒரே மேடையிலே பத்து பேர் பிரமுகர்களா வந்திருக்காங்க. பத்து பேரும் டேனிஷ் மிஷன் ஸ்கூல் மாணவர்கள். அவங்க பத்துப் பேரும் மேடையிலே இருக்காங்கன்னு சொல்லும்போது. அந்தப் பெருமை உங்களுக்கு இருக்கணும். இந்தக் கனவை வளர்த்துக்கிட்டுப் போறதுதான் உங்க வேலை.

இந்தக் கனவை வளர்க்கணும்னா, நீங்க ரெண்டு காரியங்களைச் செய்யணும். ஒண்ணு, என்ன சந்தேகம், என்ன பிரச்சனை, என்ன சிக்கல், என்ன இருந்தாலும் கேள்வி கேளுங்க. எதைப்பற்றி வேணுமானாலும் கேள்வி கேளுங்க. கேள்வி கேட்கக் கேட்கத்தான் பதில் கிடைக்கும். இந்த பதில் யார்கிட்டேர்ந்து கிடைக்கும்? உங்க ஆசிரியர்கிட்டேர்ந்து கிடைக்கலாம். உங்க பெற்றோர்கிட்டேர்ந்து கிடைக்கலாம். எங்கிருந்து வேணுமானாலும் கிடைக்கலாம். ஆனா, பதில் கிடைக்கிற வரைக்கும் கேள்வியை நீங்க விட முடியாது. ஒரு இடத்திலே பதில் கிடைக்காட்டி, அடுத்த இடத்திலே நீங்க தேடனும். இப்படி தேடத்தேடத்தான் நீங்க அடுத்த நூற்றாண்டுக்கான கல்வியை உருவாக்க முடியும். அப்படி உருவாகிற கல்விதான் நம்ம சமூகத்திலே இருக்கிற கோளாறுகளையெல்லாம் நீக்க முடியும்.

லெனின் உங்களுக்குப் பாடிக் காண்பிச்சார். ‘சரிகமபதநி‘யில் உள்ள ‘ச’ வை மேல் ஸ்தாயியிலும் அடுத்து அதையே கீழ் ஸ்தாயியிலும் உங்களைப் பாடச்சொன்னார். உங்க எல்லோராலேயும் பாட முடிஞ்சது. அப்ப உங்க எல்லோராலேயும் பாட முடியும். உங்க எல்லோராலேயும் ஆட முடியும். உங்க எல்லோராலேயும் நடிக்க முடியும், உங்க எல்லோராலேயும் விளையாட முடியும். உங்க எல்லோராலேயும் படிக்க முடியும்னா, நீங்க எல்லாரும் சேர்ந்து இந்த உலகத்தை மாத்த முடியும். நீங்க மாத்துவீங்க என்கிற அந்தக் கனவைத்தான் - என் தலைமுறை எனக்கு முன் தலைமுறை இப்படி நாங்களெல்லாம் சுமந்து வந்திருக்கிற அந்தக் கனவை அடுத்து

உங்ககிட்டே கொடுத்துவிட்டுப் போகிற விழாவாகத்தான் இந்த விழாவை நான் பார்க்கிறேன்.

இந்தப் பள்ளிக்கூடம் நூறு வருஷ காலம் நடந்திருக்கிறது. நடத்தினாங்க. நூறு பேர் இருந்திருப்பாங்க. அவங்க போயிடுவாங்க. அடுத்த நடத்தறதுக்கு நூறு பேர் வருவாங்க. தொடர்ந்து இது மாதிரி போய்க்கிட்டேயிருக்கும். ஆனா அந்த நூறு பேர் எங்கேயிருந்து வரணும்னா, உங்ககிட்டேர்ந்து வரணும். நீங்க வந்து உங்க பள்ளியை நடத்தறதுதான் பெரிய வேலை. அது உங்க கையிலே இருக்கு. அதை நீங்க செய்யணும்.

அடுத்த நூற்றாண்டே கல்வி எப்படிப்பட்டதா இருக்கணும்னா, உங்களுக்கு ஒரே ஒரு செய்திச் சொல்லிக் காட்டிட்டு முடிக்கணும்னு நெனைக்கிறேன். சென்னையிலே Childrens Garden Schoolனு ஒரு பள்ளி. நான் பெரிதும் மதிக்கக்கூடிய பள்ளிகளிலே அது ஒரு பள்ளி. அந்தப் பள்ளியினுடைய தலைவியா சகுந்தலா சர்மான்னு ஒருத்தங்க இருக்காங்க. அவங்ககிட்டே ஒரு பள்ளிக்கூடம் எப்படி இருக்கணும்னு கேட்டேன். அதுக்கு அவங்க ஒரே ஒரு வாக்கியம்தான் பதிலாகச் சொன்னாங்க. அந்தப் பதில்தான் ஒவ்வொரு பள்ளிக் கூடமும் வைத்துக் கொள்ள வேண்டிய கனவு. அடுத்த நூற்றாண்டுக் கல்வி என்னவாக இருந்தாலும், அதுக்கும் இதுதான் கனவுன்னு நான் சொல்ல விரும்புகிறேன். குழந்தைங்க காலையிலே ஸ்கூலுக்கு வந்தாங்கன்னா, சாயந்திரம் வீட்டுக்குப் போகிற போது, ஐயோ, வீட்டுக்குத் திரும்பப் போக வேண்டியிருக்கேன்னு வருத்தப்படணும். அப்படி வருத்தப் பட்டாங்கன்னா, அந்தப் பள்ளிக்கூடம்தான் சிறந்த பள்ளிக்கூடம்னு சகுந்தலா சர்மா சொன்னாங்க. அப்படிப்பட்ட பள்ளிக்கூடத்தை உருவாக்குகிற பணி டேனிஷ் மிஷினரிக்கு மட்டுமல்ல, நாளைக்கு உங்க ஒவ்வொருத்தருக்கும் இருக்கு. குடிமக்களா நம்ம கடமை இருக்கு. நாம அத்தனை பேரும் சிறந்த மனிதர்களாவதற்கு. எங்களுடைய இந்தச் சுமையை நீங்க ஏத்துக்கிட்டு தொடர்ந்து நடைபோடணும்னு கேட்டுக்கிறேன்.

பள்ளிக்கூடத்திலே என்ன பிரச்சனை இருந்தாலும் பள்ளிக் கூடத்துக்குள்ளே இருந்துதான் தீர்க்க முடியும். பள்ளிக்கூடத்தை விட்டுட்டுப் போய் தீர்க்க முடியாது. எனவே தொடர்ந்து படிங்க. நெறைய பேரைப் படிக்கறதுக்கு ஊக்குவிக்கணும். படிப்பு என்பதுதான் உங்க பரம்பரைச் சொத்து. எத்தனை தலைமுறை இருந்தாலும் நீடித்து வரக்கூடிய ஒரே சொத்து. நீங்க சம்பாதிக்கக் கூடிய அத்தனை சொத்தும் அழிஞ்சி போகலாம். படிப்பை மட்டும்தான் உங்களாலேயும் அழிக்க முடியாது. நீங்க படித்த படிப்பை உங்களாலேயே அழிக்க முடியாது. உங்க எல்லோருக்கும் என்னுடைய வாழ்த்துக்களைத் தெரிவித்துக் கொண்டு விடைபெறுகிறேன்.

கட்டுரை

சும்மா....?

அம்மா சமைக்கிறாள். அப்பா பேப்பர் படிக்கிறார். அக்கா பொம்மைகளுடன் விளையாடுகிறாள். தம்பி கிரிக்கெட் ஆடுகிறான்.....

நீண்ட நெடுங்காலமாக நமது பள்ளிக்கூடப் பாடப் புத்தகங்களில் இந்தக் காட்சி இருந்துவருகிறது. பாடம் வாழ்க்கையைப் பிரதிபலிக்கிறது. வாழ்க்கையில் நிலைமாறவேண்டுமானால் பாடத்தையும் மாற்றியமைக்க வேண்டும் என்று அண்மைக் காலமாகத்தான் கோரிக்கைகள் வரத் தொடங்கியிருக்கின்றன.

யோசித்துப் பார்த்தால், எந்த வீட்டிலும் அம்மா சமைத்துக் கொண்டிருக்கிறாள்; துவைத்துக் கொண்டிருக்கிறாள்; பாத்திரம் தேய்த்துக் கொண்டிருக்கிறாள். அம்மாவுக்கு ஒரு நாளாவது விடுமுறை உண்டா?

இதுவரை இல்லாவிட்டாலும் இனிமேல் கொடுத்தாக வேண்டும் என்கிறார் ராஜ்ய சபை (மாநிலங்களவை) காங்கிரஸ் உறுப்பினர் சரோஜ் கபார்டே. ஹவுஸ் வைவ்ஸ் (இதை வீட்டு மனைவிகள் என்று மொழி பெயர்க்க விசித்திரமாக இருக்கிறது. தமிழ் மரபுப்படி 'இல்லத்தரசிகள்' என்று வைத்துக்கொள்வோம்) மசோதா 1996 என்று ஒரு மசோதாவை (சட்ட முன் வடிவு) சரோஜ் மாநிலங்களவை முன்பு வைத்திருந்தார்.

இதன்படி, ஒவ்வொரு இல்லத்தரசிக்கும் அவர் விரும்புகிற ஒரு நாளில் வாராந்திர விடுமுறை அளிக்கப்பட வேண்டும்.

அவ்வாறு அளிப்பது அவரது குடும்ப உறுப்பினர்களின் கடமையாகும். அன்றைய தினம் வீட்டு வேலைகளான சமையல், கழுவுதல், துவைத்தல் முதலியவற்றை மறு நாளைக்கு மீதி வைக்காமல் செய்து முடிப்பது குடும்ப உறுப்பினர்களின் கடமையாகும். தன் விடுமுறை நாளைத் தான் விரும்பியவாறு செலவிட இல்லத்தரசிக்கு எல்லா உதவிகளும் செய்த தரப்பட வேண்டும். மரபு, பழக்கவழக்கம், சடங்கு என்ற எந்தக் காரணங்காட்டியும் இக்கடமையிலிருந்து தவறலாகாது. தவறினால் ஆயிரம் ரூபாய் வரை அபராதம் விதிக்கலாம் என்று சரோஜ் தன் சட்ட முன்வடிவில் தெரிவித்துள்ளார். திருமணமான, ஆகாத, குழந்தையுள்ள, இல்லாத எந்தப் பெண்ணானாலும் குடும்பத்தின் வீட்டு வேலைகளைச் செய்து வருபவரானால் அவர் இந்த மசோதாவின் கீழ் இல்லத்தரசியாகக் கருதப்படுவார்.

தனிநபர் கொண்டுவந்துள்ள இந்தச் சட்ட முன்வடிவு மாநில, மக்களவைகளால் விவாதித்து ஏற்கப்படுமா என்பது சந்தேகம்தான்.

ஆனால் வீட்டிலிருக்கக் கூடிய குடும்பப் பராமரிப்பைச் செய்து வருகிற பெண்களின் நிலை பற்றிக் கொஞ்சம் விவாதிப்பதற்கு ஒரு வாய்ப்பை சரோஜின் மசோதா உருவாக்கித் தந்திருக்கிறது. 'டைம்ஸ் ஆஃப் இந்தியா' ஏட்டில் நடந்த விவாதத்தில் 'மனுஷி' இதழாசிரியரும் பெண்ணியவாதியுமான மது கிஷ்வார், இந்த மசோதா வீண் வேலை என்று விமர்சித்திருக்கிறார். பெற்றோர் பெண் குழந்தைகளுக்குச் சொத்தில் பங்கு அளித்தல், பெண்களுக்குப் பொருளாதார வலிமை ஏற்படுத்தல் முதலியவை மட்டுமே குடும்பத்தில் பெண்ணின் நிலையை மேம்படுத்தும் என்பது மதுவின் கருத்து.

புகழ் பெற்ற வழக்கறிஞரான ராணி ஜெத்மலானி இந்த மசோதா தேவைதான் என்கிறார். பல சட்டங்கள் நடைமுறையில் செயல்படாமல் இருப்பதால், அந்தச் சட்டங்கள் அர்த்தமற்றவையாகி விடுவதில்லை என்கிறார். இன்னும் விரிவான சட்டங்கள் ஏற்படுத்த, இது முதற்படியாக அமையும் என்பது ராணியின் நம்பிக்கை.

நம் ஊரில் இது பற்றி என்ன நினைக்கிறார்கள்? முதலில் சரோஜ் கபார்டே மாநிலங்களவையில் இப்படியொரு மசோதாவைக்

கொண்டுவந்துள்ள செய்தி கூட இதுவரை தமிழ்ப் பத்திரிகைகளில் வெளியாகவில்லை. (சில 'இல்லத்தரசிகள்' தினமணி கதிருக்குத் தெரிவித்த கருத்து தனியே வெளியிடப்பட்டுள்ளது).

மழலைக் கல்வியறிஞர் மீனா சுவாமிநாதனிடம் பேசியபோது இந்த விஷயம் முதல் முறையாக நாடாளுமன்றத்தில் ஐந்து நிமிஷமாவது பேசப்படுவதே நல்ல மாற்றம்தான் என்றார். மசோதாவை ஆண் எம்.பி.யாராவது கொண்டு வந்திருந்தால் நன்றாயிருந்திருக்கும் என்ற மீனா, இந்த மசோதா, பெண்கள் செய்யும் வீட்டு வேலையின் மதிப்பு என்ன என்பது பற்றிச் சிந்திப்பதற்குத் தூண்டும் என்றார். இந்த மாதிரி விஷயங்களுக்குச் சட்டம் சாத்தியமில்லை என்றாலும் சமூகத்தின் சிந்தனைப் போக்கு மாறுவதற்கு உதவினால் சரி என்பது அவர் கருத்து.

பெண்கள் செய்யும் வேலையின் மதிப்பை எப்படி நிர்ணயிப்பது? அலுவலக வேலை போன்றவற்றிற்கு சம்பள நிர்ணயம் இருக்கிறது. விவசாயத் தொழிலில் குடும்பமாக ஈடுபடும் பெண்களின் பணிக்கோ, வீட்டு நிர்வாக வேலைகளுக்கோ மதிப்பு நிர்ணயிப்பது எப்படி?

ஒரு குடும்பத்தின் பொருளாதார நிலை எந்த அளவுக்குப் பெண்ணைச் சார்ந்து இருக்கிறது என்று ஓராண்டு கால ஆய்வு நடத்திய ஆய்வாளர் ஜெயஸ்ரீ வெங்கடேசனிடம் கேட்டபோது, ஆச்சரியமான சில தகவல்கள் கிடைத்தன. தர்மபுரி, புதுக்கோட்டை, சேலம், செங்கை அண்ணா முதலிய மாவட்டங்களில் அவர் தேர்ந்தெடுத்து ஆய்வு நடத்திய வீடுகளில் 86 சதவிகிதக் குடும்பங்கள் பெண்ணின் பொருளாதாரப் பங்களிப்பையே முற்றிலும் நம்பியிருந்தன. சிறு விவசாயிகள், கல்லுடைக்கும் தொழிலாளர், பேப்பர் திரட்டுபவர்கள் என்று பலதரப்பட்ட குடும்பங்களில் ஆய்வு செய்யப்பட்டன. மீதி 14 சதவிகிதக் குடும்பங்களின் ஆண்கள் டிரைவர், காவலாளி போன்ற நிரந்தர வருமானம் உள்ளவர்களாக இருந்தார்கள். 86 சதவிகித வீடு களில் பெண்களின் பங்களிப்பு என்பது வீட்டுவேலை உள்ளிட்ட எல்லா வேலைகளுமாகும்.

நடுத்தரக் குடும்பங்களிலும் வெளிவேலைக்குச் செல்லும் பெண்கள், வெளியிலும், வீட்டிலுமாக இரண்டு இடங்களிலும்

உழைக்கிறார்கள். சராசரியாக 18 மணி நேரம் வேலை செய்கிறார்கள். அவர்களுக்கு வெளி வேலையில் வார விடுமுறை இருந்தாலும்கூட வீட்டுப் பணியில் விடுமுறை கிடையாது.

வீட்டு வேலைகளை ஆண்கள் சமமாகப் பகிர்ந்து கொள்ளக் கூடிய காலம் இன்னமும் ஒரு கனவாகவே இருக்கிறது. சிறு உதவிகள் செய்தால் கூட நமது பெண்கள் மனநிறைவு அடைந்து விடுவார்கள். ஆனால் அது கூடப் பெருவாரியாக நடைபெறவில்லை.

மாறாக, பத்திரிகை, டி.வி, நாடக, சினிமா ஜோக்குகளில் மட்டுமே ஆண்கள் வீட்டுவேலை செய்து 'அடங்காப்பிடாரி' மனைவிகளிடம் கஷ்டப்படுவதாக ஒரு பொய், கோயபல்ஸ் (இவர் பெயரை கெப்பல்ஸ் என்று எழுதுவதே முறை) பாணியில் சொல்லப்பட்டு வருகிறது.

அன்றாட வாழ்க்கையில் சாதாரணமாகக் கேட்கக்கூடிய உரையாடல் இது

"என் வைஃப் ஏஜீஸ் ஆபிஸ்ல வேலை செய்யறா, உன் வைஃப் வேலைக்குப் போகுதா"

"இல்லப்பா வீட்லதான் சும்மா இருக்கா "

சும்மா ?

நமது பெண்கள் வெளி வேலைக்குப் போனாலும் போகாவிட்டாலும் வீட்டில் சும்மாவா இருக்கிறார்கள் என்று எல்லாரையும் சிந்திக்கத் தூண்டினாலே சரோஜ் கபார்டேயின் மசோதா வெற்றி பெற்றதாகிவிடும்.

நாசர்

சினிமாவை முழுவதுமாய்த் தெரிந்த ஒரு சிலரே அதை இயக்கவும், நடிக்கவும் செய்கிறார்கள். நாசர் அதில் முதன்மையானவர். திரைப்படப் பிரவேசத்திற்கு முன்பே ஞாநியின் பரிக்ஷாவிலும், ருத்ரனின் நவீன நாடகக் குழுவிலும் இயங்கியவர். ‘‘அவதாரம்’’ ‘‘தேவதை’’ உட்பட, தமிழில் பரிட்சார்த்த முயற்சியில் பல படங்களை எடுத்தவர். தான் சார்ந்த திரைப்படம் மட்டுமின்றி, கல்வி, சுற்றுப்புறச்சூழல், கட்டடவியல் என்று சகல துறைகளிலும் உண்மையான அக்கறை கொண்டு இயங்குபவர். எப்போதாவது சிறுகதைகளும் கட்டுரைகளும் எழுதி, தனக்குள்ளிருக்கும் இன்னொரு கலைஞனையும் எப்போதும் உயிர்ப்போடு வைத்திருப்பவர்.

இன்றளவும் நாடகங்களுக்கென்று முக்கியத்துவம் தந்து அதில் பங்கெடுத்து நடித்துக் கொண்டிருப்பவர். கல்விகுறித்து மிக காத்திரமாக உரையாற்றக் கூடியவர்.

பேச்சு

என்னுடைய வணக்கங்கள். டேனிஷ் பள்ளி நிறுவனத் திற்கு என்னுடைய வாழ்த்துகள். ஆசிரியர்களுக்கு என்னுடைய மரியாதைகள். பவாவுக்கு என்னுடைய நன்றி.

நான் நிறைய பொது நிகழ்ச்சிகளிலே கலந்து கொள்வது கிடையாது. ஏன்னா, தமிழ்நாட்டுல சொல்லப்படாத எழுதப்படாத ஒரு மரபு இருக்கிறது. எந்த நிகழ்ச்சி நடந்தாலும் அது இரும்பைப் பற்றிய கருத்தரங்காக இருக்கலாம். ஒரு பள்ளியைப் பற்றிய கருத்தரங்காக இருக்கலாம். எல்லாவற்றிலும் சினிமா சார்புடைய ஒருவர் இருக்க வேண்டும் என்பது கடுமையாகக் கடைபிடிக்கிற ஒரு மரபு. சம்பந்தமே இருக்காது. ஆனா, அங்கே இருப்போம். அதனாலே பொது நிகழ்ச்சியில் கூட்டம் இருப்பதற்கான பொருளாக மட்டும் என்னை வைத்துக் கொள்ள நான் விரும்பாததினாலே நான் கூட்டத்திற்குப் போறதில்லை. எனக்குச் சட்டுன்னு கோபம் வந்திடுங்கிறதனாலே கல்வி நிறுவனங்களுக்கும் போவதை நிறுத்தி விட்டேன். அப்புறம் பேச நல்லாயிருக்கு என்பதனால் இலக்கியக் கூட்டங்களுக்கு மட்டும் போறது உண்டு. ரொம்பநாள் கழிச்சு பவா, இந்தப் பள்ளி நூறு வருஷம் நடந்திருக்கு. நாலாயிரம் பிள்ளைகள் படிக்கிறாங்க, நீங்க கண்டிப்பா வரணும்னு சொன்னதாலே சரி, ரொம்ப பாவப்பட்ட இந்த வருங்காலச் சந்ததியினரைச் சந்திப்போம்னு வந்தேன்.

நடிகர்களுக்காகத் தங்களுடைய காதை, மனதை, வாழ்வை, மண்ணைத் தியாகம் செய்கின்ற நாடு இது. அந்த கௌரவத்தை

எங்களைப் போன்ற நடிகர்களுக்குக் கொடுக்கறதனாலே அந்தக் கடமையை நான் உணர்ந்தவன் என்ற முறையில் நான் பேச வேண்டியது கடமையாகிறது. ஒரு நடிகன் சொல்கிற வார்த்தை கூர்ந்து கவனிக்கப்படுகிறது என்பதனால் நான் சில கருத்துக்களை உங்களோடு பகிர்ந்து கொள்ள விரும்புகிறேன்.

பள்ளிப் பருவத்தைப் பொருத்தவரை எனக்குன்னு தனியான வாழ்க்கை கிடையாது. எல்லாரையும் போலவே பள்ளி நாட்களில் சில நாட்கள் கசந்தன. சில நாட்கள் இனித்தன. சில வேளைகளில் நான் இன்று செய்கிற தொழிலுக்கு ஆதாரமாக அமைந்திருக்கின்றன. பல ஆசிரியர்கள் எனக்குள் இருந்த வேகத்தை அதிகப்படுத்தியிருக்கிறார்கள். என்னுள் இருந்த திறனைக் கண்டுபிடித்து ஊக்கப்படுத்தியிருக்கிறார்கள். சில ஆசிரியர்கள் பல்வேறு பிரச்சனைகள் காரணமாக அவர்களுடைய சொந்த கோபதாபங்களை என்மீது திணித்திருக்கிறார்கள். ஆக எல்லாம் கலந்ததுதான் பள்ளி வாழ்க்கை.

காலையிலிருந்து பல பேர் பள்ளி நாட்களையும் கல்விமுறை பற்றியும் பல்வேறு கோணங்களில் விமர்சனம் செய்தார்கள். நமக்கு இருக்கிற பெரிய குழப்பம் ஆசிரியர் என்பது தனி வர்க்கமோ, அல்லது பள்ளி என்பது தனி நிறுவனமோ அல்லது மாணவர் மாணவியர் தனி இனமோ என்பதல்ல. இது வருங்காலத்திற்காக ஒரு வளமுள்ள - சிந்திக்கக் கூடிய ஒரு சமுதாயத்தை உருவாக்கக்கூடிய கடமையுள்ள நிறுவனம் செய்கிற பணி. இன்னைக்கு இப்பணி பிஸினெஸ் ஆயிடுச்சி.

பள்ளி என்பது ஒரு தனி நபருக்காகவோ, தனி ஒரு மாணவ மாணவியருக்காகவோ, நடத்தப்படுகின்ற வரையறுக்கப்பட்ட கல்வித்திட்டமல்ல. ஒரு சமுதாயத்திற்காக, ஒரு வளமான சமூகத்திற்காக வரையறுக்கப்பட்ட கல்வித்திட்டம். இது ஒரு முக்கோணம். இந்த முக்கோணத்தின் மூன்று மூலைகளாக ஆசிரியர்கள் இருக்கிறார்கள். மாணவ மாணவியர் இருக்கிறார்கள். முக்கியமான விஷயத்தை எல்லோரும் விட்டுடுறாங்க. பெற்றோர்களுக்கு இதிலே சம்பந்தம் இல்லை என்கிற மாதிரி காலைலேர்ந்து பேச்சு நடந்துக்கிட்டிருக்கு. ஆனா அந்த மூன்றாவது

மூலையா இருப்பவர்கள் பெற்றோர்கள். ஒரு பள்ளி நிறுவனம் எவ்வளவு முக்கியமோ, அதைவிட அதிகமான பொறுப்பு பெற்றோர்களுக்கு இருக்கு.

எல்லாப் பெற்றோர்களுக்குமே இன்று ஒரு நம்பிக்கை இருக்கிறது. முக்கியமா நடுத்தரவர்க்கம் - இந்தியாவின் தலையெழுத்தைக் கால்பந்து போல் விளையாடுகிற நடுத்தரவர்க்கம் - தன்னோட பிள்ளைகளை என்ன பாடுபட்டாவது, வயிற்றைச் சுருக்கியாவது, காரு ஸ்கூட்டரை வித்தாவது, தாலியை அடகு வெச்சாவது, நம்ம குழந்தைகளை நல்ல ஸ்கூல்லே சேர்த்துவச்சா நல்ல மனிதனாகி விடும் என்று நம்புகிறார்கள். ஆனால் அப்படி இல்லை. ஒவ்வொரு பள்ளியும் தருகின்ற சூழ்நிலை, அதன் ஆசிரியர்கள் தருகின்ற சூழ்நிலை இதையெல்லாம் வைத்துத்தான் குழந்தை வளர முடியுமாயினும், அந்தப் பள்ளியும் ஆசிரியர்களும் தருகின்ற சூழ்நிலை வீட்டிலும் எடுத்துச் செல்லப்பட வேண்டும். வீட்டிலே ஒரு சூழ்நிலை, படிக்கிற பள்ளியிலே ஒரு சூழ்நிலை என்று இருந்தால் அது சரியா வராது. குழந்தை தடுமாறும். சரி, அங்கே இருந்தா அப்படி இருக்கணும், இங்கேயிருந்தா இப்படியிருக்கணும் போலிருக்கு என்று பாகுபாட்டை வளர்த்துக் கொள்ளும். அதனால்தான் இன்று கல்வி முறைகள் நிறைய மாறுகின்றன. குழந்தைகளுக்கு விளையாட்டு மூலமே சொல்லித் தருகின்ற பாடத்திட்டங்கள் வந்துள்ளன.

ஆசிரியர்கள் ஏதோ சர்வாதிகாரிகளைப் போலவும், மாணவர்கள் ஏதோ அவர்கள் அடக்கியாளுகிற வர்க்கம் போலவும் இந்த வர்க்க பேதச் சிந்தனை பள்ளியிலேயே ஆரம்பிக்கிறது. இவர்களுக்கு இருபது வருஷம் கழித்துப் பேசுகிற தெளிவு, இப்பவே இருந்துச்சின்னா, இவங்களே சொல்லுவாங்க. இந்தப் பள்ளி நிறுவனத்தை ஒரு அடக்கியாளும் வர்க்கமென்றே பேசுவார்கள். சில வேளைகளில் ஆசிரியர்களும் அப்படித்தான் நடந்து கொள்கிறார்கள். ஆனால் உண்மை அது கிடையாது. ஆசிரியர் மாணவர் என்ற பாகுபாடு இன்று இருக்கக்கூடாது என்பதே உலகளாவிய அணுகுமுறை. ஆசிரியர் என்ற ஸ்தானம் சர்வாதிகார ஸ்தானம் அல்ல. தான் பெற்ற ஞானத்தை - தான் பெற்ற அனுபவங்களை - தான் பெற்ற கல்வி முறையை - வாழ்வு

முறையை இளைய சமுதாயத்தினரோடு பகிர்ந்து கொள்வதுதான் ஆசிரியரின் கடமை. ஆனால் நம்முடைய கல்வித்திட்டம் அப்படி கிடையாது. ஞானம் அல்லது அறிவு என்பது தேங்கிப் போய் நிற்கிற திடப்பொருள் கிடையாது. வளர்ந்துகிட்டே இருக்கணும். ஆனால் ஆசிரியர்கள் மேலேயும் குறை உண்டு. அவர்கள் ஒரு கல்வி நிறுவனத்தில் ஆசிரியராகப் பணியாற்ற வேண்டும் என்று முடிவெடுத்த பிறகு, ஒரு பள்ளியில் சேர்ந்த பிறகு தாங்கள் கற்றதை அங்கேயே நிறுத்திக் கொண்டு அதையே திருப்பித் திருப்பி மாணவர்களுக்கு போதித்து கொண்டு வருகிறார்கள். $(a+b)^2=a^2+b^2+2ab$. இது அல்ஜீப்ராவோட அடிப்படை விஷயம். எனக்குக் கணக்கு வராத விஷயம் கிடையாது. ஆர்க்கிமிடிஸ் கொள்கை அல்லது ஏதாவது ஒரு அடிப்படை விஷயம் என்று எடுத்துக் கொண்டால், ஆசிரியர்கள் மாணவர்களுக்கு மாணவியருக்கு அதை மட்டுமே சொல்லிக் கொடுப்பதோடு நின்று விடக்கூடாது. விஞ்ஞானம், கணிதம், மொழி, சரித்திரம், பூகோளம் எதுவாக இருந்தாலும் இன்றைய சமகால நிலை என்ன, சமகால அணுகுமுறை என்ன என்றெல்லாம் சொல்ல வேண்டும். National Geography சேனல் வந்த பிறகு பூகோளத்தினுடைய அணுகுமுறையே மாறிப்போச்சு. வெறும் கோணல் கோணலா கோடு போட்டு இதுதான் இந்தக் கண்டம், இதுக்குள்ளதான் இது இருக்கு என்று சொன்னதெல்லாம் போச்சு. இன்னைக்குத் த்ரீ டைமென்ஷனலா வருது. ஆந்த்ரோபாலஜிக்கலா வருது. கல்சுரலா வருது. ஜாகரிபிகலா வருது விஷயம். அறிவை நம்புகிற ஒரு விஷயமாகத்தான் கல்வி முறையை நாம் கையாள வேண்டும். ஆனால் அறிவைத் தருகின்ற கல்விமுறை இன்று நம்மிடையே கிடையாது.

நான் ரொம்பப் படிச்சவன் கிடையாது. எஸ்.எஸ்.எல்.சி முடிச்சதும் பி.யூ.சி. மெட்ராஸ் கிறிஸ்டியன் காலேஜிலே படிச்சேன். பெயிலாயிட்டேன். அதற்கப்புறம் படிக்கலே. பிறகு சில இடங்களிலே வேலை செய்தேன். அதற்கப்புறம் பிலிம் இன்ஸ்டிடியூட்டிலே படிச்சேன். நடிகனாயிட்டேன். இதுதான் என்னுடைய படிப்பு. ஆனா ஒரு காலக்கட்டத்திலே ஒரு வருஷம் ஆசிரியனாகவும் இருந்திருக்கின்றேன். அதையும் மீறி இன்று மூன்று குழந்தைகளின் தகப்பனாக இருக்கிறேன். என் குழந்தைகளுக்கு எப்படி அறிவு வந்து சேர வேண்டும்? எவ்வழியில் அவர்களுக்கு அறிவு வர வேண்டும்?

நான் பெறாத விஷயங்களை என் மகன் எப்படிப் பெற வேண்டும் என்ற நோக்கத்தில்தான் கல்வி முறையை நான் பார்க்கிறேன்.

நான் அறிந்த வரை வாழ்க்கை என்பது கடைசிவரை கற்றுக் கொள்ள வேண்டிய ஒன்று. ஒரு கம்பெனியிலே நீங்க சேர்ந்தீங்கன்னா, அந்த கம்பெனி எப்படி இயங்குது? அந்த நிறுவனம் எப்படி இயங்குதுன்னு நீங்க கத்துக்க வேண்டியிருக்கும். ஆனா அங்கேயே வாழ்க்கை நின்னு போய்விடலை. அங்கேயிருந்து நீங்க வேற ஒரு உயர் அதிகாரி பதவிக்குப் போக ஆசைப்பட்டால், அந்த உயர் அதிகாரி பதவிக்காக நீங்க என்னென்ன கத்துக்கணும்னு வழிமுறைகள் இருக்கு. அதற்கு நீங்க திரும்ப சில விஷயங்களைக் கத்துக்க வேண்டியிருக்கும். அங்கே போயிட்டு அதைவிடப் பெரிசா ஒரு இடத்துக்குப் போகிறதா இருந்தா இன்னும் சில விஷயங்களைக் கத்துக்க வேண்டியிருக்கும். கத்துக்கறதுக்காக ஒரு பருவம் என்பதே கிடையாது. எந்த ஒரு மனிதனோ, கலைஞனோ, தொழிலாளியோ, நிறைவாக அந்தத் துறை சார்ந்தவனாக மறைந்து போனதில்லை. கடைசி மூச்சை விட்டதில்லை. அவ்வளவு பூர்த்தியா ஞானிகள் வேணும்னா போகலாம். யாருமே, நான் இந்தத் தொழிலிலே இருந்தேன். இந்தத் தொழில்லே பெருவெற்றி அடைஞ்சேன். ஒரு குறையுமில்லாமல் இந்தத் துறையில் நான் பூர்த்தி அடைஞ்சிட்டேன்னு கடைசி மூச்சு விடறதே கிடையாது.

கற்றுக்கொள்வது என்பது கடைசி மூச்சு வரை இருக்கு. இல்வாழ்க்கையிலே மனைவி எப்படி என்று காலம் பூரா கத்துக்க வேண்டியிருக்கு. கூடப் பிறந்த தம்பி எப்படி என்று கத்துக்க வேண்டியிருக்கு. பெத்து வளர்த்த அப்பாவைப் பற்றிக் கத்துக்க வேண்டியிருக்கு. எல்லாமே கத்துக்கிற விஷயம்தான். அப்புறம் ஏன் கற்றுக்கொள்வதிலே பள்ளிப்பருவத்துக்கு முக்கியத்துவம் கொடுக்கிறோம்? ஏன் பள்ளிப்பருவத்தை மட்டும் ரொம்ப வலியுறுத்திச் சொல்கிறோம்? அங்குதான் முதல் வேகம் ஆரம்பிக்கிறது. நீங்க சைக்கிளிலே பெடல் பண்ணும்போது முதல் மிதியை எவ்வளவு அழுத்திக் கொடுக்கிறீர்களோ அந்த அளவுக்கு அப்புறம் ரெண்டாவது மிதி சுலபமாகிடும். நீங்க முதல் மிதியிலேயே முக்கி முக்கிப் போனீங்கன்னா அப்படியே மிதிச்சிக்கிட்டுப் போக வேண்டியதுதான். முதல் மிதி எவ்வளவு வேகமாக

முடிகிறதோ அதைச் சார்ந்துதான் நீங்க செல்கின்ற வேகம் இருக்கும். கிரிக்கெட்லேயும் அப்படித்தான். எப்படி ஓப்பனிங் பேட்ஸ்மேன் எவ்வளவு ஸ்கோர் சேர்க்கிறானோ, அதைப் பொறுத்துதான் மேட்ச் முடிவு நிர்ணயிக்கப்படுகிறது. பில்டிங் எவ்வளவு பெருசா இருந்தாலும், அதுக்குக் கீழே இருக்கிற அடித்தளம்தான் அதைத் தாங்கிக்கிட்டிருக்கு. அதுபோல, ஏன் பள்ளிப்பருவத்துக்கு இவ்வளவு முக்கியத்துவம் என்றால், இங்கேதான் நீங்கள் புடம் போடப்படுகிறீர்கள். தங்கத்தைப் புடம் போட்டால்தான் நகையாகப் போட்டுக்கலாம். அது மாதிரி உங்களைப் பழக்குகிற இடம் இது. உங்கள் அறிவை, உங்கள் மனசை, உங்கள் சிந்தனையைத் தூண்டுகிற இடமாக இது அமைய வேண்டும். ஆனால் கிடையாது.

இன்றைக்கு இயந்திரத் தன்மையை, கம்ப்யூட்டரை ஒரு மனிதத் தன்மைக்குக் கொண்டுவர முயற்சி பண்றாங்க. ரோபோ என்கிறாங்க. அப்புறம் ஹியூடைஸ் என்கிறார்கள். மிஷின்கள் அப்படியே மனிதர்கள் மாதிரி வேலை செய்யுது. ரொம்ப ஆச்சரியமா இருக்கு. ஜப்பானிலே அல்லது அமெரிக்காவில் நீங்க போய்ப் பார்த்தீங்கன்னா, கார் கம்பெனிகளிலே உள்ளே தொழிலாளிகளே யாரும் கிடையாது. வெல்டர் கிடையாது. இப்படி ஒரு ஷீட் போச்சுன்னா அது போய் முடியறத்துக்குள்ளே ஒரு கார் வந்திடும். எல்லாவற்றையும் மிஷினே செஞ்சிடுது. ஆனா, இங்கே அதற்குப் பதிலாகச் சிந்திக்கச் கூடிய ஜீவன்களான உங்களைக் கேவலம் பத்தாயிரம் ரூபாய் நாற்பதாயிரம் ரூபாய் சம்பாதிக்கிற இயந்திரங்களாகத் தயாரிக்கிற இந்தக் கல்வி முறையின் மீது எனக்கு மாபெரும் சந்தேகங்கள் உண்டு. கேள்விகளும் உண்டு.

கல்வித்திட்டம் அறிவைத் தருவதாக இருக்க வேண்டும். மாணவர்களைப் பரீட்சைக்குத் தயார் செய்வதாக இருக்கக் கூடாது. எனக்குத் தெரிஞ்சு, என்கூடப் படிச்ச பசங்க, கடைசியிலே பரீட்சை நேரத்திலே, புரியுமோ புரியலையோ கேள்விக்கான பதில்களைத் தயார் செய்து எழுதிடுவாங்க. அதோட மூளை அவுட் ஆயிடும். அது தேவையில்லை. ஒரு விஷயமா இருந்தாலும், அது புரிஞ்சி தெரிஞ்சிக்கிற விஷயமாக இருக்கணும். மக்கடிச்சி தெரிஞ்சிக்கிற விஷயமாக இருக்கக்கூடாது. அது சொல்லித் தருகிற ஆசிரியர்கள்

கிட்டேதான் இருக்கு. இதைத்தான் காலையிலேர்ந்து எல்லாருமே சொல்லிக்கிட்டிருக்காங்க.

எல்லோரும் பள்ளி வேணாம்கிற மாதிரிதான் பேசிக்கிட்டிருந்தாங்க. ஆனால் அது முடியாது. இந்த விஞ்ஞான யுகத்தில் - நவீன யுகத்தில் பள்ளி என்பதைத் தாண்டி நாம் செல்ல முடியாது. அது அவசியம் தேவை. அதைப் புறக்கணித்து விட்டு நாம் ஓரடி கூட எடுத்து வைக்க முடியாது. 1947 இல் நாம் சுதந்திரம் வாங்கினோம். அதற்குப் பிறகு நாம் சுயமாகக் கல்வி நிறுவனங்களை நிறுவினோம். பள்ளிகள் திறந்தன. இன்னைக்குப் படிப்படியே வளர்ந்து படிப்பறிவு ஏறிக்கிட்டே போகுது. கேரள மாநிலம் ஏறக்குறைய முழுவதும் கற்ற - எழுதத் தெரிந்த மாநிலமாக ஆகிவிட்டதுன்னு சொல்றோம். அதற்கு அடுத்த நிலையில் தமிழ்நாடு வருகிறது. இவ்வளவு அறிவு வளர்ந்த பின் ஏன் நமக்கு இவ்வளவு அரசியல் பிரச்சனைகள், மதம் சார்ந்த பிரச்சனைகள்? ஏன் பொருளாதாரம் சார்ந்த பிரச்சனைகள்? அப்ப இந்தப் படிப்பு உங்களை அங்கே இல்லே கொண்டு போயிருக்கணும். அப்ப நிச்சயமா நம்ம கல்வி முறையிலே கேள்விக்குறி இருக்கு. ஆசிரியர்களாகிய நீங்கள் அவர்களுக்குப் பாடங்களைப் போதிக்காதீர்கள். அறிவைப் போதியுங்கள். அறிவைப் பகிர்ந்து கொள்ளுங்கள்.

நான் படிக்கும்போது என்னுடைய பள்ளியிலே தமிழ்ப் பாடத்தைப்பொறுத்தவரைவேப்பங்காயைக்கூடத்தேனாய்நினைச்சு குடித்து விடலாம். அதைவிடக் கசப்பு. தமிழ் மீது குற்றமல்ல. அதனை மாணவர்களுக்குக் கற்றுக் கொடுக்கிற முறையில்தான் குறை. தேமா, புளிமா என்றால் எனக்கு இங்கே வயித்தைக் கலக்கும். ஆனால் இன்றைக்கு, தமிழ் எனக்கு முக்கியமான அடையாளமா இருக்கு. ஒரு நாளைக்குப் பத்து இருபது பக்கம் படிச்சே ஆகணும்கிற தீவிரமான பழக்கம் வந்திருக்கு. எழுதும்போது தமிழிலேதான் எழுத வருது. பேசும்போது தமிழ் எனக்குப் போதையூட்டும் விஷயமாக இருக்கு. அப்ப மட்டும் என்ன பிரச்சனை? எத்தனை தமிழாசிரியர்களுக்குச் சமகாலத் தமிழின் நிலை தெரியும்? சமகால இலக்கியங்களைத் தெரியும்? அதனுடைய நிலை என்னன்னு தெரியுமா? பிரச்சனைகள் என்னன்னு தெரியுமா? அதனைக் கையாளக்கூடிய அல்லது எடுத்துச் செல்லக்கூடிய வழிகள் என்ன என்று எத்தனை

தமிழாசிரியர்களுக்குத் தெரியும். எனவே, பாடத்தில் முப்பத்தைந்து மார்க் வாங்குவதற்கோ அல்லது தொண்ணூற்றொன்பது மார்க் வாங்குவதற்காகவோ தயவு செய்து மாணவர்களைத் தயார் செய்யும் பழக்கத்தை ஆசிரியர்கள் களைஞ்சு போடணும். படிப்பு என்பது அறிவு. மார்க் வாங்குகிற திட்டம் அல்ல. எனவே தாராளமாகத் தூக்கி போடுங்க. ஒவ்வொரு குழந்தையிடமும் இருக்கிற திறனை வைத்து அதன் வழியாக அதனுடைய அறிவை வளர்க்க வேண்டும். அது தான் இங்கே கிடையவே கிடையாது. ஐம்பது பேர் ஒரு இடத்தில் இருந்தாலும், ஐம்பது பேருக்கும் ஒரே மாதிரியான பாட போதனை. இதற்கு ஆசிரியர் எதற்கு? தேவையில்லையே. ஒரு டேப் ரிக்கார்டர் போதும். கம்ப்யூட்டர் அல்லது டி.வி போதும். எந்திரங்களை மீறி ஆசிரியருக்கும் ஒரு மாணவருக்கும் மாணவிக்கும் ஒரு பந்தம் தேவைப்படுகிறது. அந்த பந்தத்தை என்றைக்காவது நாம் நிலைநாட்டி இருக்கிறோமா என்பதுதான் கேள்வி.

எனக்கு உங்களையெல்லாம் பார்த்தா ரொம்பப் பரிதாபமா இருக்கு. எனக்கு இப்போ நாற்பத்தொரு வயசு. உங்களுக்காக எதை விட்டுவிட்டுச் செல்கிறேன். குப்பைகள் கொண்ட நகரம், சாதியால் நரம்பறுத்துக் கொள்ளும் சமூகம், எப்பவுமே உள்ள பொருளாதாரக் குழப்பம், அரசியல் குழப்பம். இவைகளைத்தான் உங்களுக்காக விட்டுச்செல்கிறேன். உங்களுக்கு இல்லையென்றாலும் என் குழந்தைகளுக்கும் இவற்றைத்தான் நான் விட்டு விட்டுப் போகிறேன். ஒரு குறிப்பிட்ட நடிகர் பேர் சொன்னாலே சில குழந்தைகள் கை தட்டுகிறார்கள். இப்படி ஒரு குழப்பமான இளைய சமுதாயத்தை விட்டுச் செல்கிறேன்.

ஒரு நடிகரின் பேரைச் சொன்னால் இங்கு ஐம்பது குழந்தைகள் கை தட்டுறாங்க. அமர்த்தியா சென்னை இன்றைக்கு இந்தியா பூரா பேசுகிறது. அவரை இவர்களுக்குத் தெரியுமா? 1983ல் நோபல் பரிசு வாங்கின இந்தியத் தமிழ் விஞ்ஞானியின் பெயரை அமெரிக்கா ஒரு நட்சத்திரத்திற்குச் சூட்டியிருக்கிறது. ஆனால் எத்தனைத் தமிழர்களுக்கு அந்த நோபல் பரிசு வாங்கின விஞ்ஞானியைத் தெரியும். ஒரு தலைவன் அல்லது நடிகன் மரணமடைந்தால் அல்லோலகல்லோலப் படுகின்றதே இந்தத் தமிழ்நாடு. அந்தத் தமிழ் விஞ்ஞானி இறந்தபோது எத்தனை பேர் கண்ணீர் விட்டார்கள்.

பிளாக்ஹோல் என்பது பற்றிய கொள்கையைக் கண்டுபிடித்த அந்த சந்திரசேகர் சாகும்போது யாருக்குமே கவலை கிடையாது.

இன்னொரு முக்கியமான பிரச்சனை, நம்முடைய அடையாளம் என்ன என்பது. இன்னைக்கு நம்ம எல்லோரையும் தாக்கிட்டு இருக்கிறது. ஒரு கொடிய மனநோய். அந்தக் கொடிய நோய் ஆங்கிலம். ஆங்கிலத்திலே பேசறது. ஆங்கிலத்திலே பழகறது இன்னைக்குக் கொடிய ஒரு பெரிய நாகரிகமான விஷயமாப் போச்சு. இது தானா வருவது கிடையாது. நிர்பந்திக்கப்படுகிற கலாச்சாரம். நடுத்தர வர்க்க மக்கள் மட்டுமில்லாமல் பொருளாதார ரீதியாகப் பின்தங்கியிருக்கிற விவசாயிகூட தன் மகன் டாடி என்றும் மம்மி என்றும் அழைப்பதைத்தான் விரும்புகிறான். இங்கே பெரிய குழப்பம் இருக்கிறது. ஆங்கிலம் கத்துக்கிறதிலே தப்பு இல்லை. ஆங்கிலத்தில் பெறப்படுகிற அத்தனை அறிவு நூல்களும் தமிழில் இல்லாத வரையில் ஆங்கிலத்தில் படிப்பதில் தவறில்லை. இப்ப, நான் ஆக்டிங் பத்தி ஒரு புத்தகம் படிக்க வேண்டுமானால் ஆங்கிலத்துக்குத்தான் போக வேண்டியிருக்கு. ஆங்கிலம் கற்றுக் கொள்ளுங்கள். ஆனால், போலியாக ஆங்கிலேயர் போலப் பழகாதீர்கள். வணக்கம் என்று சொல்வது ஒரு மரபு ரீதியான சடங்கு வார்த்தையாகிவிட்டது. குட் மார்னிங் நிக்குது. நன்றி என்பது வரமாட்டேங்குது. தேங்க்ஸ்தான் உடனே வருது. ஏன்? எந்த மொழியையுமே ஒரு விதத்திலே பார்த்தால், அது ஒரு கலாச்சாரச் சின்னம். ஒரு இனத்தை அடையாளம் காட்டுகிற விஷயம். இன்னொரு விதத்தில் அது ஒரு ஊடகம். ஜப்பானிலே சுத்தமா இங்கிலீஷ் கிடையாது. பிரான்சிலே கிடையாது. ரஷ்யாவிலே கிடையாது. ஜெர்மனியிலே கிடையாது. ஆங்கிலேயர் எங்கெல்லாம் ஆட்சி செய்தார்களோ, அங்கெல்லாம் பிரஞ்சு இருக்கிறது. ஸ்பானிஷ்காரர்கள் எங்கெங்கு ஆட்சி செய்தார்களோ அங்கங்கே ஸ்பானிஷ் இருந்திருக்கிறது. எந்த மொழியும் எந்த மொழியையும் விடச் சிறந்தது அல்ல.

உங்கள் எல்லோருக்கும் மொழி கர்வம் வேண்டும். நான் சொல்வது தமிழர்களுக்கென்று அல்ல. நூறு ஆண்டுகளுக்கு முன் குடிபெயர்ந்து வந்த நாயக்கர்கள் இருக்கலாம். நாயுடுகள் இருக்கலாம். மலையாளக் குடும்பங்கள் வந்திருக்கலாம். தஞ்சாவூர்

போனால் மராட்டியக் குடும்பங்களைப் பார்க்கலாம். இவர்களில் மராட்டியன் மராட்டியில் பேசுவதற்குப் பெருமைப்பட வேண்டும். மலையாளி மலையாளத்திலே பேசுவதற்குப் பெருமைப்பட வேண்டும். தெலுங்கன் தெலுங்கு பேசுவதிலே பெருமைப்பட வேண்டும். இங்கே குடிபெயர்ந்து வந்த நாயுடுகளில் எத்தனை பேருக்குத் தெலுங்கு எழுத வருது. கிடையாது. நான் சொல்வது தமிழ் மொழிக்கு மட்டுமில்லை, உங்கள் எல்லோருக்கும் உங்கள் தாய்மொழியின்மீது கர்வம் வேண்டும்.

எனக்கு ஒன்று மட்டும் புரிய மாட்டேங்குது. இங்கிருந்து அறுநூறு மைல் தள்ளி இருக்கிற கேரளாவிலே அந்த உணர்வு இருக்குது. கர்நாடகாவிலே அது ஏறக்குறைய வெறி என்கிற அளவுக்கு உணர்வு இருக்கு. ஆந்திராவிலே இருக்கு. நமக்கு ஏன் அது இல்லாமப் போச்சுன்னு புரியலே. அது நம்முடைய அடையாளம். பழமையை விட்டுத்தர வேண்டும் என்று சொன்னால், நீங்கள் ஜாதியைத் தூக்கி போட்டிருக்க வேண்டும். மதங்களைத் தூக்கி எறிந்திருக்க வேண்டும். ஏன் உங்கள் கலாச்சாரத்தை - மொழியைப் புறந்தள்ளியிருக் கின்றீர்கள்.

இத்தனை நாள் உங்க அப்பாவை அப்பான்னு கூப்பிட்டது தப்பா? அம்மாவை அம்மான்னு கூப்பிட்டது தப்பா? அப்படீன்னா உங்க அப்பா பழமைவாதியா? கலாச்சாரம் என்பது வேறு. மொழி என்பது வேறு. மொழியை எப்படிப் பயன்படுத்த வேண்டுமோ அப்படித்தான் பயன்படுத்த வேண்டும். ஆங்கிலம் கற்றுக் கொள்வதில் தவறே இல்லை. ஆனால் உங்கள் மாமாவை மாமா என்றுதான் கூப்பிட வேண்டும். Uncle என்று கூப்பிட வேண்டிய அவசியம் கிடையாது. நன்றியை உள்ளார்ந்து சொல்ல வேண்டுமானால் நன்றி என்றுதான் சொல்ல வேண்டும். தேங்க்ஸ் கிடையாது. அது ஒரு சடங்கான விஷயம். இதுக்கு உங்களை மட்டும் குறை சொல்ல மாட்டேன். உங்களைச் சுற்றி எல்லாமே இப்படித்தான் இருக்கு. மாதாந்திரிகள், தொலைக்காட்சி நிகழ்ச்சிகள், சினிமாக்களில் வருகின்ற தமிழ் எல்லாவற்றிலும் 'உங்களுக்காக நாங்கள் வழங்கும்' என்று வருகிறது. இது என்ன தமிழ்னே புரியலே. இதற்கு நவீனப்படுத்துதல்னு பெயர் கிடையாது. நான் இவ்வளவு பேசுகிறேன். என் குழந்தைகள் வீட்டிலே டி.வி. தமிழ்தான்

பேசிக்கிறாங்க. நான் என்ன சொல்ல முடியும்? நான் இவ்வளவு பேசுகிறேன். நாளைக்கு நீங்க என் வீட்டுக்கு வந்தீங்கன்னா, குழந்தைகள் விளையாட்டுக்காக அப்படித்தான் பேசிப்பாங்க. நான் எங்கே போய் முகத்தை வச்சிக்கிறது? ஆக நமக்கு எல்லாவற்றையும் விட விழிப்புணர்ச்சி என்ற ஒன்று வேண்டும். நம்மைச்சுற்றி என்ன நடக்கிறது என்ற உணர்வு இருக்க வேண்டும்.

இப்போது கடந்து போன தேர்தலில், எல்லா ஊடகங்களையும் கூர்ந்து கவனித்தேன். டி.வி, பேப்பர் எல்லாவற்றையும் கூர்ந்து கவனித்தேன். ரொம்ப மனசு வருத்தமா இருக்கு. ரொம்ப கோவமா வருது. ரொம்ப வெறுப்பு வருது. முக்கியமாக இளைஞர் பட்டாளம் இந்தத் தேர்தலில் அக்கறை இல்லாமல் இருக்கிறது. V சேனல், M டி.வியிலே காண்பிக்கிறாங்க. இளைஞர்கள் வந்து கேக்கறாங்க. இந்த எலக்ஷனைப் பற்றி என்ன நினைக்கிறீங்க என்று. இளைஞர்கள் பதில் சொல்றாங்க. it is a dirty game, we don't want to play that. அரசியல் ஒரு சாக்கடை. "ஐயையோ சார் எனக்கு அரசியல் எல்லாம் வேணாம்." ஏன் இத்தகைய பதில்கள். அப்ப உங்க கல்வித் திட்டம் என்னதான் கற்றுக் கொடுத்தது? உன்னுடைய தலையெழுத்தை நிர்ணயிக்கக் கூடிய விஷயத்தை நீயே புறக்கணிக்கும் அளவிற்கு உன்னுடைய கல்வித்திட்டம் உனக்கு என்ன கொடுத்தது? உன் தோலைத் தடியாக்குகிறது, எருமை மாடு போல, அவ்வளவுதான்.

அதி புத்திசாலியாக இருந்தா, அல்லது பெரிய பணக்காரனாக இருந்தா குழந்தையைப் படிக்க வெச்சு, அப்படியே பேக்கேஜ் பண்ணி அமெரிக்காவுக்கு அனுப்பணும். இல்லை, நடுத்தர வர்க்கமா இருந்தா எங்கேயாவது பத்தாயிரம் ரூபா, ஒரு குமாஸ்தாவா சேர்ந்தால் போதும். அதுக்கு எதுக்கு குழந்தைகளைப் பெத்துக்கிறீங்க? ஏன் உங்களை நீங்களே சிந்திக்கின்ற ஜீவன்களாக உங்கள் உணர்ச்சிகளை வெளிப்படுத்துகின்ற சுதந்திரக் குடிமகன்களாக உங்களைப் பிரகடனப்படுத்திக் கொள்ள மாட்டேன் என்கிறீர்கள்?

உலகத்தில் பல நாடுகளில் பல ரூபங்களில் இளைஞர்கள் இன்று கொதித்தெழுகிறார்கள். சீன நாட்டில் அங்கே என்ன நடக்கிறது என்று தெரியாத அளவுக்கு பத்தடி கனத்துக்கு இரும்புச்சுவர் இருக்கு. அங்கெல்லாம் மாணவர்கள் எல்லோரும் ஒன்று சேர்ந்து

புரட்சி செய்கிறார்கள். இந்தோனேஷியாவில் மாணவர்கள்தான் புரட்சி செய்கிறார்கள். தமிழ்நாட்டிலே இளைஞர்களுக்கான ஸ்பெஷல் என்று என்ன நிகழ்ச்சி தொலைக்காட்சியில் வருகிறது? பத்திரிகைகளில் வருகிறது?

மாணவர்கள் சுதந்திரமாக இருக்க வேண்டும் என்பதில் எனக்குக் கருத்து வேறுபாடு கிடையாது. ஆனால் உங்கள் சுதந்திரம் என்ன என்பதை நீங்கள் அறிந்திருக்க வேண்டும். பள்ளிகளில் நீங்கள் அடக்கியாளப்படுவதனால் கல்லூரிக்குப் போகும்போது, நாங்க சுதந்திரப் பறவை, என்ன வேணுமானாலும் செய்வோம்னு நெனச்சுக்கறீங்க. இளைஞர்களின் சுதந்திரம் என்பது கிளாஸைக் கட் செய்துவிட்டு கிளப்பிலே பீர் அடிக்கறதோ, திருட்டுத்தனமா சிகரெட் குடிப்பதோ, பிடித்தமான சினிமா பார்க்கிறதோ அல்ல. சில விஷயங்களில் அரசாங்கம் தன்னுடைய தடியை உயர்த்தவே பயப்படும். உதாரணத்திற்கு பத்திரிகையாளர்கள், தொழிலாளர்கள், அந்த வரிசையில் முக்கியமாக மாணவர்கள். அத்தகைய மாணவர்களின் மூளையை மழுங்கடிக்கச் செய்வதற்காகவே இங்கே பல ஊடகங்கள் பணிபுரிகின்றன. டிகிரி வாங்குகிற வரைக்கும் freedom அது இதுன்னு சுத்தறது. டிகிரி முடிச்ச பிறகு வேலையில்லாம அலையறது. வருங்காலம் இப்போது நான் சொல்வதைவிட இன்னும் கசப்பாக இருக்கலாம். அல்லது இன்னும் செழுமையாக இருக்கலாம். ரொம்ப கசப்பா இருந்தால், அதை எதிர்த்துப் போராடுகிற மனத்திண்மை வேண்டும். ரொம்ப செழுமையா இருக்குமானால் அதை அனுபவிக்கவும் ஒரு மனவலிமை வேண்டும். சுதந்திரமாக இருப்பது என்பது உங்கள் கடமைகளைப் புறக்கணித்து இருப்பது அல்ல.

தொண்ணூறு வயசு வரைக்கும் சைட் அடிக்கலாம். நூத்திரெண்டு வயசிலே கூட சினிமா பார்க்கலாம். டி.வி.பார்க்கலாம். எழுபது வயசிலே கூட பீர் அடிக்கலாம். அதுவல்ல உங்கள் சுதந்திரம். உங்கள் உணர்ச்சிகளுக்கு மரியாதை கொடுக்கப்படுகின்ற உங்கள் வார்த்தைகளைச் செவிமடுக்கின்ற பருவம் இது. ஆனால் இதை வளரவிடாமல் வச்சிருக்கத்தான் நம் கல்வித் திட்டங்கள் இருக்கின்றன. ஆகையால் மாணவ மணிகளே, ஆசிரியர்களே! இதிலே நீங்கள் வாங்கும் பத்தாயிரம் ரூபாய் சம்பளத்திற்காகவோ,

உங்கள் கடமைக்காகவோ அல்ல. உங்கள் பெற்றோருக்காக இந்தச் சமுதாயத்திற்காக சுதந்திரத்தை உணர்ந்து பயன்படுத்துங்கள்.

பெற்றோர்களிடம் முக்கியமா ஒண்ணு சொல்ல வேண்டியிருக்கு. நான் டாக்டராகலே. அதனாலே என் மகன் டாக்டராகணும்னு திணிக்காதீங்க. அதுவே மொதல்லே கல்வி மீது வெறுப்பைக் கொண்டுவரும். என் பொண்ணு துடுக்கா பேசுகிறாள். அதனாலே அவளை லாயராக்குவேன்னு சொல்வாங்க. அந்தக் குழந்தைக்கு என்ஜினியரிங் மூளை இருக்கும். அல்லது மெடிக்கல் சயன்ஸ் ஆர்வமாக இருக்கும். அதனாலே குழந்தையினுடைய ஆசை என்ன? அதனுடைய திறன் என்ன? போக்கு என்ன? என்று எத்தனை பெற்றோர்கள் ஆராய்ந்திருக்கிறார்கள்? அவனைப் போலாகு இவனைப் போலாகு என்கிற நீங்கள் உன்னைப்போல் நீ உருவாகு என்று உங்களில் எத்தனை பேர் கற்றுக் கொடுத்திருக்கிறீர்கள்?

இன்று பள்ளிகளில் கலை நிகழ்ச்சிகள் என்ற பேரில் கொலை நிகழ்ச்சிகள்தான் நடக்கின்றன. நான் பள்ளியில் படிக்கும்போது எங்கள் பள்ளிகளிலும் கலை நிகழ்ச்சிகள் நடக்கும். அவை எங்கள் சொந்த முயற்சியால் உருவாக்கப்பட்டவையாக இருக்க வேண்டும். கடுமையான திட்டம். நாடகத்தில் ஆர்வம் இருப்பவர்கள் தாங்களாகவே நடிக்க வேண்டும். தமிழ் நாடகம் என்றால் ஒரு தமிழாசிரியரின் மேற்பார்வையில். ஆங்கில நாடகம் என்றால் ஆங்கில ஆசிரியரின் மேற்பார்வையில். ஆனால் எல்லாமே சொந்த முயற்சியாகத்தான் இருக்க வேண்டும். சொந்தமா முயற்சி பண்ணி, அதிலே தப்பு பண்ணினாலும் அழகு. யாரோ எங்கேயோ எத்தனையோ லட்சத்துக்காக ஆடின ஆட்டத்தை அப்படியே நீங்க காப்பியடிச்சு ஜெராக்ஸ் காப்பி மாதிரி வந்து விழறதினாலே என்ன பெருமை? லெனின் சார் சொன்ன மாதிரி சொந்தமா ஆடுங்க பாடுங்க. குழந்தைப் பருவத்தில் செய்யறதெல்லாம் அழகா இருக்கும்.

பள்ளிப் பருவம் வரை நீங்கள் எதை நேர்த்தியாக உணர்வுபூர்வமாக நேர்மையாகச் செய்கிறீர்களோ, அது அழகாக இருக்கும். தவறே இல்லை. நீங்கள் தொழில்முறையாக இங்கே ஒரு கலை நிகழ்ச்சியைக் கொடுக்கப் போவதில்லை. ஆயிரக்கணக்கில்

லட்சக்கணக்கில் வாங்குகிற நாங்களே ஒரு அசைவுக்குப் பத்து டேக்கிலேர்ந்து நாற்பது டேக் வரை வாங்குகிறோம். நீங்கள் தொழில் முறை நடனக் கலைஞர்களோ தொழில் முறை இசைக்கலைஞர்களோ இல்லை. இது உங்கள் திறமையை நீங்கள் கண்டறிந்து கொள்ள வேண்டிய பருவம். பெற்றோர்களும் கூட இருந்து அதைக் கண்டுபிடித்து வளர்க்க வேண்டும். அதைவிட்டு, நான் டேனிஷ் மிஷன்லே பையனைச் சேர்த்து விட்டேன். இனி அவன் பெரிய விஞ்ஞானி ஆகி விடுவான்னு முழுப் பொறுப்பையும் ஸ்கூல் மேலே போட்டுட்டு சும்மா இருந்தா அது நடக்கவே நடக்காது. உங்களுடைய பங்களிப்பும் வேண்டும். நான் பத்து பதினைந்து தடவை ஷூட்டிங்கைக் கேன்சல் செய்துவிட்டு பேரண்ட்ஸ் மீட்டிங் போயிருக்கிறேன். ஏன்னா, நம்ம குழந்தைகளைப் பற்றி நேரடியா அறிவதற்கான ஆய்வுகள் அவை. உங்க குழந்தை இப்படி செய்யுது, அதைப் பண்ணுதுன்னு ஸ்கூல்லே சொல்லும்போது, குழந்தை மீது பள்ளி நிறுவனத்துக்கு எவ்வளவு ரெஸ்பான்ஸ் இருக்குன்னு தெரியும். அதே பொறுப்புணர்ச்சி பெற்றோர்களுக்கும் இருக்கணும். பீஸ் கட்டறதனாலே மட்டும் டேனிஷ் மிஷன் பள்ளி எல்லாப் பொறுப்புகளையும் எடுத்துக் கொள்ளாது. சுயநலமில்லாமல், நம்முடைய பொறுப்பு இதோடு முடிந்தது என்றில்லாமல், வருங்கால சமுதாயத்தின் மீதும் அக்கறை செலுத்த வேண்டும்.

இன்று சமுதாயம் முழுக்க குப்பையா இருக்கு. சென்னை, மதுரை, திருச்சி, திருநெல்வேலி எங்கே போனாலும் ஒரே குப்பையா இருக்கு. திடீர்னு ஒரு ஏழு வருஷத்திலே குப்பைங்கறது பூதாகரமான அடையாளமா வளர்ந்திருக்கு. இதை நாம எதிர்க்கவில்லை. அங்கீகரிச்சிருக்கோம். குப்பைகளை இப்படித்தான் போடணும்னு நமக்கே உணர்வு கிடையாது. எதுக்கு கவுன்சிலர் இருக்கார்? எதுக்கு கார்ப்பரேஷன் இருக்குன்னு கேட்கிறோம். அப்படீன்னா நீ யார்? ஒரு அடிப்படை சுகாதார உணர்வைக் கூடக் கொடுக்காத இந்த நகரத்தில் வாழ்கிற மெத்தப் படித்தவர்களை உருவாக்குகின்ற கல்வித் திட்டம் என்ன திட்டம் என்பதுதான் என்னுடைய அடிப்படைக் கேள்வி.

கிராமப்புறத்தில விவசாயியைப் பாருங்க. அவனைக் காலம் காலமா நாம ஏமாத்திக்கிட்டிருக்கோம். ஆனா அவன் கூட

தன்னுடைய கிராமப்புறத்தை அழகா வெச்சிருக்கான். கழிவுகளை ஒரு இடத்தில் போடுகிறான். அதை உரமாக்கி எடுத்துக் கொண்டு போய் வயல்களில் போடுகிறான். ஒரு அரைமணி நேரம் நடந்து போய் காலைக் கடன்களை முடிக்கிறான்.

மெத்தப் படித்தவர்கள் வாழ்கிற நகரங்களில் இருக்கின்ற குப்பைகளும் சுகாதாரக் கேடுகளும் எந்தக் கல்வி முறையால் நமக்குக் கற்றுக் கொடுக்கப்பட்டவை? ஆக, நீங்கள் பெறுகிற அறிவைவிட, உங்களைச் சுற்றி என்ன நடக்கிறது என்பதை அறிந்து கொள்கிற விழிப்புணர்ச்சி உங்களுக்கு அவசியம் வேண்டும். அது அரசியலாயிருந்தாலும் சரி, பொருளாதாரமானாலும் சரி, கலை சார்ந்த விஷயமானாலும் சரி, விழிப்புணர்ச்சி வேண்டும். இறுதியாக ஒரு விஷயம், லெனின் சார் சொன்னாரு, சினிமா பார்க்காதீங்கன்னு. நான் சொல்றேன். சினிமா பாருங்க. சினிமாவைப் பத்தி பெரிய குழப்பம் இருக்கு. சினிமாக்காரனுக்குப் பொண்ணு குடுக்க மாட்டாங்க. வீடு கொடுக்க மாட்டாங்க. ஆனால் நாட்டைக் கொடுப்பாங்க. சினிமாவிலே பெரிய ஈர்ப்பு இருக்கு.

பிரச்சனை என்னன்னா, சினிமா மேலே எந்தத் தப்பும் கிடையாது. ஒரு புத்தகக் கடைக்குப் போனா விஞ்ஞானம், சரித்திரம், கதை, இலக்கியம், இவற்றோட ஒரு மூலையிலே மஞ்சள் பத்திரிகையும் இருக்கு. அது வயது வந்தவர்களுக்கு என்ற முத்திரையோடு சில அருவருப்பான விஷயங்களைக் கொண்டது. உங்க்கிட்டே இருநூறு ரூபாய் இருக்கு. எந்தப் புத்தகம் வாங்குவீங்க? அந்தப் புத்தகம் தப்பான புத்தகம்னு தெரிஞ்சா அதை வாங்கக்கூடாது. எல்லாப் புத்தகங்களும் தமிழில்தான் அச்சாகி இருக்கு. மஞ்சள் பத்திரிகைகளும் தமிழிலே அச்சானதாலே, தமிழே படிக்கக் கூடாதுன்னு சொன்னா எப்படி அது மாதிரிதான் சினிமாவும். சினிமா என்பது ஒரு மொழி. அதனாலே லெனின் சாரும் நானும் சொல்ல வந்தது என்னன்னா, நல்ல சினிமாவாப் பாருங்க. மோசமான சினிமாவைப் பாக்காதீங்க. நல்ல சினிமா எது என்பதிலே கருத்து முரண்பாடு இருக்கு.

டிஸ்கவரி சேனலும் டாக்குமெண்டரி படம் தருகிறது. பிலிம் டிவிஷனும் டாக்குமெண்டரி படம் தருகிறது. அதனால் அது உங்களுக்குப் பிடிக்கிறது. அது போலத்தான் நல்ல சினிமா கெட்ட சினிமாங்கிறது எல்லாம் முதலில் வாழ்க்கைக்கு ஒழுக்க ரீதியான செய்திகளைத் தருவதைப் பொறுத்த விஷயம்.

இளைய சமுதாயத்தினரே, வருங்காலத்துக்காக உங்களை பலமுள்ளவர்களாக விசால மனமுள்ளவர்களாக உருவாக்கிக் கொள்ளுங்கள். ஆசிரியர்களே, மாணவர் மீது பாடத்திட்டத்தை மட்டுமே திணிக்காமல், உலக அறிவை, விழிப்புணர்ச்சியை அவர்களுக்கு அறிமுகப்படுத்துங்கள். பெற்றோர்களே, எல்லாப் பொறுப்புகளையும் பள்ளி நிறுவனங்கள் மீது சுமத்தி விட்டு நீங்கள் ஈஸி சேரில் உட்கார்ந்து கொள்ளாதீர்கள். சமுதாயத் திட்டத்தில் எல்லோருடைய பொறுப்பும் இருக்கிறது. நாம் ஒரு வளமான, சிந்திக்கக் கூடிய சமுதாயத்தை உருவாக்குவோம் என்று உறுதி பூண்டு அந்த நம்பிக்கையோடு விடைபெறுகிறேன்.

கட்டுரைகள்

1

வணக்கம்

திரையில் நிழலாய் உங்களோட பரிச்சயப்பட்ட நான் இன்று எழுத்து மூலமாய் உங்களோடு பேசப் போகிறேன். என்னுடைய நிழல் மட்டுமே தெரிந்திருக்கும் உங்களோடு என் மனதில் உழலும் எண்ணங்களைப் பகிர்ந்து கொள்ளப் போகிறேன்.

இந்தப் பக்கம்.... நான் எழுதுவேன், நீ படிக்க வேண்டும் என்ற தோரணையில் எழுதப் போவதில்லை. நான் எழுதுவது சரி என்றும் சாதிக்கப் போவதில்லை. உங்களுடைய பங்களிப்பும் தேவை. நான் கூறும் கருத்தை விவாதிக்கலாம். சலிப்பூட்டினால் வேறு விஷயத்துக்குத் தாவச் சொல்லலாம்.. இது என்னுடைய பக்கம் என்பதை விட உங்கள் பக்கம். அதை உங்கள் சார்பாக நான் பிரதிபலிக்கிறேன் என்றே நான் எடுத்துக் கொள்கிறேன்.

நான் சாதனை எதுவும் படைத்திடவில்லை என்றாலும் வாழ்க்கையில், ஒரு தளத்திலிருந்து வேறு தளத்திற்கு என்னை நான் உந்தித் தள்ளிச் சென்றிருக்கிறேன். அந்த வழிப்பயணத்தில் நான் பட்ட அனுபவங்களை உங்களுக்குச் சொல்லுவேன் மிகைப்படுத்தாமல். என் தொழில் சார்ந்தவையை மட்டும் உங்கள் மீது திணிக்கப் போவதில்லை. நான் நடிகன் நீ ரசிகன் என்பதை மீறி நமக்குள் வெவ்வேறு சமூக பந்தங்கள் இருக்கின்றன. அதைத் தேடிக்

கண்டுபிடித்து பலமாக்கிக் கொள்ளவும் இந்தப் பக்கத்தை நான் பிரயோகிப்பேன்.

இந்தப் பக்கத்தை எழுதும்படி ஆசிரியர் என்னிடம் கேட்டுக் கொண்டபோது நான் ஒரு குழந்தைகள் நாடகத்தின் பொருட்டுத் தீவிரப் பயிற்சியில் ஈடுபட்டிருந்தேன்.... அதனாலேயே நாடகத்தை முதல் கட்டுரையில் பொருளாய் வைத்துத் தொடங்க வேண்டியதாய் அமைந்தது.

நாடகம் என் வாழ்வில் இன்றியமையாத ஒன்றாய் இடம் பெற்றிருக்கிறது. சிறுவயது முதல் கொண்டே என்றால் ஏழு அல்லது எட்டு வயதிருக்கும்.... என்னவென்றே தெரியாத சூழலில் நாடக மேடையேற்றப்பட்டேன். என் தந்தையும் அவர் நண்பர்களும் சேர்ந்து நாடகக் குழு ஒன்று நடத்தி வந்தார்கள்- தசரா, தீபாவளி போன்ற பண்டிகை நாட்களில் நாடகங்கள் மேடையேற்றப்படும். கனவில் நிழலாடுவதைப் போல் சில நிகழ்வுகள் இன்றும் மனதில் தவழ்ந்து போகின்றன. சம்பந்தப்பட்ட எல்லோரும் அலுவலகம் செல்வோர் என்பதினால் பயிற்சிகள் மாலை வேளைகளிலே நடைபெறும். சனி, ஞாயிறு முழு நாளும் ஸ்பெஷல் ரிகர்சல் என்று சில வேளை பின்னிரவில் ஆரம்பித்து விடியலில் நிறைவுறும்.... என்னை விழித்து வைத்திருப்பதிலேயே என் தந்தையின் கவனம் கழிந்திருக்கும்... பாவம். கிராண்ட் ரிகர்சல் என்று ஒன்று நாடகத்தின் முன் நாள் நடக்கும்... மெட்ராஸிலிருந்து தொழில் முறை நடிகர் நடிகைகளை அழைத்து வந்திருப்பார்கள். தடபுடலாக இருக்கும். குட்டித் திருவிழாவாகச் சூழ்நிலை மாறிவிடும். மற்ற பயிற்சிகள் சில அங்கத்தினரின் மொட்டை மாடிகளிலும், தெரிந்தவர் கல்யாண மண்டபங்களிலும் நடக்கும். இந்த கிராண்ட் ரிகர்சல் மட்டும் ரயில்வே கம்யூனிட்டி ஹாலில் நடக்கும். ஜன்னலில் தலைகள் காற்றை அடைத்திருக்க, வெக்கை உள்ளே நிறைந்திருக்கும்... வெறும் ஆர்மோனியம், தபேலா மட்டுமே கொண்டு நடத்தப்பட்ட ரிகர்சல் போலல்லாமல் மெட்ராஸிலிருந்து வந்திருக்கும் இசைக் கலைஞர்களோடு சேர்ந்து இசை பாய்ந்து எதிரொலிக்கும்... ரிகர்சல் நடக்குமிடத்தில் புகை பிடிக்கக் கூடாதென்ற கட்டாயச் சட்டம் காரணமாய் உள்ளே புகை மண்டாது. ஆனால் குழுவின் முக்கால் வாசிப்பேர் வெளியே இருப்பார்கள். இந்தச் சூழலில் கிராண்ட்

ரிகர்சல் நடக்கும். எனக்கு ஒரே ஆச்சர்யம். நாங்கள் இரண்டு மூன்று மாதங்கள் உருப்போட்டு (மனப்பாடம் செய்து) வசனங்கள், பயிற்சி செய்த அசைவுகளை இந்த மெட்ராஸ்காரர்கள் சட்டென ஒரே நாளில் கிரகித்து அழகாகவும் செய்வார்கள். எப்படி என்று என் தந்தையிடம் கேட்பேன். அவர்கள் தொழில் அதுதான். அவர்கள் நினைப்பும் நடப்பும் எப்போதுமே நடிப்புதான் என்பதாலும், ஜீவனம் என்பதாலும் அவர்களால் செய்ய முடிகிறதென்பதை என் தந்தை விளக்கிச் சொல்வார். அவர்கள் மீது மரியாதை வரும். அதுவே பின்னால் நடிகனாகத் தூண்டியதோ என்னவோ.

கள்ளபார்ட் நடராஜன், தாம்பரம் லலிதா, சுமதி என்று சில பெயர்களே என்னால் நினைவில் வைத்துக் கொள்ள முடிந்திருக்கிறது.

2

வணக்கம்

போன முறை நாடகம் என்ற விஷயம் எப்படி எனக்குள் வேர் விட்டது என்பதைச் சொல்லியிருந்தேன். அச்சிறுவயது கனவுகளே இன்று என்னை நிஜ நடிகனாக்கியிருக்கின்றன.

எனது இன்றைய கவலை, நாடகங்கள் எங்கே போயின? இன்றைய நாடகத்தின் நிலையென்ன? எது நாடகம்? நாடகம் தேவையா? இப்படி பல கேள்விகள் ஒரே நேரத்தில் எழுவதுதான். நாடகம் குறித்து ஏன் இவ்வளவு கரிசனம்?

நாடகம் எல்லா நாகரிகங்களிலும் ஒரு முக்கிய அங்கமாக வீற்றிருக்கிறது. நாடகம் முழு வடிவம் பெற்றபோது இன்றைய சினிமாவைப் போல் பெருங்கலையாய் இருந்து வந்திருக்கிறது. இசை, நடனம், நடிப்பு, வரைகலை, ஒப்பனை எனப் பல்வேறு கலைகளை உள்ளடக்கிய கூட்டுக்கலையே நாடகம். அது நவீனப்படும்போது அந்தந்த காலக் கட்டத்திய கலைச்சித்தாந்தங்களையும், தொழில் நுட்பங்களையும் சுவீகரித்துக் கொள்கிறது. அதன் காரணமாய் அதன் பொலிவும், அழகும், வீச்சும் கூடிக் கொண்டே போகின்றன.

நாம் கண்மூடித்தனமாய், கூச்சமில்லாமல் ஏற்றுக் கொள்ள விரும்பும் மேலைநாட்டுக் கலாசாரத்தில்கூட இன்றும் நாடகம் சீரிய பொழுதுபோக்காகவும், மக்களின் எண்ணங்களைக் கடத்தும் ஊடகமாகவும், பல வல்லுனர்கள் பரீட்சித்துப் பார்க்கும் கலையாகவும் தன் இடத்தை ஸ்திரப்படுத்திக் கொண்டிருக்கிறது.

நம்மூரில் நவீனப்படுதல் என்பதற்கு அர்த்தமே வேறாயிருக்கிறது. கையில் வைத்திருப்பதை ‘தொம்’ மென்று போட்டுடைத்து, புதிதாய் வருவதை மடியில் வைத்துக் கொஞ்சுவதே நம் கலாச்சாரமாய் இருக்கிறது.

வசன நாடகம் வரும்போது நாட்டுப்புறக் கலைகளை ஓரங்கட்டுவதும், சினிமா வரும்போது நாடகத்தை ஒதுக்குவதும், தொலைக்காட்சி வரும்போது சினிமாவைக் கண்டுகொள்ளாமல் விடுவதும், கேபிள் தொலைக்காட்சி வரும்போது.... என்று நம் கலை சார்ந்த கலாச்சாரம் நீள்சங்கிலியாய்ப் போய்க் கொண்டேயிருக்கிறது...

கலைகளை நவீனப்படுத்தும் முயற்சிகள் பரிகசிக்கவே படுகின்றன. மலிவுபடுத்தப்பட்ட கலைச்சிதைவுகளுக்கே இங்கு வெகுஜனக்கலை என்று பெயர்.

கலை கலைக்காகவே என்கிற கோட்பாட்டில் எனக்கு நம்பிக்கையில்லை. கலைகள் மக்களுக்கே. ஆனால் ‘வெகுஜனக்கலை’ என்ற பதத்தை உருவாக்கி அதற்குக் கலைத் தன்மையே கூடாது என்கிற வாதம்தான் எரிச்சலூட்டுகிறது.

சரி, இந்த வாதத்திற்கு அப்புறம் வரலாம்.

நாடகம் நம் தமிழர் வாழ்வில் முக்கியப் பங்கு வகித்திருக்கிறது. கொள்கையைப் பரப்பியிருக்கிறது. இயக்கத்தை வளர்த்திருக்கிறது. இலக்கியத்தை எடுத்துக் கையாண்டிருக்கிறது. பல கலைஞர்கட்குக் கருவறையாய் இருந்திருக்கிறது.

நாடகம் பிரசவித்த கலைஞர்களே வசதியான கலைக்கு இடம் மாறிய பின் இன்று அக்கலையைக் கண்டு கொள்ளாமலிருப்பதே கொடுமை.

சினிமா தமிழ்நாட்டில் தழைத்த போது நாடகம் அதற்கு அட்சய பாத்திரமாய் இருந்திருக்கிறது. எழுத்தாளர்களை, இயக்குநர்களை, நடிகர்களை, இசைஞர்களை என வஞ்சமில்லாமல் வளர்ந்திருக்கிறது.

சினிமாவில் நடிப்பதற்கான அடிப்படைப் பயிற்சிக் களமாகவே நாடக உலகம் இருந்தது. 50, 60களில் வந்த படங்களின் கதைத் தன்மையைப் பற்றி சர்ச்சையிருந்தாலும், குறைகளை நிறைவாகச் சொல்லுகின்ற ஊடகமாகவாவது அது இருந்திருக்கிறது. அதற்குக் காரணம் நாடகத்தால் புடம் போடப்பட்ட கலைஞர்களே. இன்று சினிமாவிற்கு நுழைவாசல் நாடகம் என்ற கலாச்சாரம் மறைந்து போனது. இவ்வளவு குழப்ப நிலையிலும் வருடத்திற்கு 100 கோடி ரூபாய் முடக்கப்படுகிற சினிமாத் தொழிலுக்கான பயிற்றுக் களம் எங்கே இருக்கிறது? (திரைப்படக் கல்லூரியைப் பற்றி நான் மற்றொரு சமயம் விரிவாகப் பேசுகிறேன்).

இரண்டு வருடங்களுக்கு முன் ஜீன்ஸ் படப்பிடிப்பிற்காக சினிமாவின் சொர்க்கமான ஹாலிவுட்டிற்குச் சென்றிருந்தேன்.... அங்கு நாடகத்திற்கென்றே பிரத்யேகமாய் ஒரு சாலை இருக்கிறது. பத்திருபது பேர் அமரும் அரங்கிலிருந்து ஐந்நூறு பேர் அமரும் அரங்கு இருக்கிறது. பல வடிவங்களைக் கொண்ட நாடகங்கள், சுற்றுச் சூழல் முதல் ஓரினச் சேர்க்கை வரையிலான பிரச்சி னைகளை அலசும் நாடகங்கள்... அற்புதமான நடிகர்கள்... ஒரு சில இளைஞர்களை சந்தித்துப் பேசினேன். அவர்களுடைய கனவும் சினிமாவாகத்தான் இருந்தது. அவர்கள் சொன்னார்கள் ‘குறிப்பிட்ட சில நாடக இயக்குநர்கள் நாடகத்தில் ஓரிரு வேடங்கள் நடித்து அது எங்கள் portfolio வில் ஏறினால் போதும். சினிமாக் கோட்டையின் கதவைத் தட்டுகின்ற நம்பிக்கை வரும்...’

கோடம்பாக்கத்திற்கு ரயிலேறும் கனவுலக சஞ்சாரிகள் எங்கிருந்து நம்பிக்கை பெறுகிறார்கள்?

3

வணக்கம்.

கோடம்பாக்கத்திற்கு ரயிலேறும் இளைஞர்கள் எங்கிருந்து நம்பிக்கை பெறுகிறார்கள்? என்ற கேள்வியோடு முடித்திருந்தேன். அது ஒரு பக்கம் இருக்கட்டும் சுயபுராணந்தானே... எப்போது வேண்டுமானாலும் பாடலாம். பொதுப் பிரச்சினையொன்றிற்கு வருவோம்.

சென்ற வாரத்தில் இரண்டு நிகழ்ச்சிகள். ஒன்று, கோயம்புத்தூரில் ஆரண்யம் என்கிற இலக்கியக் காலாண்டிதழ் வெளியீடு.... மற்றொன்று திருவண்ணாமலையில் கல்விப் பணியில் நூறாண்டுகள் நிறைவு செய்த தூய டேனிஷ் பள்ளியின் மாணவர் விழா. இந்த இரு நிகழ்ச்சிகளிலும் சில பிரச்சனைகள் சிந்தனையாளர் பலரால் விவாதிக்கப்பட்டன. அதில் முக்கியமானவை

மொழி பற்றிய தமிழரின் மனப்போக்கு, தற்போதைய கல்வித் திட்டம், தமிழரின் ரசனை.

இவை பற்றித் தங்களோடு என் கருத்துகளைப் பகிர்ந்து கொள்ள வேண்டும்.

இன்று பேதமின்றி நம்மிடையே ஒரு மனநோய் பீடித்திருக்கிறது. தாய்மொழி தவிர்த்து அன்னிய மொழியே அறிவுக்கு ஆதாரம் என்ற மாயையை நம்புவதை வேறெப்படிச் சொல்ல முடியும்? தமிழரே தமிழ் படிக்கும்படிச் சட்டம் போடுவதும் அதை ஒரு சாரார் எதிர்த்து வழக்கு போடுவதுமான இந்தக் கூத்து வேறு எங்கு நடக்கும்?

எப்படி மனிதரில் ஏற்றத்தாழ்வு இல்லையோ, அது போலவே மொழியில் சிறந்த மொழி, தாழ்ந்த மொழியென்றும் இல்லை. எழுத்து வடிவே இல்லாத மொழிக்கும் அதற்கான பாரம்பரியம் உண்டு. ஆப்பிரிக்காவில் ஒரு இனத்தினர் பேசும் மொழி வெறும் ட என்ற ஒலியினைச் சார்ந்தே இருக்கிறது. அவ்வொலியினால் அவர்கள் சோகத்தைப் பகிர்ந்து கொள்கிறார்கள். சந்தோஷத்தைப் பெருக்கிக் கொள்கிறார்கள், நட்சத்திரங்களைப் படிக்கிறார்கள்,

தாம் பெற்ற அறிவை, அனுபவத்தை இளைய சமுதாயத்திற்குப் புகட்டுகிறார்கள்.

ஆங்கிலம் எவ்விதத்திலும் மற்றெந்த மொழியை விடவும் சிறந்ததல்ல. ஆங்கிலேயரால் ஆளப்பட்டதால் இங்கு ஆங்கிலம் திணிக்கப்பட்டதேயன்றி சிறந்த மொழி என்று நாமாக ஏற்றுக் கொண்டதேயில்லை. காலப் போக்கில் நாகரிகம் என்பது ஆங்கிலேயர் விட்டுச் சென்ற எச்சத்தின் மணம் நுகர்வது என்றதாகிவிட்டது... என்ன செய்ய...?

காலத்தின்கட்டாயம்ஆங்கிலம்கற்கவேண்டியநிர்பந்தம். பல அறிவியல் நூல்கள், இலக்கியங்கள் இன்னும் மொழி பெயர்க்கப்பட வில்லை. தமிழ் படித்த எல்லோருக்கும் தமிழ் நாட்டிலேயே வேலை கிடைத்து விடுமா? என்றெல்லாம் சப்பைக் கட்டு கட்டுவோம்....

சரி.. ஆங்கிலத்தில் படியுங்கள்... அறிவை உள்வாங்கிக் கொள்ளுங்கள்... அது வரை நிறுத்திக் கொள்ளுங்கள்... சிந்திப்பதும், வெளிப்படுத்துவதும் ஏன் ஆங்கிலமாகிறது? ஆங்கிலேயர்களாக வாழ ஏன் முற்படுகிறோம் ஆங்கிலேயனிடமிருந்து நேரந் தவறாமையையும்,சுகாதாரத்தையும்ஏன்எடுத்துக்கொள்ளவில்லை? எந்த விதத்தில் அம்மாவை மம்மி என்று அழைப்பது அறிவு அல்லது நாகரிகமாகிறது.

நன்றி மறந்து 'தேங்க்ஸ்' மன்னிக்கவும் போய் 'சாரி' வணக்கம் ... 'குட் மார்னிங்'

ஆங்கிலம் மட்டுமல்ல ஸ்பானிஷ் கற்றுக் கொள்ளுங்கள். ப்ரெஞ்சில் பாண்டித்யம் பெறுங்கள். ஆனால் சிந்திப்பதும், வெளிப்படுத்துவதும் உங்கள் தாய்மொழியிலேயே இருக்கட்டும்.

மொழி வெறும் ஊடகம் மட்டுமல்ல. அது சமூகத்தின் அடையாளம். கலாச்சாரத்தின் ஆணிவேர். பெருமை, மதங்களை விடப் பழமையானது, சாதிகளை விட அர்த்தம் உள்ளது.

என்னைப் பொறுத்தவரை உணர்வு என்பது சட்டத்தால் கொண்டு வரமுடியாதது. அதற்கான சூழல் அமைக்க வேண்டும். தமிழ் எங்கெங்கு பிரயோகிக்கப்படுகிறதோ, அதனதன் சிறப்புகள் அடையாளங் காணப்பட வேண்டும். அவற்றை மக்கள்

அரங்கில் போற்றிட வேண்டும். எது அதிகம் பேரைக் கவருகிறதோ அதுவே சிறந்தது எனும் போக்கை அறுத்தெறிய வேண்டும். கலை இலக்கியத்துக்கான புதிய அளவுகோலை வார்த்திட வேண்டும். பொழுதுபோக்கிலும் கலைத்தன்மை வியாபித்திருக்க வேண்டும்.

இன்று தொலைக்காட்சிகளில் அறிவிப்பாளர்கள் வேறு தமிழை முன் வைக்கிறார்கள். வாராந்திரப் பத்திரிகைகள் இளைஞர்களைக் கவர புதுப்புதுப் பதங்களை உருவாக்குகின்றன. சினிமாவோ தமிழ்த் தனத்தை விட்டுத் தள்ளி நிற்கிறது. இன்றும் சினிமாக்களில் தமிழ்ப்பேராசிரியர்கள் கேலிக்குரிய நபர்களாகவே சித்தரிக்கப் படுகிறார்கள். இதையெல்லாம் கணக்கில் எடுத்துக் கொள்ள வேண்டும். இதன் நீட்சியாய் குப்பையையும் சாக்கடையையும் அங்கீகரித்துக் கொண்ட தமிழனின் தடித்த தோல்தனத்தையும் சேர்த்துக் கொள்ள வேண்டும். அரசியல் தீர்வுக்கு மாய பிம்பங்களை எதிர்நோக்கும் குணமும் கவனிக்கப்பட வேண்டும். விஞ்ஞானிகளையும் படைப்பாளிகளையும் சிந்தனையாளர்களையும் முன் வரிசையில் இருத்தி, பொழுது போக்கிகளைக் குறைந்த பட்சம் இரண்டாவது வரிசையிலாவது வைக்க வேண்டும்.

சுந்தரராமசாமி

'ஒரு புளியமரத்தின் கதை' 'ஜே, ஜே : சிலகுறிப்புகள்' 'குழந்தைகள் ஆண்கள் பெண்கள்' எனப்பல நாவல்களை உலகுக்கு அளித்தவர். இவைகள் மலையாளம், ஆங்கிலம் இன்னும் பலமொழிகளிலும் மொழிபெயர்க்கப்பட்டுள்ளன.

'காகங்கள்' இவருடைய மொத்தச் சிறுகதைகளின் தொகுப்பு. ஒவ்வொரு கதையும் போற்றிப் பாதுகாக்கப்பட வேண்டியவை. கிண்டல் தொனிக்கும் கட்டுரைகளும் நேர்காணல்களும் புத்தகங்களாக வெளிவந்துள்ளன. பசுவய்யா என்ற பெயரில் இவர் எழுதிய கவிதைகள் தொகுக்கப்பெற்று 107 கவிதைகள் என்ற தலைப்பில் புத்தகமாக வெளிவந்துள்ளது.

'காலச்சுவடு' என்ற பத்திரிகையையும், பதிப்பகத்தையும் துவக்கி நடத்தியவர். இவருடைய மறைவுக்குப்பின் இவர் மகன் கண்ணன் இவைகளைக் கவனித்துக் கொள்கிறார். தமிழ்வாசகர்கள் தவறவிடக் கூடாத படைப்புகளை சுந்தரராமசாமி நமக்காக விட்டுச் சென்றிருக்கிறார்.

கட்டுரை

சுய கல்வியைத் தேடி

'காடு அருகே கடல். பெரிய மரம் ஒன்று. அதில் ஒரு கிளியும் அதன் குஞ்சும். கிளி சொல்லிற்று: 'கண்ணே பறந்து போ!' குஞ்சுக்குப் பயம். அது தாயின் சிறகோடு ஒட்டிக்கொண்டது. ஒரு நாள் கிளி, தன் குஞ்சை மரத்திலிருந்து கீழே தள்ளிற்று. ஒரு பந்துபோல் கீழே வந்துகொண்டிருந்தது குஞ்சு. மறுகணம் அது சிறகடிக்கத் தொடங்கிற்று. என்ன ஆனந்தம்! கடல் மீதும், காட்டின் மீதும் அது வட்டமிட்டது. அதன்பின் மேலே உயர்ந்து வானவெளியில் பறக்கத் தொடங்கிற்று.

பால் காலிகோ எழுதியிருக்கும் ஒரு குட்டிக்கதை இது.

வாழ்க்கை என்பது ஒரு வெட்டவெளி. பாதைகள் அற்ற, திசைக் குறிப்புகள் அற்ற வெட்டவெளி. அதில் நாமும் பறக்க வேண்டியிருக்கிறது. அதற்கு நமக்கும் சிறகுகள் தேவையாக இருக்கின்றன. அந்தச் சிறகுகளை நாமே உருவாக்கிக் கொள்ள வேண்டுமா அல்லது வேறு யாரேனும் அவற்றை நமக்கு உருவாக்கித் தருவார்களா?

எண்ணற்ற முகங்களும், எண்ணற்ற பரிமாற்றங்களும் கொண்ட வாழ்க்கை எனும் வெட்டவெளியில் சிறகடிப்பது அவ்வளவு சுலபமாக இல்லை. வாழ்க்கையைப் பற்றி நிச்சய முடிவுகளுக்கு வரமுடியாத தத்தளிப்பு எப்போதும் இருக்கிறது. அன்பும், துவேஷமும், அறிவும் அறிவீனங்களும், ஒற்றுமைகளும் பிரிவுகளும், பிறப்பும், மரணமும், புதிர்களும் கொண்ட இந்த

228

வாழ்க்கையைப் புரிந்துகொள்ள முயல்கிறோம். பல வெற்றிகள் நமக்குக் கிடைத்திருக்கின்றன. நாம் மதிப்பிடும் திறன்களுக்குக் கிடைத்த வெற்றிகள் இவை. சிலசமயம் நம் மதிப்பீடுகள் சரிகின்றன. நாம் அறிந்திராத புதிய முகம் ஒன்றைக் காட்டிக் குரூரமாகச் சிரிக்கிறது வாழ்க்கை. அப்போது நம்மைச் சுதாரித்துக்கொண்டு நம் மதிப்பீடுகளை மறுபரிசீலனை செய்து, விட்டுப்போன கண்ணிகளை இணைத்து கை நழுவிப் போனவற்றையும் கணக்கிலெடுத்துக்கொண்டு மீண்டும் வாழ்க்கையை மதிப்பிட முயல்கிறோம்.

வாழ்க்கையை முன்கூட்டி மதிப்பிட உதவும் கலை என்று கல்வியைச் சொல்லலாம். மதிப்பிடல் மூலம் வாழ்க்கையை எதிர்கொள்வதும், மாறிவரும் வாழ்க்கையைப் புரிந்துகொண்டு நம் சமன்நிலையைக் காப்பாற்றிக் கொள்வதும் சாத்தியமாகிறது. இன்றையக் கல்வி மூலம் நம் வாழ்க்கையைப் புரிந்துகொள்ள முடிகிறதா? கால மாற்றங்களை நிதானித்து. அதற்கேற்ப நம்மை மாற்றிக்கொள்ள முடிகிறதா? இன்றைய மனிதனாகப் பரிணமிக்க அது நமக்கு உதவுகிறதா? கல்லூரிகளில் இருந்து இன்று வெளியே வரும் மாணவர்கள். தாங்கள் பெற்றிருக்கும் பலத்தில் வாழ்க்கையைச் சுலபமாக எதிர்கொள்ள முடியும் என்று நம்புகிறார்களா? அல்லது வாழ்க்கை தங்களைக் கேட்டு நிற்கும் மிக எளிமையான, மிக மேலோட்டமான காரியங்களைக்கூட நம்மால் ஆற்ற இயலாது என்ற பதற்றம் கொண்டிருக்கிறீர்களா?

படிப்பை முடித்துவிட்டு, நடைமுறை உலகைச் சார்ந்த பொறுப்புகளை ஏற்றுக்கொள்ளும் இன்றைய இளைஞன், தான் கற்ற கல்வி தன்னை வாழ்க்கையில் இருந்து அன்னியப்படுத்திவிட்டதை உணர்ந்து சோர்ந்து போவதைப் பார்க்கலாம். குறைவாகப் படித்தவர்கள் கரடுமுரடான உலகை வெற்றிகரமாகச் சமாளிப்பதையும், தான் கற்ற ஏட்டுக் கல்வி. யதார்த்தத்தோடு தன்னை இணைத்துக்கொள்ளத் தடையாக இருப்பதையும் அவன் உணர்கிறான். வாழ்க்கையோடு மோத வேண்டிய கட்டாயத்தில் அவன் கற்ற கல்வி அவனை விட்டு உதிரத் தொடங்குகிறது. கல்வி தனக்குக் கற்றுத் தந்த மதிப்பீடுகள் போலியானவை என்பதும், மாறிவரும் வாழ்க்கையைச் சார்ந்த அறிவை நம்பி இன்றைய

வாழ்க்கை வெள்ளத்தில் துடுப்பு பிடிக்கமுடியாது என்பதும் அவனுக்குத் தெரிந்துபோகிறது.

வாழும் மனிதனுக்கு விமர்சனம் ஒரு தவிர்க்க முடியாத அளவுகோலாகும். தான் வாழும் காலத்தைப் பற்றிய விமர்சனத்தைத் தன்வயப்படுத்திக் கொள்ளாதவன் நவீன மனிதனுக்குரிய செயல்பாடுகளைக் கொள்ள முடியாது. நவீன மனிதன் வேறு பல குணங்களுடன் முக்கியமாக, இன்றைய வாழ்க்கையின் சிக்கல் பற்றிய பிரக்ஞையைக் கொண்டவனாக இருக்கிறான். காலத்தின் முன் பின்தங்கிப் போனவன் இந்தப் பிரக்ஞை இல்லாதவனாகவும், வாழ்க்கைப் பிரச்சனைகளுக்கு இன்று நடைமுறை சாத்தியமில்லாத எளிய விடைகளை முன்வைப்பவனாகவும் இருக்கிறான். அவனது மேலோட்டமான தன்மையே அவன் நேற்றைய மனிதன் என்பதைக் காட்டிவிடுகிறது. அத்துடன் இந்த விமர்சனம் அவனிடம் இல்லாத வரையிலும், ஒருவன் தன் மரபிலிருந்து கொள்ள வேண்டியவற்றைக் கொள்ளவும், தள்ள வேண்டியவற்றைக் தள்ளவும் முடியாது. அப்போது பாரம்பரியம் சுமையாக அவன் மூளையில் கவிழ்ந்து விடுகிறது. காலாவதியாகி விட்டவற்றைத் தன்னிடமிருந்து அகற்றி, மனப்பாரம் குறைத்து, புதியவற்றைக் கற்றுக்கொள்ளும் வாய்ப்பையும் இழக்கிறான். இன்றையக் கல்வி மாணவர்களின் விமர்சனக் கூர்மையை வளர்ப்பதில்லை. விமர்சனம் வளர்வதற்கான சூழலே கல்வித் துறைகளில் இல்லை என்று கூடச் சொல்லிவிடலாம். இதனால் மாணவர்களை நவீன இளைஞர்களாக மாற்ற கல்வித்துறைகளால் முடிவதில்லை.

தன்னை வளர்த்துக் கொள்வதற்கு ஒரு மாணவனுக்கு மிகுந்த அறிவுலகச் சுதந்திரம் தேவை. தனக்குக் கற்றுத் தரப்படும் பாடங்கள் பற்றிச் சிந்தித்துச் சுய முடிவெடுக்க அவன் தொடர்ந்து தூண்டப்பட வேண்டும். ஒரு விஷயத்திற்குப் பல பரிமாணங்கள் உள்ளன. வேறுபட்ட கோணங்களில் ஒரு விஷயத்தை அலச முடியும். இந்த அலசல் தொடர்ந்து நிகழும்போதுதான் விஷயத்தின் முழுமை அதன் பரிமாணங்களுடன் நமக்குப் புரியவருகிறது. ஆக, அளிக்கும் கண்ணோட்டத்தில் ஒரு விஷயத்தை அணுகவும், அவை தமக்கு அளிக்கும் கருத்துகளை ஆசிரியர்களுடன் பகிர்ந்துகொள்ளவும் மாணவர்களுக்குச் சுதந்திரம் இருக்க வேண்டும். எந்த

விஷயத்திற்கும் இறுதியான விடை என்று ஒன்று இல்லை. நேற்றைய விடைகள் காலத்தின் மாற்றத்தில் இன்று மறுபரிசீலனைக்கு ஆளாகி வருகின்றன. கல்வி நிறுவனங்களில் மாணவர்களுக்குக் கருத்துச் சுதந்திரம் இல்லை. மாறுபட்ட சிந்தனைகள் அங்கு ஊக்குவிக்கப்படுவதும் இல்லை. பாடங்களைப் பாடப் புத்தக வார்த்தைகளிலேயே, புரிந்து கொள்ளாமல்கூட மனப்பாடம் செய்வது ஊக்குவிக்கப்படுகிறது. மனப்பாடமும் ஒப்பித்தலும், இந்த இரண்டு இழிவுகளும்தான் இன்றைய மாணவனின் ஆகப் பெரிய திறமைகளாகக் கருதப்படுகின்றன. மாறுபட்ட சிந்தனை, மாணவ வாழ்க்கைக்குரிய ஒழுக்க சீலத்திற்கு எதிரானது என்றும், அனுசரணை என்பது பாடப் புத்தகங்கள் முன்வைக்கும் முடிவுகளை அப்படியே விழுங்குவது என்பதும் தீர்மானமாகிவிட்டது.

மாணவ வாழ்க்கை பல சங்கடங்கள் நிறைந்தது. அவற்றில் மிகக் கொடுமையானது என்று, தன்னைப் பற்றி நிச்சய முடிவுகள் எதற்கும் வர முடியாமல் இருக்கும் மாணவனின் அவஸ்தையைக் கூற வேண்டும். நான் யார்? என்னுடைய ரசனைகள், ஈடுபாடுகள், திறன்கள் எவை? நான் தேர்வு செய்ய வேண்டிய பாதை எது? நான் மேற்கொள்ள வேண்டிய பணி என்ன? இக்கேள்விகள் அவன் மனதை அரித்துக் கொண்டிருக்கின்றன. மேலான கல்வி இந்தக் கேள்விகளில் தத்தளிக்கும் மாணவனுக்கு உதவ முயல்கிறது.

இங்கோ, ஒரு மாணவன் தன்னை, தான் விரும்பும் விதத்தில் செழுமைப்படுத்திக் கொள்வதற்கான வழிவகைகள் எவையும் இல்லை. அவன் தன் ஆளுமையின் தேவைகளைப் பூர்த்தி செய்துகொள்ளப் பிறந்த ஜீவன் என்ற எண்ணமும் இல்லை. பிறருடைய ஆசை, அபிலாஷைகளைப் பூர்த்தி செய்ய அவசியமான தியாகங்கள் மேற்கொள்வதன் மூலமே அவன் குடும்பத்தின் உத்தம சந்ததியாகவோ, சமூகத்தின் மேலான பிரஜையாகவோ ஏற்றுக்கொள்ளப்படுவான். ஒவ்வொரு ஜீவனின் தலைவிதியும் அவன் பிறப்பதற்கு முன்பே இங்கு ஏகதேசமாகத் தீர்மானிக்கப்பட்டிருக்கிறது. அவன் ஜாதி, அவனது பொருளாதார நிலை இவை இரண்டும் அவன் வாழ்க்கைக்குரிய நியதிகளைத் தீர்மானித்து விடுகின்றன. தனி மனிதன் தன் ஆளுமைகளை வளர்த்துக்கொள்வதன் மூலம் சமூகத் தடைகளைத் தாண்டி, மானுட

231

விடுதலை அடைவதற்கான வழிவகைகளைக் கல்வி நிலையங்கள் உருவாக்குவதில்லை. மாறாக, நம் கல்வி நிலையங்கள் நம் மாணவர்களை, அவன் பிறப்பு மூலமும் பின்னணி மூலமும் கொண்டிருக்கும் ஊனங்களில் மேலும் அழுத்துகின்றன. தன் சமூகத் தடைகளைத் தாண்டிச் செல்ல, மாணவனுக்கு உதவும் நேர்மையான தளம் எதுவும் இன்று அவனுக்கு இல்லை.

வாழ்க்கை நம் கைக்கு அடங்கவில்லை என்ற பயம் எப்போதும் நமக்கு இருந்து கொண்டிருக்கிறது. இந்நிலை கற்பனையான பயங்களை நமக்கு அளிக்கிறது. அனுபவங்கள் குறைந்த இளம் மனங்கள் கற்பனை பயங்கள் அதிகம் கொண்டவை. வாழ்க்கைக்குத் தேவையான கல்வி, அதன் முதல் காரியமாக இளம் மனங்களில் தோன்றும் கற்பனைப் பயங்களை முற்றாக அகற்ற வேண்டும். ஆசிரியர்களுக்கும் மாணவர்களுக்கும் இடையே உருவாக வேண்டிய அன்பும் சுதந்திரமும் நிறைந்த உறவினாலேயே இந்தப் பயங்களை அகற்ற முடியும். இதற்கு நேர்மாறாக நம் கல்வி நிலையங்கள் இளம் மனங்களில் பயத்தை உருவாக்குவது மட்டுமல்ல. அந்தப் பயங்களை மாணவர்கள் தொடர்ந்து சுமப்பதற்கான ஏற்பாடுகளையும் பூர்த்தி செய்து வைத்துக்கொண்டிருக்கின்றன. மாணவர்களின் பயம் அவர்கள் சீலத்தின் மேலான பகுதியாகப் போற்றப்படுகிறது. பயமுறுத்தல் ஒரு கீழான ஹிம்சை என்பதால், ஒருவன் பயப்படும் போது, பயப்படுபவனைவிட பயமுறுத்துகிறவனே அதிகம் வெட்கம் அடைய வேண்டும். ஆனால், தன்னைப் பார்த்து பயப்படும் மாணவனை நினைத்து உள்ளூர சந்தோஷம் கொள்ளாத இந்திய ஆசிரியரைப் பார்ப்பது அரிது என்றே நினைக்கிறேன்.

எந்தத் துறையைச் சார்ந்த மொத்த அறிவையும் எந்தக் கல்வி நிலையமும் கற்றுத்தர முடியாது. மொத்த அறிவின் மிகச் சிறிய பகுதியையே அவை கற்றுத் தர முற்படுகின்றன. இதில் பெறும் பயிற்சி மூலம் மாணவன், மொத்த அறிவைச் சுயமாகத் தேடிக்கொள்ள வேண்டும் என்பதே கல்வியின் குறிக்கோளாகும். தன் துறை சார்ந்த சிறு பகுதிகளைக் கற்று முடித்திருக்கும் ஆசிரியர், அச்சிறு பகுதியை மாணவர்களுக்குக் கற்றுத்தர முற்படுகிறார். சிறு பகுதியை மட்டுமே கற்றுத் தேர்ந்திருக்கும் ஆசிரியருக்கும், அப்பகுதியை கற்றுக் கொள்ள முன் வந்திருக்கும் மாணவர்களுக்குமிடையே அறிவின்

தரத்தில் அதிக வேற்றுமை இல்லை. வேற்றுமை இருப்பது போன்ற பாவனையை ஆசிரியர்கள் திட்டமிட்டு உருவாக்குகிறார்கள். ஆசிரியர்கள் பெற்றிருக்கும் பட்டங்கள், நிறுவனங்களுக்குரிய அதிகாரம், நிறுவனங்களுக்குச் சொந்தமான கட்டடங்கள், கல்வி உபகரணங்களின்மீது ஆசிரியருக்கு இருக்கும் உரிமைகள் இவை மூலம் இந்தப் படிமங்கள் வளர்க்கப்படுகின்றன.

இந்நிலையில் இன்றைய இளைஞன் சுய கல்வியில் ஆழ்ந்த நம்பிக்கை கொள்ள வேண்டியவனாகிறான். காலங்காலமாகத் தங்கள் படைப்புகள் மூலமும், சிந்தனைகள் மூலமும் உலகக் கலாச்சாரத்திற்கு வளம் சேர்த்திருக்கும் கலைஞர்கள், தத்துவவாதிகள், படைப்பாளிகள், ஓவியர்கள், இசை மேதைகள் ஆகியவர்களில் பெரும்பான்மையோர் கல்வி நிறுவனங்களுக்கு அப்பால் சுய கல்வி மூலம் தங்கள் மேதமைகளைத் தேடிக் கொண்டவர்கள்தாம். பட்டம் பெறாத இவர்களுடைய உருவாக்கங்களில் ஒரு சிறு பகுதியைக் கற்றுப் பட்டம் பெற்ற ஆசிரியர்கள், அவர்கள் கற்ற பகுதிகளைப் பட்டம் பெறுவதற்கு முற்படும் மாணவர்களுக்குக் கற்றுத் தருகிறார்கள். ஆக மாணவர்கள் அதிகமும் கற்பது சுய கல்வியைத் தேடிக்கொண்டவர்களின் படைப்புகளைத்தான்.

சுய கல்வியைத் தேடிக்கொள்வதற்கான வாய்ப்பும் இன்று மிகுதியாக உள்ளது. சரித்திரத்தின் எந்தக் காலக்கட்டத்திலும் இந்த அளவுக்கு வாய்ப்புகள் இருந்ததில்லை என்றுகூடச் சொல்லலாம். இந்த வாய்ப்புகளைப் பயன்படுத்திக் கொள்வது பற்றி மாணவர்கள் சிந்தித்துப் பார்க்க வேண்டும். அறிவின் இறுதி அடையாளங்களாகப் பட்டங்களைச் சுமக்கும் மாயைகளிலிருந்து அவர்கள் தங்களை விடுவித்துக் கொள்ள வேண்டும். சோறு; சோற்றுக்காக வேலை; வேலைக்காகப் பட்டம் ; பட்டம் அளிக்கும் சமூக அந்தஸ்துகளில் மயக்கம்; வரதட்சணைச் சந்தையில் தன்னைக் காட்டி அதிக விலை கூவப் பட்டத்தையோ அல்லது பணியையோ பயன்படுத்துதல் ஆகிய இழிவுகளிலிருந்து இளைஞர்கள் தங்களைக் காப்பாற்றிக் கொள்ள வேண்டும்.

சுய கல்வியோடு சேர்த்து, சுய பணிகளைத் தேடிக் கொள்வது பற்றியும் இளைஞர்கள் சிந்திக்க வேண்டும். எண்ணிக்கையில்

சிறுபான்மையினருக்கே எந்த அரசாங்கமும் வேலை அளிக்க முடியும். மொத்த வேலைகளின் பெரும் பகுதி நிறுவனங்களுக்கு அப்பால் விரிந்து கிடக்கிறது. உண்மையான ஞானத்தைத் தேடுவதற்கான முயற்சிகளும் சரி, நிறுவனங்களுக்கு அப்பால் உருவாகி வருபவர்கள்தான் தங்களை விமர்சகர்களாகவும் நவீன சிந்தனையாளர்களாகவும் வளர்த்துக்கொள்ள முடியும். இவர்கள்தான் இன்றைய வாழ்க்கையைப் பற்றி ஆழ்ந்த விமர்சனங்களை முன் வைக்க முடியும். இந்த வாழ்க்கையை மாற்றுவதற்கான வழிகளைக் காண முடியும்.

ஒவ்வொரு மனிதனிடமும் வெளியில் தெரியாத சிறகுகள் இருக்கின்றன. ஆழ்ந்த நம்பிக்கைகள் சார்ந்த செயல்பாடுகள் மூலமே நாம் மேலான கல்வியைப் பெறுகிறோம். இந்தக் கல்வி நம் சிறகுகளைக் கண்டுகொள்ள நமக்கு உதவுகிறது. நிறுவனங்களில் முடங்கிக் கிடப்பதை மறுத்து சுதந்திர வானத்தை நோக்கி நாம் குதிக்க வேண்டும். அப்போது சிறகடித்துப் பறக்க நம்மாலும் முடியும். கிளியின் குஞ்சுக்கு முடிந்ததுபோல், அப்படிப் பறப்பதில் ஆனந்தமும் பெருமிதமும் இருக்கின்றன.

சிறுகதை

எங்கள் டீச்சர்

அந்தக் காலத்து மகாராஜாக்கள்தான் கல்வித் தேவதைக்கு எத்தனை பெரிய மனசுடன் ஆராதனை செலுத்தியிருக்கிறார்கள்! இல்லாவிட்டால் இந்த பிரம்மாண்டமான கட்டடம் இங்கு எழும்பி விடுமா? ஒரு ஹைஸ்கூல் என்று சொன்னதும் 'ஆ!' என்று வியந்து போகிறார்கள். கல்லூரிகள்கூட எங்கும் இப்படி இல்லையென்று அயலூர்வாசிகள் சொல்லக் கேட்டிருக்கிறேன்.

அப்பொழுது நான் இந்தப் பள்ளியில் எட்டாவது வகுப்பு படித்துக்கொண்டிருந்தேன் - இரண்டாவது வருஷமாக. நான் தோற்க ஆரம்பித்தது அந்த வருஷத்திலிருந்துதான் என்று ஞாபகம்.

அந்த நாட்களில்தான் எலிசபெத் தாமஸ் வந்து சேர்ந்தார். வட திருவிதாங்கூரைச் சேர்ந்தவர். வருகிறார் வருகிறார் என்று கிடந்தது. வந்துவிட்டார்.

பத்மாவதி டீச்சருக்கு ஒரு பெண் துணையில்லாமல், முப்பது நாற்பது ஆசிரியர்கள் மத்தியில் ஒற்றைக்கு ஒருத்தியாய் வேலை பார்ப்பது நரக வேதனையாகத்தான் இருந்திருக்கும். வகுப்பிலேயே குறைபட்டுக் கொள்வாராம். 'பி' பிரிவைச் சேர்ந்த மாணவர்கள் எங்களிடம் சொல்வார்கள். "எப்படியும் இந்த ஸ்கூலை விட்டுப் போய்விட்டால் போதுமென்றாகி விட்டது" என்பாராம். இன்ஸ்பெக்டர் வருகிறபோது டீச்சர் தம்முடைய குறையை முறையிடப் போவதாகவும் அவர்கள் பேசிக் கொண்டனர்.

“எனக்கு என்னவோ பத்மாவதி டீச்சர் ராஜினாமா செய்துவிட்டுப் போய்விடுவார் என்றுதான் படுகிறது” என்று நிலைமையைப் பல கோணங்களில் ஆராய்ந்ததின் விளைவாக முடிவுக்கு வந்த பாவனையில் சொன்னான் சேஷன். அவன் பாவங்களில் பெரியவன். உயரத்திலும் பெரியவன் தானே? சண்டை மூண்டுவிட்டால் பென்சிலைத் தரையில் தேய்த்துக் கூராக்கி எதிரியைக் குத்திக் கிழிக்க வருவதில் வல்லவன். அந்த நாட்களில் அவனுடைய பெயர் ஸ்கூல் வட்டாரங்களில் மிகவும் பிரபலமாக இருந்தது.

பத்மாவதி டீச்சரின் குறை நிவர்த்தியாகி விட்டது. இன்ஸ்பெக்டரின் விஜயம் வீண்போகவில்லை. எலிசபெத் தாமஸ் வந்து சேர்ந்தார்.

அசெம்பிளி ஹால் முன்னால் மாணவர்கள் கும்பலாகக் கூடி விட்டனர், புது டீச்சரைப் பார்க்க. பெண்களோ, ஹாலுக்குள் பக்கவாட்டிலிருந்து கம்பீரமாக மேலே செல்லும் ஏணியின் விசாலமான படியின் விளிம்பில் நடுப்பாகத்தை மட்டும் அழுத்திப் பிடித்துக்கொண்டு, ஒருவர் மேல் மற்றொருவர் துவண்டு விழுந்தும், அருகில் நிற்கும் பெண்ணை விஷமத்தனமாகக் கீழ்ப்படிக்குத் தள்ளியும், கிலுகிலுவென நகைத்தும் அமர்க்களப் படுத்தியவாறு நின்றுகொண்டே உள்ளே பிரவேசித்த வாத்தியாரம்மாவை வெகு நுணுக்கமாக ஆராய்ந்தார்கள்.

பத்மாவதி டீச்சர், எதிர்சாரி ஏணிப்படி வழியாக, படிகளில் கால் இடறாது சாக்லேட் கலர் பட்டுச் சேலையை இடது கை விரலால் நாசூக்காகத் தூக்கிப் பிடித்தபடி இறங்கி, மிடுக்குடன் நடந்துவந்து எலிசபெத்தின் கைகளை அன்புடனும் முகத்தில் செட்டான சிரிப்புடனும் பற்றி, ஒரு குழந்தையை அழைத்துச் செல்வதுபோல் வெயிட்டிங் ரூமுக்கு அழைத்துச் சென்றார். நிகழ்ந்தது இவ்வளவுதான். அந்த வேளையின் சாமர்த்தியம்தானோ என்னவோ! எல்லாம் கடவுளின் ஜோடனை போல் கண்கொள்ளாக் காட்சியாக அமைந்து விட்டது.

“யாரடீ அழகு?” என்று ஒரு குட்டி, தோழியின் தோளைச் சுரண்டிக் கேட்டது. ஹெட்மாஸ்டர் பின்னால் நிற்பதை அது

கவனிக்கவில்லை. அவர் கையை உயர்த்தி "இங்கே என்ன கூட்டம்?" என்று கத்தியதும், முட்டு வரையிலும் பாவாடையைச் சுருக்கியவாறு தெறித்தன அத்தனையும். (அடி அசடுகளே, எத்தனை நாட்கள்தான் இப்படியே இருக்கப் போகிறீர்கள்!)

ஆனால் அவ்விருவரும் ஜோடியாய் வருகையில், அந்தக் குட்டி கேட்ட கேள்வி யாருடைய மனசில்தான் எழவில்லை? பதிலோ நாளுக்கு ஒன்றாக, வேளைக்கு ஒன்றாக, கோணத்துக்கு ஒன்றாக மாறிமாறித் தோன்றும். இருந்த அழகு அத்தனையும் பாரபட்ச மின்றி ஆளுக்குப் பாதியாகப் பங்கு வைக்கப் பட்டிருக்கையில் அதற்குமேல் மனிதனுடைய குதர்க்கத்துக்கு விடை ஏது? ஆனால் பத்மாவதி டீச்சரின் அலங்காரம் ரொம்பவும் பகட்டாகி விட்டது.

இருவருக்கும் ஏறத்தாழ சமவயது. ஜோடியாக அவர்கள் வந்தால் சந்தோஷமும் துக்கமும் நெஞ்சை நிரப்பும். காலை இளம் வெயிலில் இருவரும் மெல்ல அசைந்தாடி வருவார்கள். பூவும் சிரிப்பும் மெல்லிய வார்த்தைகளுமாக இருக்கும். காம்பௌண்டைத் தாண்டி, கட்டடத்தை வந்தடைய வெகு நேரமாகும். இடைவெளி தூரம் குறையக்குறைய, முடிந்த மட்டும் ஒன்றாகப் பொழுதைக் கழிக்க விழையும் மனசின் உள்ளுணர்வில் கால்கள் பின்னிட்டு நடை பம்மும். இரண்டு எட்டுக்கு ஒரு தடவை நிற்பதும், பேசு வதும், நகர்வதும், நகர்வதுபோல் பாவனை கொள்வதும், நின்ற இடத்திலேயே நிற்பதுமாக எத்தனை பொழுதைக் கழித்துவிட முடியும்? மாடி வராண்டாவின் தூவானக் கூரை ஜோடிக்கால்களை மறைக்கும் வரையிலும் அங்கேயே நிற்போம். அவர்கள் மறைந்த சில வினாடிகளுக்கெல்லாம் 'பரீட்சை ஹால்' ஏணியின் வாயிலில் ஜோடிப் பூவும் தலையும் முளைத்தெழும் காட்சியின் வினோதம் எங்களுக்கு ஒரு நாளும் அலுத்ததில்லை.

எங்கள் மனசும் எண்ணமும் அவர்களைச் சுற்றிப் படிய, எங்கள் மேல் அவர்கள் கொண்டிருந்த பாசமும், பாடம் கற்றுத் தருகையில் வெளிப்பட்ட அவர்கள் திறமையும் மட்டுமல்ல காரணங்கள். அவர்கள் ஒருவருக்கொருவர் கொண்டிருந்த நேசமும் தோழமை உணர்ச்சியும் எங்கள் மனசை வெகுவாகக்

கவர்ந்தன. அவர்கள் மனசுக்குள் மலர்ந்திருந்த அந்தரங்கம் எங்கள் இதயங்களிலும் எதிரொலித்தது. அவ்வெண்ணமே சுகந்தமாக இருந்தது. அவர்கள் மனப் பிணைப்புக்குத் தெய்வ சௌந்தரியம் ஏற்ற நிஜமும் கற்பனையுமாக மாணவர் உள்ளம் புனைந்த கதைகள் அநேகம்.

நட்பின் சுருதி கலையாமல் அப்படியே அவர்கள் இருந்திருந்தால் எவ்வளவோ நன்றாக இருந்திருக்கும். எனினும், எதுவும் நாம் ஆசைப்படுகிறபடி நடந்துவிடக் கட்டாயம் இல்லை.

எலிசபெத் தாமஸுக்கும் பத்மாவதிக்கும் நடுவில் வெப்பக் காற்று வீச ஆரம்பித்துவிட்டது.

எங்களுக்கும் 'பி' பிரிவு மாணவர்களின் தரத்துக்கும் ஏணி வைத்தாலும் எட்டாது. எல்லாப் பரீட்சைகளிலும் சிகர எண் குத்தகை அவர்களுக்குத்தான். இதற்கு 'பி' பிரிவு தலையாய மூளைகளின் சேமிப்புக் கிடங்கு என்பது அர்த்தமல்ல. அவர்களுடைய விடைத் தாள்கள் பத்மாவதி டீச்சரின் திறமைக்கு அத்தாட்சி. மண்டை ஓட்டைக் கழற்றிப் பாடங்களை உள்ளே வைத்து மூடி விடுவதில் அவர் காட்டுகிற சாமர்த்தியம் அலாதியானது. அவருடைய திறமையை ஆசிரியர்கள் அனைவருமே - பொறாமை அவர்கள் மனத்தைக் களங்கப்படுத்தியிராத வரை - ஒப்புக்கொள்வார்கள். சென்ற வருஷம் 'சீதாலக்ஷ்மி அம்மாள் நினைவுப் பரிசு' வழங்குகையில், "ஸ்ரீமதி பத்மாவதி அம்மாள் மனசு வைத்தால் ஒரு பெருச்சாளிக்குக் கூட 'பித்தக்கோரஸ் தீர'த்தைக் கற்றுக் கொடுத்துவிடுவார்" என்று ஹெட்மாஸ்டர் சொன்னது முக்காலும் உண்மை.

அந்த ஆண்டும் கால் வருஷப் பரீட்சையில் பத்மாவதி டீச்சரின் மாணவனான பி.ராமன்தான் கணக்கில் முழுசாக நூறு மார்க்கையும் தட்டிக்கொண்டு சென்றான். எங்கள் வகுப்பில், படிப்பில் சூட்டிகை என்று கருதப்படும் கண்ணாடிக்காரி சரோஜினிக்கு எழுபதுக்கு மேல் எம்பவில்லை. மொத்த மாணவர் நாற்பத்தியேழு பேரில் நான் உள்பட முக்கால்வாசி பெயில். ஒற்றை இலக்கம் ஒரு டஜனுக்கு மேல். இரண்டு மூன்று பேர்களுக்கு சைபர்!

இந்தநிலைமையில்தான்நாங்கள்எலிசபெத்டீச்சரிடம்எங்களை ஒப்படைத்துக் கொண்டோம். வகுப்புக்கு வந்த முதல் நாளே, கால் வருஷப் பரீட்சையில் எங்களுக்குக் கிடைத்த மார்க்குகளை வரிசையாகக் கேட்டுக்கொண்டு வந்தார். அவமானமாகத்தான் இருந்தது. எவ்வளவு ஏமாற்றம் ஏற்பட்டிருக்கும்! இருந்தாலும் வெளியே காட்டிக்கொள்ளாமல் 'ஒரு சுலபமான கணக்கு' என்று சொல்லியவாறு கரும்பலகையில் எழுத ஆரம்பித்தார். அந்தச் சுலபமான கணக்கும் எங்களைப் பெரும்பாடு படுத்திவிட்டது. அநேகருக்கு வழிவழியாய் வந்தும் விடை வரவில்லை. தொடர்ந்து சோதித்ததில் ஏழாம் வகுப்புக் கணக்குகள்கூடப் பலருக்கு எட்டவில்லை என்பதும் வெளிச்சமாயிற்று. எலிசபெத் தாமஸ் சிரித்தவாறு, "கீழ்வகுப்பிலிருந்து கைகளைத் தரையில் ஊன்றி நகர்ந்து நகர்ந்து வந்திருக்கிறீர்கள் போலிருக்கிறது" என்றார்.

அசட்டுச் சிரிப்பு சிரித்தோம்.

"போனது போகட்டும். மேல் வகுப்புக்கு உங்கள் அத்தனை பேரையும் சிப்பாய் மாதிரி அணிவகுத்துப் போகவைக்க என்னால் முடியும்"என்றார்.

கை தட்டாத குறைதான். மகிழ்ந்து போனோம்.

கணநேர மௌனத்துக்குப்பின், "உங்கள் ஒத்துழைப்பும் கொஞ்சம் தேவை" என்று சொல்லி முடித்தார். வெகு அழகாக இருந்தது.

தலைகள் பலமாக அசைந்தன.

முதல் நாளே அவர் எங்களை முந்தானையில் கட்டிக் கொண்டு விட்டார்.

அன்றிலிருந்து அவர் மேற்கொண்ட உழைப்பு கடினமானது. அடியைப் பிடித்துச் சொல்லித்தர ஆரம்பித்தார். எத்தனை தடவை வேண்டுமென்றாலும் ஒரே பாடத்தையே, திரும்பத் திரும்பச் சொல்லித்தர அலுக்காத மனசு அவருக்கு. வாரம் தவறாமல் வகுப்புப் பரீட்சைகள் நடந்தன. ஒவ்வொரு நாளும் வீட்டுப் பாடம். இதற்குமுன் கடமையிலிருந்து தவறிவிட்ட ஆசிரியர்களுக்காகவும்

எங்களுக்காகவும் அவரே தண்டனை அனுபவித்துக்கொண்டார் போலும். அவர் மேற்கொண்ட சிரமமும் சிரத்தையும் எங்களைக் கடைத்தேற வைப்பதில் அவர் காட்டிய கரும வைராக்கியமும் அவர் பேரில் மிகுந்த அனுதாபத்தை ஏற்படுத்தின. அவருடைய திட்டம் வெற்றி பெறுவதற்காகவே நாங்கள் மனசைக் கொடுத்துப் படிக்க ஆரம்பித்தோம் என்றும் சொல்லலாம். அத்துடன் அவர் பாடம் சொல்லித் தந்த முறையும் கவர்ச்சிகரமானது. எண்களை ஜீவகாருண்யத்துடன் பார்க்கத் தெரிந்துகொண்டோம்.

ஒரு நாள் டீச்சர் பேசிய பேச்சு எங்களைத் திகைப்பில் ஆழ்த்தி விட்டது. ‘‘இந்த வருஷம் ‘சீதாலக்ஷ்மி அம்மாள் நினைவுப் பரிசு’ நமக்குத்தான் கிடைக்கப்போகிறது’’ என்று ஒரே போடாய்ப் போட்டு விட்டார். என்ன இது! எங்களால் அதைப் பெற முடியுமா? இறுதிப் பரீட்சையில் கணக்கில் முழுசாக நூறு மார்க்கையும் வாங்கிவிடுவது இலேசான காரியமா?

நாங்கள் வாயைத் திறக்கவில்லை.

‘‘என்ன ஒருவரும் பேசக் காணோம்... சரோஜினி... என்ன?’’ என்று தூண்டினார் டீச்சர்.

சரோஜினி குண்டலம் அசையத் தலையைக் கவிழ்த்துக் கொண்டாள்.

‘‘பரிசு இந்த வருஷம் நமக்குத்தான் கிடைக்கப்போகிறது. சர்வ நிச்சயம்’’ என்றார் மீண்டும்.

நாங்கள் குளிர்ந்துபோனோம். ஏன், அவர் வாக்கு பலிக்கக்கூடாது என்பதுண்டா? உறுதியினாலும் உழைப்பாலும் எதைத்தான் சாதிக்க முடியாது?

நாள் ஆக ஆகப் பரிசு அந்தத் தடவை எங்களுக்குத்தான் என்ற நம்பிக்கை எங்கள் மனத்திலும் பலத்துவிட்டது. ‘பி’ பிரிவு மாணவர்கள் எதிர்ப்பட்டால் தலை நிமிர்ந்து நடந்தோம்.

இது காரணமாக ஒரு தடவை சண்டைகூட மூண்டது.

ஒருநாள் காலையில் எங்கள் வகுப்புக்கு முன்னால் நான், ரவீந்திரன் தம்பி, தேவேச சர்மா, கோலப்பன், கிருஷ்ணசாமி, அப்புக்குட்டன், சாமு ஆகியோர் நின்று கொண்டிருந்தபோது சேஷனும் அவனுடைய சகாக்களும், பி. ராமனும் அவனுடைய விசிறிகள் சிலரும் அங்கு வந்து சேர்ந்தனர்.

ஏதோ பேச்சுவாக்கில் கிருஷ்ணசாமி, ''இந்த வருஷம் பரிசை நாங்கள் கொத்திக்கொண்டு போகப் போகிறோம்'' என்று சொல்லி வைத்தான். அவ்வளவுதான், சேஷன் ஆயத்தமாகிவிட்டான்.

''யார் சொன்னது?''

''டீச்சர்தான் சொன்னார்''

''உங்கள் டீச்சருக்கு ஜோஸ்யம் தெரியுமோ?''

கோலப்பன் முன்னால் வந்தான்.

''ஜோஸ்யம் தெரியாது. நன்றாகப் பாடம் சொல்லித்தரத் தெரியும். மாணவர் திறனை மதிக்கத் தெரியும். போய்விட்டு வா'' என்றான்.

கோலப்பன் ஆகஸ்டு தியாகி. பிரிட்டிஷ் சாம்ராஜ்யத்தை எதிர்த்துப் புரட்சி செய்ததையொட்டி ஒருநாள் இரவு சிறைவாசம் செய்தவன். அவன் வார்த்தைகளில் சொல்வதென்றால் 'தமிழின் ஓர் எளிய காதல'னும் கூட. அவனுக்கு எதிராக வருகிறவனை மாணவர் சமூகம் பகிஷ்கரிக்கும் நிலை அந்நாளில் இருந்தது.

சண்டை முற்றிவிட்டது.

''பி. ராமனைக் கணக்கில் முறியடிக்க இந்தியாவில் ஒரு பயலும் இல்லை'' என்றான் சேஷன்.

''பி. ராமன் சாப்பிட்டான்'' என்று கீச்சுக்குரலில் கத்திய சாமு, தொடர்ந்து ''சாப்பாட்டு ராமன்'' என்று திருத்தமும் செய்தான்.

''பல்லை உடைத்துவிடுவேன்'' என்றான் சேஷன்.

“உடை, பார்ப்போம்” என்று சொல்லியவாறு அவன் அசௌகரியப்பட வேண்டாம் என்று எண்ணியதுபோல் சாமு தன் முகத்தை சேஷன் முகத்தருகே கொண்டு சென்றான்.

சேஷன் சாமுவின் பல்லை உடைக்கவில்லை. சும்மாவும் இருந்தானில்லை. சாமுவைப் பிடித்துத் தள்ளியவாறு “பத்மாவதி டீச்சருக்கு ஜே!” என்று கத்தினான். அவனுடைய சகாக்களும் “ஜே!” என்று கத்தினார்கள். இதற்குமேல் ஆகஸ்டு தியாகியால் சும்மா இருக்க முடியவில்லை. அந்தப் பள்ளிக்கூடமே அதிரும் குரலில் “எலிசபெத் டீச்சருக்கு” என்றான். நாங்கள் அடிவயிற்றிலிருந்து “ஜே!” என்று கத்தினோம்.

“மகாத்மா காந்திக்கு . . !”

“ஜே!”

சேஷன் பென்சிலை உருவித் தரையில் தேய்க்க ஆரம்பித்துவிட்டான். ரத்தம் சிந்தப்பட்டிருக்கும் என்றுதான் எண்ண வேண்டியதாக இருக்கிறது. நல்லவேளை, மணி அடித்து விட்டது. நாங்கள் வகுப்புக்குள் புகுந்தோம்.

இந்த விஷயம் எலிசபெத் டீச்சர் காதில் விழுந்ததும், “எதற்கு அவசியமில்லாத சண்டை?” என்று எங்களைக் கடிந்து கொண்டார். அதுமட்டுமல்ல. நாங்கள் பத்மாவதி டீச்சரை கேலி செய்தோமென்று அவரே புகார் செய்ததாகவும் டீச்சர் சொன்னார்.

கோலப்பன் எழுந்து நின்று, “நம்மால் பரிசு பெற முடியாது என்கிறார்கள். இழிவுபடுத்துகிறார்கள்” என்று உரக்கச் சொல்லிவிட்டு “ரத்தம் கொதிக்குது” என்று முணுமுணுத்தான்.

எலிசபெத் டீச்சரின் தன்னம்பிக்கையும் எங்களுடைய உழைப்பும் வீண்போகவில்லை. அரை வருஷப் பரீட்சையில் மார்க்குகளை அள்ளிக்கொண்டு வந்துவிட்டோம். சரோஜினிக்கு நூற்றுக்கு நூறு. கண்ணாடிக்காரி கொடியை நட்டுவிட்டாள். விடைத்தாள்களைத் திருத்திய பத்மாவதி அம்மாளே தன் கையால் போடும்படி ஆகி விட்டது.

கணக்கு மன்னன் பி. ராமனுக்கு அந்தப் பரீட்சையில் கிடைத்த மார்க் இப்போது என் நினைவில் இல்லை. ஆனால் நூற்றுக்கு நூறு பெறவில்லை என்பது நிச்சயம். ஏனெனில் பி. ராமனும் அவனுடைய விசிறிகளும் சேஷன் கூட்டாளிகளும் எங்கள் டீச்சர் ரொம்பவும் கடினமாகக் கேள்வித் தாளை அமைத்துவிட்டதாகக் குற்றம் சாட்டினார்கள்.

“மூளை வேணும்டா, மண்டுகளா!” என்றான் கோலப்பன்.

மீண்டும் சண்டைக்கும் சச்சரவுக்குமான சூழ்நிலைதான் நிலவி வந்தது.

“ஸ்கூல் விட்டு வெளியிலே வாங்க. அப்பொழுது தெரியும்” என்று கறுவினான் சேஷன்.

“ஹா, மூட்டை! ஹா, கொசு! ஐயோ பயமாயிருக்கே!” என்று கோலப்பன் ‘பி’ பிரிவு மாணவர்களின் வயிற்றெரிச்சலைக் கிளப்பிவிட்டான்.

விடைத்தாள்களை விநியோகம் செய்த அன்று தலைமையாசிரியர் எங்கள் வகுப்புக்கு வந்து, எங்கள் முன்னிலையிலேயே டீச்சரை வெகுவாகப் பாராட்டினார். ஒரு ஆசிரியைக்கு இதை விடவும் மகிழ்ச்சி அளிக்கும் விஷயம் ஏது? பூரித்துப்போய்விட்டார். நாணத்தால் முகம் சிவந்து பார்வை காலடியில் லயித்து விட்டது. தலைமையாசிரியரை வழியனுப்ப எழுந்து நின்ற எங்களை மீண்டும் உட்காரச் சொல்லவும் பிரக்ஞையின்றி, விழிகள் எங்கள் திசை பார்த்திருக்கையிலும் எதையும் உணராத ஒன்றாகி, காலமும் இடமும் மன வெளியிலிருந்து கழன்று போய்ச் சுயலயிப்பில் மிதந்தபடி நின்று கொண்டிருந்தார். பெருமிதம் கண்களிலும் முகத்திலும் பிரவாகம் எடுத்து ஓடியது.

விழிகளில் பார்வை திரும்பியதும் டீச்சர் சிரித்தார். போகப்போக, குழந்தை மாதிரி வாய்விட்டே சிரிக்க ஆரம்பித்து விட்டார். நாங்களும் சிரித்தோம். சிறந்த மாணவர்களுக்கு உதாரணமாக நாங்கள் திகழ்கிறோம் என்று தாராளமாகப் பாராட்டினார். சரோஜினியின் அருகே சென்று அவள் முதுகில் தட்டிக்

கொடுத்தார். சரோஜினி எழுந்து நின்றாள். அப்பொழுது சரோஜினி முணுமுணுத்தது எங்கள் காதில் விழவில்லை. ஆனால் அவளுடைய உதடுகள் அசையஅசைய டீச்சரின் முகம் கோரமாக மாறியது. அவரால் நிற்கவும் முடியவில்லை. அப்படியே நாற்காலியில் உட்கார்ந்து கொண்டார். எங்கள் முன்னால் உடைபட்டுவிடக் கூடாது என்ற வீம்பில் துக்கத்தை விழுங்கிப் பார்த்தும் அது திமிறிக்கொண்டு வந்தது. கழுத்தும் முகமும் உப்பிச் சிவந்து விட்டன. டீச்சர், என்ன இது?

மணி அடித்தது.

டீச்சர் எழுந்து நின்றார்.

“சரோஜினி, டீச்சர் சொன்னதாகவா அந்தப் பெண் சொன்னாள்?”

டீச்சரின் முகத்தையே பார்த்துக் கொண்டிருந்தோம்.

“ஆமாம், டீச்சர்!”

டீச்சரின் கண்கள் நிறைந்துவிட்டன. அவர் கண்கள் எங்கள் முகங்களைச் சந்திக்காமல் எதிர்ச் சுவரில் படிந்தன.

ஈனசுவரத்தில், “கேள்விகளைச் சொல்லித் தந்தேனா?” என்று கேட்டார். அந்தக் குரலே மனத்தைத் தொட்டது.

அவர் கேட்ட கேள்வியின் பொருள் அப்பொழுது எங்களுக்கு மட்டுப்படவில்லை. ஒன்றும் பேசக் கூடாமல், பிண்டம் பிண்டமாய் விழித்தபடியிருந்தோம்.

“சொல்லித் தந்தேனா?” என்று கேட்டார் மீண்டும்.

அவர் எங்கள் பதிலை எதிர்பார்த்து நிற்கையில், அமைதியில் கரைந்த அந்த ஒரு நிமிஷமும் மனத்தைப் பிழிந்து விட்டது. “உண்மை கடவுளுக்குத் தெரியும்” என்று முனகியவாறு அவர் வெளியேறிச் சென்று விட்டார்.

எங்கள் டீச்சர்மேல் மலை போல் ஒரு அபாண்டத்தைச் சுமத்த பத்மாவதி டீச்சருக்கு எப்படித்தான் மனசு வந்ததோ?

கேள்விகளைப் பரீட்சைக்கு முன்னாலேயே எங்களிடம் சொல்லியிருக்கிறாராம். என்ன கொடுமையான வார்த்தை!

உண்மை எங்கள் மனச்சாட்சிக்குத் தெரியும். எங்களிடம் அவர் எதுவுமே சொல்லவில்லை. சொல்லப்போனால் எங்கள் டீச்சர்தான் கேள்விகளை அமைத்தார் என்பதுகூட அன்றுவரை எங்களுக்குத் தெரியாது. மறந்தும் இதுபற்றி அவர் பிரஸ்தாபித்தது இல்லை. மாதிரிக் கேள்விகளைப் போட்டுக் கோடி காட்டியதாகவும் நினைவு இல்லை. வெறும் அபாண்டம். முன்னால் சொல்லித்தந்து பின்னால் தட்டிக் கொடுத்து, தன்னையே ஏமாற்றிக்கொள்ளும் அசடா எங்கள் டீச்சர்? மண்ணைப் பொன்னாக்கத் தெரிந்தவர் அவர். அவர் தண்ணீர் வார்த்தால் எருக்கில் ரோஜா மலராதா? ஆள்ஆளாய் வந்து எங்களைப் பார்த்து உதட்டைப் பிதுக்கிவிட்டுச் சென்ற ஆசிரிய சிகாமணிகள் எத்தனை பேர்? 'எடுத்த எடுப்பிலேயே உங்களால் எதைத்தான் சாதிக்க முடியாது?' என்று கேட்டு நம்பிக்கையின் ஒளியை எங்கள் இதயங்களில் பாய்ச்சியவரல்லவா அவர்! தலைநிமிரச் சொன்னார். நிமிர்ந்தோம். இது ஒரு தவறா?

நன்றாகச் செய்து விட்டோம் என்பதால் நம்ப முடியாமல் ஆகிவிடுமா? சாட்சாத் சரஸ்வதி, உங்கள் மாணவர்கள் அத்தனை பேரையும் மடியில் போட்டுக்கொண்டிருக்கிறாள் என்றே இருக்கட்டுமே. எங்களையும் அவள் ஓரக்கண்ணால் பார்க்கக்கூடாது என்பதுண்டா? சொன்னவர் திறமையும் கேட்டவர் உழைப்பும் காற்றிலா போய் விடும்? அசூயை... வெறும் அசூயை... இல்லை டீச்சர், நீங்கள் சொல்லித் தரவில்லை.

மறுநாள் எலிசபெத் டீச்சர் வரவில்லை. இனிமேல் அவர் வரமாட்டார் என்று ஹேஷ்யம்கூட குப்பென்று கிளம்பி விட்டது. அப்படியானால் எங்கள் கதி என்னாகும்? பழையபடி சூரிங்மாஸ்டர்களிடம் அகப்பட்டு அல்லல்பட வேண்டும் என்பதுதான் எங்கள் தலைவிதியா?

245

நல்லவேளை. மறுநாள் மணி அடித்துக்கொண்டிருக்கையில், அலைஅலையாய் எழுந்த மணியின் நாதத்துக்கு ஆட்பட்டு வரவேண்டாம் என்றிருந்த மனவுறுதி தளர்ந்து ஓடிவந்தவர் போல், டீச்சர் உள்ளே நுழைந்தார்.

அன்றும் சரி, அதற்குப் பின் வந்த நாட்களிலும் சரி, அவரையும் பத்மாவதி டீச்சரையும் எந்த சந்தர்ப்பத்திலும் நாங்கள் ஒன்றாகப் பார்த்ததில்லை. அவர் வேறு இவர் வேறு என்றாகிவிட்டது. பள்ளிக்கூடத்திலும் நடமாட்டம் ஆளுக்கொரு இடமாய்ப் பதிந்து விட்டது. ஜோடிக்கால்கள் மறைந்ததும், ஜோடித்தலைகள் முளைத் ததும், நின்று நின்று பேசியதும், சேர்ந்து சிரித்ததும்... எல்லாம் பழங்கதைகள் ஆகிவிட்டன.

அன்று வகுப்புக்குள் நுழைந்த டீச்சர் ஒரு துயர சம்பவம் நடந்த சுவட்டையே காட்டிக்கொள்ளவில்லை. எப்பொழுதும்போல் சிரத்தையோடும் உற்சாகத்தோடும் பாடங்கள் எடுத்தார். கொப்புளிக்கும் பேச்சாகவே இருந்தது.

இறுதிப் பரீட்சை நெருங்கிக் கொண்டிருக்கும்போது டீச்சர் மீண்டும் ஒருநாள் அந்தப் பழைய பேச்சையே தூக்கிப் போட்டார். ஒரு துயர சம்பவத்தையும் ரசாபாசமான தூஷணையையும் ஞாபகப்படுத்தக் கூடிய அப்பேச்சு, சிறிதும் தயக்கம் இன்றி அவர் வாயில் பிறக்குமென நான் எண்ணவே இல்லை.

சீதாலக்ஷ்மி அம்மாள் நினைவுப் பரிசு எங்கள் வகுப்புக்குக் கிடைக்க வேண்டுமாம்!

"நமக்குத்தான் கிடைக்கும். வேண்டுமென்றால் பாருங்களேன்." எங்களுக்கு எதிராக சவால்விடும் பாவனையில் சொன்னார்.

"இந்தத் தடவை பரிசு நமக்குத்தான் டீச்சர்" என்றான் கிருஷ்ணசாமி.

"உனக்கும் அப்படித்தான் தோன்றுகிறதா? பேஷ், பேஷ்!"

என்று சொல்லி சந்தோஷப்பட்டார்.

என்ன வேடிக்கை! இந்த அசட்டுக் கிருஷ்ணசாமி சொல்வதைக்கூடத் தேவவாக்கு மாதிரி எடுத்துக் கொண்டு சந்தோஷப்படுகிறாரே!

"ஆனால் ஒரு விஷயம்" என்று சொல்லிவிட்டு, தம் கை நகத்தைப் பார்த்தபடி ஒரு கணம் மௌனத்தில் ஆழ்ந்தார். "கேள்வித் தாள்கள் இந்தத் தடவை வெளியூரில் தயாராகின்றன. முன்புபோல் சொல்லித் தர முடியாது" என்று சொல்லிவிட்டுத் துயரம் தோய்ந்த சிரிப்பு சிரித்தார்.

நெஞ்சில் தைத்தமுள் அப்படியேதான் இருக்கிறது என்பதை அன்று அவ்வார்த்தைகள் எனக்கு உணர்த்தின . . . காலம் முள்ளைப் பிடுங்க விட்டுவிடாமல் கையால் பொத்திப் பேணுகிறார் போலும்.

இறுதிப் பரீட்சையில் நாங்கள் பரிசு பெற்று விட்டோமென்றால் அவருடைய திறமையும் எங்களுடைய தரமும் நிரூபணமாகிவிடாதா? அவ்வாறு நிகழ்ந்து, பரிசைத் தலைமையாசிரியர் எங்கள் டீச்சரின் கரங்களில் அளிக்கும்போது எழும் கரகோஷம், அபாண்டத்தை உமிழ்ந்த ஆத்மாவை எத்தனை வலுவாய்த் தாக்கும்? அந்த கணத்திலேயே சத்தியம் வெளிப்பட்டு அவர்மீது படிந்திருக்கும் களங்கமும் ஓடிப்போய்விடாதா? இத்தனைக்கும் அவர் எங்களை அல்லவா அப்போது நம்பிக்கொண்டிருக்கிறார்?

பரீட்சையும் வந்துவிட்டது.

போர்முனைக்குச் செல்லும் யுத்த வீரர்களின் மனநிலையை டீச்சர் எப்படியோ எங்களுக்கு ஏற்படுத்தி விட்டார். எங்களுடைய வீரத்தையும் சாகசத்தையும் கடைசிக் கண்ணியாக நம்பி ஒரு தேசமே காத்துக்கொண்டிருப்பதுபோல் ஒரு பிரமை. பழைய பாடங்களைப் புரட்டிப் புரட்டிச் சொல்லித்தருவதும் தனித்தனியாக எங்கள் சந்தேகங்களைத் தீர்த்து வைப்பதும், சனிக்கிழமைகளைக்கூட விட்டுவைக்காமல் வகுப்புகள் நடத்துவதுமாக சதாசர்வகாலமும் இதே வேலையில் அழுந்திக் கிடந்தார் டீச்சர்.

எந்தக் கோணத்தில் அலசிப் பார்த்தாலும், அவருடைய ஆசை அவசியம் நிறைவேறியிருந்திருக்க வேண்டிய ஒன்று என்ற முடிவுக்குத்தான் வரமுடியும். அதிலிருந்து பிறக்கும் சந்தோஷத்தை அடைய அவர் முற்றிலும் தகுதியானவர். அவரைப் போன்ற ஒருவரின் ஸ்பரிசம் படுகிறபோதுதான் கிண்ணமோ தம்ளரோ பரிசாகிறது. அவர் கையில் அதை அளிப்பதற்கும், அந்தக் காட்சியை பார்ப்பதற்கும், அந்த நிமிஷத்தில் கரகோஷம் செய்வதற்கும் ஒருவருக்குச் சந்தர்ப்பம் கிடைப்பதுகூட ஒரு விதத்தில் அதிர்ஷ்டம் என்றுதான் சொல்ல வேண்டும்.

எங்களுக்கு அந்த அதிர்ஷ்டம் வாய்க்கவில்லை.

இறுதிப் பரீட்சை என்பதே எங்களைவிடவும் எலிசபெத் டீச்சரை சோதிக்க வந்த ஒன்றாகிவிட்டது. கனவு பொய்த்துவிட்டது என்பதுகூடப் பெரிசல்ல; அதைத் தாங்கிக்கொள்ளலாம். எல்லோர் முன்னிலையிலும் அவமானப்பட்டு, தலை கவிழ்ந்து நிற்கும்படி ஆகிவிட்டது. அந்தக் கணநேரப் பலவீனத்துக்கு அவர் ஆட்பட்டுவிட்டதை விதி என்று சொல்லலாம்; பலவீனம் என்றும் சொல்லலாம். இங்கும், எங்கும் போல் வார்த்தைகள் அர்த்தமற்றவைகளாகவே ஒலிக்கின்றன. ஆனால் எலிசபெத் டீச்சர் போன்ற ஒருவரின் வாழ்வில் இது போன்றதொரு அற்ப நிகழ்ச்சி ஊடுருவி விடுவதில் அமைந்திருக்கும் சோகம், இருபது ஆண்டுகளுக்குப் பின்னால் இன்று எண்ணிப் பார்க்கையிலும் மனசைத் தொடுகிறது.

கடைசி நாள் கணக்குப் பரீட்சை நடந்துகொண்டிருக்கையில் அந்தச் சம்பவம் நடந்தது.

பரீட்சை சமயம் முடிய ஐந்து நிமிஷங்கள்தான் இருந்தன. அப்பொழுது விடைத் தாள்களைக் கொடுப்பதற்காக சரோஜினி எழுந்து நின்றாள். அவள் அருகே வந்த எலிசபெத் டீச்சர் "இன்னும் ஐந்து நிமிஷம் இருக்கிறதே, மீண்டும் பாரு" என்று மெல்லிய குரலில் சொன்னது இரண்டொரு மேஜைகள் தள்ளியிருந்த என் காதில் விழுந்தது. டீச்சர் குரலில் வித்தியாசம் தொனித்த

உணர்வில் நான் அவர் முகத்தைக் கவனித்தேன். முகம் எதையோ இழந்துவிட்டிருந்தது.

டீச்சர் சொன்னதற்காக மீண்டும் அமர்ந்து விடைத் தாள்களைப் புரட்டினாள் சரோஜினி.

கடைசி மணியும் அடித்தது.

எலிசபெத் டீச்சர் அவசரமாக சரோஜினி அருகில் வந்து, ''கடைசிக் கணக்கு வரையும் பார்த்தாயா? என்ன அவசரம்?'' என்று குளறியபடி, அருகே அமர்ந்திருந்த மாணவர்களிடம் விடைத் தாள்களை வாங்கிக்கொண்டே சென்றார்.

சரோஜினி சர்ரென்று கடைசிப் பக்கம் திருப்பி, கீழுதட்டைப் பல்லால் கடித்தபடி, ஏதோ திருத்தம் செய்வதைப் பார்த்தேன்.

''உங்கள் நடவடிக்கையை நான் ஆட்சேபிக்கிறேன்'' என்ற குரல் ஹால் நெடுகிலும் எதிரொலித்தது.

பத்மாவதி டீச்சர் பத்ரகாளி மாதிரி நின்றுகொண்டிருந்தார். எலிசபெத் டீச்சர் அவர் நின்ற பக்கம் திரும்பிப் பார்க்கவில்லை. அவர் தம் முகத்தை யாரும் பார்க்க விடாமல் ஜன்னலைப் பார்த்தபடி நின்றுகொண்டிருந்தார்.

தடதடவென்று ஓசையெழ பத்மாவதி டீச்சர் மேலே சென்றார். எலிசபெத் டீச்சர் முதல்நாள் வந்த அன்று அதே ஏணிப்படியில் பத்மாவதி டீச்சர் இறங்கி வந்த சித்திரம் என் மனசில் விரிந்தது.

விசாரணை ஆரம்பமாயிற்று.

ஆரம்பத்தில் ஹெட்மாஸ்டர் கேட்ட கேள்விகளுக்கு எலிசபெத் டீச்சர் பதில் ஏதும் சொல்லாமல் அப்படியே சிலையாய் நின்று கொண்டிருந்தார். அவருடைய மனசு பாறையாய் உறைந்து விட்டாற் போல் இருந்தது.

''இதுதான் என்னுடைய கடைசிக் கேள்வி'' என்று கூறிவிட்டு தலைமையாசிரியர், ''கடைசிக் கணக்கு வரையிலும் பார் என்று சரோஜினியிடம் கூறியபோது அவள் தவறாக எழுதியிருந்த

விடையைத் திருத்திவிட வேண்டும் என்ற எண்ணம் உங்கள் மனசில் இருந்ததா?" என்று கேட்டார்.

நீண்டநேர மௌனத்துக்குப் பின் டீச்சர், "இருந்தது" என்று சொன்னார்.

ஹெட்மாஸ்டர் மாடிக்குச் சென்றுவிட்டார்.

நான் வராண்டாவுக்கு வருகையில், எங்கள் டீச்சர் கிழக்கோரச் சுவரண்டையில் ஒரு நிழல் மாதிரி நகர்ந்து கொண்டிருப்பதைப் பார்த்தேன்.

அதற்குப் பின் நான் அவரை சந்திக்கவில்லை. வேலையை ராஜினாமா செய்துவிட்டுக் கோட்டயத்துக்கே சென்றுவிட்டதாகப் பையன்கள் பேசிக்கொண்டனர்.

துரைமுருகன்

பலமுறை திமுகவின் சட்டமன்ற உறுப்பினராகவும், பல்வேறு துறை அமைச்சராகவும் இருந்தவர். இவ்வுயரத்திற்குச் செல்லதன் சட்ட கல்லூரி காலத்திலிருந்தே இயக்கச் செயல்பாடுகளில் தன்னை முழுமையாக ஈடுபடுத்திக் கொண்டவர். 'திமுக'வில் இருக்கும் விரல் விட்டு எண்ணக் கூடிய அறிவு ஜீவிகளில் ஒருவர். எழுதவில்லையெனினும் மணிக்கணக்கில் மேடைகளில் பேசக்கூடியவர். நகைச்சுவை இயல்பாகவே இவரின் மேடைப் பேச்சிலும், தனிப் பேச்சிலும் இழைந்திருக்கும் வரம் பெற்றவர் அல்லது அதை வளர்த்துக் கொண்டவர். இவர் இந்த பள்ளியில் ஆற்றிய இந்த உரை இன்றளவும் நீடித்து நிற்பது.

பேச்சு

இந்த விழாவில் கலந்துகொள்ள வேண்டுமென்று அமைச்சர் பிச்சாண்டி என்னிடம் கேட்டார். அவர் படித்த பள்ளியில் மாணவர்களோடு சந்திப்பதை கடந்து போன நாட்களை நினைவு படுத்துவதில் நமக்கு ஒருவிதமான மகிழ்ச்சி.

நான் அரசாங்க அமைச்சராக இருந்தபோதிலும், பூந்தமல்லி நெடுஞ்சாலையில் என் கார் போகும்போதெல்லாம் அனிச்சைச் செயலாக பச்சையப்பன் கல்லூரியைக் கடக்கிறபோதெல்லாம் என் கண்கள் திரும்பும். ஒரு நாளைக்கு நான்கு முறையாவது கோட்டைக்கு அந்த வழியே போகும்போது நான் மந்திரி என்பதை மறந்து மாணவன் என்று வாழ வைக்கும்.

அதேபோலத்தான், தான் படித்த பள்ளியில் விழா, அதுவும் நூற்றாண்டு விழா என்றவுடன், அது பிச்சாண்டி மனதிலே குதூகலத்தைக் கிளப்பியதில் ஆச்சர்யம் இல்லை. இப்பள்ளியைப் பற்றி நீண்ட காலமாக எனக்குத் தெரியும். நான்.க.ங.இ வாணியம்பாடி இஸ்லாமியக் கல்லூரியில் படித்தவன். அங்கே என்னோடு உங்கள் ஊரைச் சேர்ந்த முன்னாள் அமைச்சர் ப.உ.ச.வின் (59-60) சித்தப்பா பிள்ளை படித்தார். அவர் பெயரும் சண்முகம்தான். அவர் இந்தப் பள்ளியில் படித்துவிட்டு என்னோடு கல்லூரிக்குப் படிக்க வந்தவர். அவர் இந்தப் பள்ளியின் கட்டுப்பாடுகள், ஒழுக்கம், ஆகியவைகளை எனக்குச் சொல்வார். நான் Board School இல் படித்தவன் அது தர்ம ஆஸ்பத்திரியைப் போல.... எனவே எனக்கு அந்தக் காலத்திலேயே டி.எம்.பள்ளியைத் தெரியும்.

253

இது ஒரு நன்றி தெரிவிக்கிற விழா. டென்மார்க் நாட்டில் இருக்கிறவர்கள் 2 கோடியை இக்கட்டிடம் கட்டக் கொடுத்து நம் நாட்டுப் பிள்ளைகளின் படிப்புக்கு உதவியிருக்கிறார்களே அதற்கு நன்றி தெரிவிக்கும் விழா என்பதால் நான் இதில் கலந்து கொள்கிறேன். எப்போதோ இந்த நாட்டிற்கு வியாபாரத்திற்காக, மதத்தைப் பரப்புவதற்காக வந்தவர்கள் இருந்தார்கள், வாழ்ந்தார்கள், திரும்பப் போனார்கள் என்பது மட்டுமல்ல, அதை நினைவுகூர்ந்து, நம் மூதாதையர்கள் இருந்த இடம், அவர்கள் தொடங்கிய பள்ளி என்று நினைத்து நம் ஊரைப் பார்க்காமலே 2 கோடி ரூபாய் அனுப்பி இருக்கிறார்களே, அவர்கள் இருக்கிற திசையை வணங்குவோம்.

சுதந்திர தாகம் மேலிட்டபோது நம்மால் விரட்டியடிக்கப்பட்ட வெள்ளைக்காரர்கள், அவர்களால் துரத்தியடிப்பட்டவர்கள்தானே என நினைக்காமால், தம்மால் உருவாக்கப்பட்டது என்பதால் அது இன்னும் தழைக்க வேண்டும் என்று உதவுகிறார்களே, அந்தப் பெருந்தன்மையை மதிப்போம்.

வாஸ்கோடகாமா இந்தியாவிற்கு எதற்கு வந்தான்? அவனைத் தொடர்ந்து மற்றவர்களும் எதற்கு வந்தார்கள்? வியாபாரம் செய்ய. ஆனால் வியாபாரம் செய்வது மட்டும் நோக்கம் என்றிருந்தால் அரசியலிலேயே வியாபாரத்தைக் கலந்திருக்க வேண்டும். ஆனால் வந்தவர்கள் இந்த நாட்டைக் கூர்ந்து கவனித்தார்கள். இங்கு ஆயிரம் ஜாதிகள் இருந்தன. ஜாதியின் பெயரால், மதத்தின் பெயரால் மக்கள் பிளவுபட்டுக் கிடந்தார்கள். படிப்பறிவு இன்றி, சுகாதாரம் இன்றி காட்டுமிராண்டிகள் போல, இன்றைய சோமாலியாவைப் போல அன்றைய இந்தியா இருந்ததைக்கண்டு வருந்தினார்கள். முதலில் இவர்களுக்குக் கல்வி கொடுக்க வேண்டும் என்று நினைத்தார்கள். அவர்கள்தான் உலகம் உருண்டை என்பதை நமக்குச் சொல்லிக் கொடுத்தார்கள். இது ஆப்பிரிக்கா, இது அமெரிக்கா, இது கடல் என்ற பூகோள வரைபடங்களை நமக்கு அறிமுகப்படுத்தினார்கள். விஞ்ஞானத்தை, கல்வியை, மருத்துவத்தை அவர்கள்தான் நமக்குக் காட்டினார்கள். நமக்கு அவன்தான் சுதந்திரம் என்றால் என்னவென்று சொல்லிக் கொடுத்தான். கற்றறிந்த பின்பு நம்ம ஆளச் சொன்னான்.

“சுதந்திரம் எங்கள் பிறப்புரிமை”

அதிர்ந்து போய் வெள்ளைக்காரன் கேட்டான்.'என்னடா சொல்ற?' 'ஆமாம், நீ வெளியேறு' என்றான் நம்ம ஆள். 'பரவாயில்லை. என்னை வெளியே போகச் சொன்னாலும் பரவாயில்லை. நீ மனிதனாகி விட்டாய், சென்று விடுகிறேன்' என நண்பனாக விடைபெற்றான். அவர்கள் மட்டும் வந்திருக்காவிட்டால், இந்த நாடு ஆப்பிரிக்கா கண்டத்தின் ஒரு பகுதியாக இருந்திருக்கும். இந்த நாடு வெள்ளைக்காரர்களே ஆண்டிருக்க வேண்டும் என நான் சொல்லவில்லை, மேஜர் ஆனாத்தான் சொத்து வரும். நம்மை அவர்கள் மேஜர் ஆக்கினார்கள். வியாபாரம் மட்டும்தான் அவர்களுடைய ஒரே நோக்கமாக இருந்திருந்தா, இன்னும் இவர்கள் அறியாமையில் இருக்கட்டும், தூக்கத்தில் இருக்கட்டும், இன்னும் சுரண்டலாம் என்றுதான் நினைத்திருப்பார்கள்.

சரி இன்னும் ஒரு கேள்வி கேட்கலாம். வியாபாரத்திற்கு வந்தான், பரவாயில்லை. மதத்தைப் பரப்பவில்லையா? ஆமாம், மதத்தைப் பரப்ப வந்தான்.

ஜி.யு. போப்பு, கால்டுவெல், சீகன்பால்க் இவர்களெல்லாம் மதத்தைப் பரப்ப வந்தவர்கள்தான். ஆனால் என்ன நடந்தது? அவர்களுக்குத் தெரிந்த இத்தாலிய மொழியிலே, போர்ச்சுகல் மொழியிலே, ஆங்கிலத்திலே, சொல்லிப் பார்த்தான். நமக்குப் புரியவில்லை. மெட்ராசில் பேசற மொழியே திருநெல்வேலிக்காரனுக்குப் புரியலே. எங்கிட்ட திருநெல்வேலிக்காரர்கள் கேட்பார்கள்.

ஒரு மாதிரியா இருக்கு! எப்படி இருக்கு? பழம் க்கீதா, க்கீதான்னு பேசறாங்களே. ஆமாம் அதில என்ன தப்புன்னேன்.

எங்க மாவட்டத்துல தாமிரபரணியோ, காவிரியோ பாயல. முன்னூறு அடி நானூறு அடி போர் போட்டாதான் தண்ணியே நிலைக்குது. எங்களுக்கு நேரம் இல்லை. அதனால மொழியை சுருக்கிட்டோம்ன்னேன்.

நீ அமெரிக்காவுக்குப் போயிருக்கியான்னு கேட்டேன். இல்லைன்னான். நீ லண்டனுக்குப் போயிருக்கியான்னு கேட்டேன். இல்லைன்னான்.

லண்டன்ல ஒருத்தன் Hai, where are you going? அப்படின்னு கேட்டால், I Am going to market என்று பதில் சொல்வான். ஆனா

அமெரிக்காவுல Hai, going என்று மட்டுமே கேட்பான். அவன் market என்பான். முடிந்துவிட்டது. இரண்டுமே ஒரு அர்த்தம்தான். மொழி என்பது கருத்தை வெளியிடுகிற ஒரு கருவி. One way of expression. ஜி.யு. போப்பு ஆனாலும், கால்டுவெல் ஆனாலும், சீகன்பாலானாலும், அவர்கள் சொல்வது நமக்குப் புரியவில்லை என்றதும், அவர்கள் ஒரு முடிவெடுத்தார்கள். இவர்கள் அப்படித் தமிழைப் படிக்கிற போதுதான் வியந்து கேட்டார்கள். இந்த மொழிக்கு அகராதி இருக்கான்னு கேட்டார்கள்.

நம்ம ஆளு அப்படின்னா இன்னான்னான். உங்க மொழிக்கு வினைச் சொல், பெயர்ச் சொல்லெல்லாம் உண்டே தெரியுமான்னான்.

தெரியாது. ஏதோ எங்க வினை நாங்க பேசறோம்ன்னான். அப்படி நம் மொழியைத் தெரிந்துகொண்ட அவர்கள்தான். ஓலைச் சுவடிகளிலேயும், ஏடுகளிலேயும், கல்வெட்டுகளிலேயும், இருந்த நம் மொழி பற்றிய குறிப்புகளைச் சேகரித்தார்கள்.

Tamil is a classical language. தமிழிலிருந்துதான் தெலுங்கு, மலையாளம் என எல்லாமும் வந்திருக்க முடியும். தமிழ் உயர்தனிச் செம்மொழி. இவற்றை ஒப்பிட்டுத் திராவிட ஒப்பிலக்கண நூலை எழுதிக்காட்டியவன் கால்டுவெல் என்கிற ஒரு மதத் தலைவன். அந்த கால்டுவெல் இல்லாவிட்டால் நாம் யார் என்றே நமக்குத் தெரியாது. நம்மைத் தமிழன் என்று சொன்னவன் கால்டுவெல். அவன் இங்கு வந்து இறங்கியபோது இதற்குத் தமிழ்நாடு என்று பெயரில்லை. மலபார் என்று பெயர். நம்மொழி செம்மொழி என்று சொல்லி நமக்கு நாமே நம்மை உணரச் செய்தவர்கள். நம் நாட்டிற்குக் கிருஸ்துவ மதத்தைப் பரப்ப வந்த மத போதகர்கள் என்பதை நாம் மறந்து விடக்கூடாது. வெள்ளைக்காரர்கள் வரா விட்டால், நாம் அரசியல் ரீதியாக அடிமைகளாக இருந்திருப்போம். கிருஸ்தவ மதம் இந்தியாவிற்குள் தலைகாட்டியிருக்காவிட்டால், தமிழ்மொழி காட்டுமிரண்டி மொழியாக அழிந்து போயிருக்கும். ஆகவே, இந்த நேரத்தில் ஏதோ கடவுள் என்று ஒருவன் இருந்தால் அவன்தான் அவர்களை இங்கு அனுப்பி இருக்க வேண்டும். இம்மொழியைக் காப்பாற்ற.

எங்கள் தமிழைக் காத்துக் கொடுத்த மதம் கிருஸ்துவ மதம் என்பதை நாம் ஒத்துக் கொள்ள வேண்டும்.

திருக்குறளை முதன்முதலில் அச்சிலேற்றிய பெருமை சீகன்பாலுக்கே உண்டு. தரங்கம்பாடின்னு ஒரு ஊரு. அந்த ஊருக்கு ஒரு விழாவுக்கு நான் போனேன். போனதும் கேட்டேன். இந்த ஊர்லதானேய்யா, சீகன் பாலோட கல்லறை இருக்குன்னு கேட்டேன்.

அப்படின்னா யாரு சார்ன்றான்.

திருக்குறளை அச்சில் ஏற்றியது மட்டுமல்ல. அன்றைக்கே ஜெர்மன் பல்கலைக்கழகத்தில் வைத்தவர்கள். தமிழுக்கு அவர்கள் ஆற்றிய தொண்டை நீங்கள் எத்தனை பேர் மனதில் வைத்திருக்கிறீர்கள் எனத் தெரியவில்லை.

உலகத்தில் எல்லா மதங்களிலும் ஒரு இறைவன் உண்டு. அவனுக்கு ஒரு வில்லன் உண்டு. எல்லாக் கடவுள்களும் வில்லனை குளோஸ் பண்ணியிருக்கிறான். ஆனால் கிருஸ்துவ மதம் மட்டும் தான் தன்னைக் கொல்ல நினைத்தவனையும் மன்னித்து, தன் தலை மண்ணில் கடைசியாய்ச் சாய்ந்தபோது கூட 'இவன் இன்னதென்று அறியாமல் செய்கிறான்' என்று மன்னித்தது உலகில் ஒரே ஒரு மதம். அது கிருஸ்துவ மதம்.

நான் எந்த மதத்தையும் குறை கூறுபவன் கிடையாது. எந்த மதத்தையும் குறைத்து மதிப்பிடுபவன் அல்ல. கிருஸ்துவ மதம் நமக்குக் கல்வி கொடுத்த மதம், கிருஸ்துவ மதம் விஞ் ஞானத்தை நமக்குக் கற்றுக் கொடுத்த மதம். எனவே அதற்கு நன்றி சொல்ல நமக்கு எந்தத் தயக்கமும் வேண்டாம். வெள்ளைக்காரன் போய்விட்டான். அவன் நமக்குக் கொடுத்த கல்விக்கு, மருத்துவத் திற்கு நாம் நன்றியோடு இருக்கிறாமோ என்னவோ, அவர்கள் நன்றியோடு இருக்கிறார்கள் என்பதற்கு அடையாளம்தான் 2 கோடியில் கட்டப்பட்ட இக்கட்டிடம். அதற்கு மீண்டும் ஒரு முறை நன்றி தெரிவித்து விடைபெறுகிறேன்.

நேர் காணல்

உங்கள் பள்ளிப்பருவம் பற்றியும், அக்காலம் உங்களை உருவாக்கிய விதம் பற்றியும் சொல்லுங்கள்?

எல்லோரையும் போல எனக்கும் பள்ளி என்றவுடன் நினைவிற்கு வருவதெல்லாம் கடைசி பெஞ்சு, நண்பர்கள், கூச்சல்கள், குறும்புகள், தண்டனைகள், விளையாட்டு மைதானங்கள் மற்றும் ஆசிரியர்களின் கடுகடுத்த முகங்களே. மாறாக, புத்தகங்களோ பாடங்களோ அல்ல. பெரும்பாலானோர்க்கு இவைகளே ஞாபகத்தில் இருக்கக்கூடும். சிலருக்கு வேறு விஷயங்களும் இருக்கக்கூடும். என்னுடைய சொந்த ஊர் தாங்குப்பம் (அப்பா பிறந்த ஊர்). இது காட்பாடி - குடியாத்தம் சாலையில் கே.வி.குப்பம் என்ற ஊரிலிருந்து மூன்று மைல் உள்ளடங்கியிருக்கிற கிராமம். என் அம்மாவுடைய ஊர் மேல்மாயில். இதுதான் பிற்காலத்தில் நான் ஒரு அரசியல்வாதியாகப் பரிணமிக்க உதவிய கிராமம். இங்குதான் நான் என்னுடைய பாலபாடங்களைப் படித்தேன். நான் படித்ததெல்லாம் அரசுப் பள்ளிகளில்தான்.

நான் என் மாமாவுக்குச் செல்லபிள்ளை. மாமாதான் ஊர் பஞ்சாயத்துத் தலைவராக இருந்தார். ஆதலால் எங்கள் வீட்டில் எந்நேரமும் ஆட்கள் நடமாடிக் கொண்டே இருப்பார்கள். பிள்ளைகளாகிய எங்கள் எல்லோருக்கும் கொண்டாட்டம் தான். எங்களை அதட்டி உருட்ட ஆள் கிடையாது. எங்கள் வீட்டிற்கு எதிரே ஒரு சாமியார் மடம் இருந்தது. சாமியாருடைய பெயர்

ஞாபகத்தில் இல்லை. மடத்திற்கு அருகில் ஒரு பிள்ளையார் கோவில். மடத்தில்தான்நாங்கள்எல்லோரும்விளையாடிக்கொண்டிருப்போம். மடத்தில் இருப்பவர்கள் பூஜை நேரங்களில் எங்களை அழைத்து ஏதாவது வேலை கொடுப்பார்கள். அவர்கள் சொற்படி ஒழுங்காக வேலை செய்தால் எங்களுக்குச் சுண்டல், சக்கரைப் பொங்கல் போன்றவை கிடைக்கும். ஆதலால், நாங்களும் போட்டி போட்டு வேலை செய்வோம். மடத்தில் உள்ள பெரியவர்கள் எங்களுக்கு வேத பாராணம், நம்மாழ்வர் பாடல்கள், திருப்பாவை எல்லாம் சொல்லிக் கொடுத்தார்கள். மிகுந்த பக்திபூர்வமான சூழலில்தான் நான் வளர்ந்தேன். எங்கள் ஊரும் ரொம்ப ஆஸ்திகமான ஊர்தான். காலையிலும் மாலையிலும் தோத்திரங்களைச் சொல்லியபடிதான் நான் வளர்ந்து கொண்டிருந்தேன். இப்படிப்பட்ட ஒரு சூழலில்தான் நான் பள்ளிக்குச் சென்று கொண்டிருந்தேன்.

முதல் முறையாக நான் சர்ப்பலிங்க வாத்தியாரைப் பார்த்தது, அவர் சாமியார் மடத்தில் மருந்துப் பொட்டலங்களைக் கட்டிக் கொண்டிருந்த போதுதான். கிருஷ்ணமூர்த்தி என்கிற எங்கள் மாமா ஊரில் சித்த மருத்துவம் செய்து கொண்டிருந்தார். அப்பொழுதெல்லாம் தொழுநோய் ரொம்ப சகஜம். அவர் தொழுநோய்க்கான மருத்து ஒன்றைக் கண்டு பிடித்திருந்தார். அது வெற்றிகரமாகப் போய்க் கொண்டிருந்தது. மருந்து அனுப்பும்படி கேட்டு அவருக்குப் பல ஊர்களிலிருந்தும் கடிதங்கள் வந்தவண்ணம் இருக்கும். அக்கடிதங்களில் பத்தில் எட்டு ஆங்கிலத்தில் எழுதப்பட்டிருக்கும். ஊரில், பள்ளி ஆசிரியர்கள் பள்ளி நேரம் தவிர மற்ற நேரங்களில் அங்கு வந்து ஆங்கிலக் கடிதங்களுக்கு பதில் எழுதிக் கொண்டிருப்பார்கள். இதற்கென கிருஷ்ணமூர்த்தி மாமா அவர்களுக்குப் பணம் கொடுத்து வந்தார். ஒரு நாள் சர்ப்பலிங்க வாத்தியார், மடத்தில் சாமியார் எதிரில் அமர்ந்தபடி மருந்துப் பொட்டலம் மடித்துக் கொண்டிருந்த போது 'கடவுள் இல்லை' என்று ஆவேசமாக வாதிட்டுக் கொண்டிருந்தார். எல்லோரும் சாமியாருடன் சேர்ந்து கடவுள் உண்டு என்று சொல்லிக் கொண்டிருந்தபோது, சர்ப்பலிங்க வாத்தியாரின் ஆவேசமான பேச்சு என்னையும், என்னையொத்த பையன்களையும் வெகுவாகக் கவர்ந்தது. அதற்கான காரணம், அன்று எனக்குத் தெரியவில்லை.

ஆனால் ஒன்று மட்டும் தெரிந்திருந்தது. பள்ளி மாணவர்களெல்லாம் அவரிடம் அன்பு பாராட்டியதற்குக் காரணம், அவர் பாடங்களைத் தவிர பிறவற்றையே பேசிக் கொண்டிருந்ததுதான்.

சர்ப்பலிங்க வாத்தியருக்கு சொந்த ஊர் காஞ்சிபுரம். அப்போது திராவிடர் கழகம் அங்கு ஸ்திரமாகக் காலூன்றியிருந்த நேரம். அவரது மனைவியின் ஊர் மேல்மாயில். எங்கள் ஊர் ஆரம்பப் பள்ளியில் தான் அவருக்கு வாத்தியார் உத்தியோகம். பின்னாளில் பள்ளியில் அவர் ஆரம்பித்த தமிழ் மன்றத்தில் நான், மகாதேவன், முனுசாமி எல்லோரும் குஷியாகச் சேர்ந்ததற்குக் காரணம், சாமியார் மடத்தில் அவர் பேசிய பேச்சுதான் என்பது அவருக்குத் தெரியாது. அவர் வீட்டில் பெரியார், அண்ணாதுரை ஆகியோரது படங்கள் பெரிய அளவில் மாட்டி வைக்கப்பட்டிருக்கும். ஐந்தாம் வகுப்பிலேயே எங்களுக்குப் பெரியாரை அறிமுகப்படுத்தி வைத்தவர் சர்ப்பலிங்க வாத்தியார்தான். சுற்று வட்டாரத்தில் நடக்கும் பேச்சுப் போட்டிகளுக்கெல்லாம் எங்களைத் தயார் செய்து அனுப்பி வைப்பார். ஒருபுறம் பெரியார் கருத்துகள், சுயமரியாதை போன்ற விஷயங்கள் சர்ப்பலிங்க வாத்தியார் மூலம் பரிச்சயம் என்றால் மறுபுறம் சாமியார் மடம் மூலம் திருப்பாவை, நம்மாழ்வார் பாடல்கள் எல்லாம் பரிச்சயம். பள்ளியில் நாத்திகம் சிறிது சிறிதாக அறிமுகமான நேரத்தில், எனக்கு என் வீட்டில் பாட்டியோடு சேர்ந்து தினமும் பூஜை, புனஸ்காரம் செய்யவேண்டிய கட்டாயம் உண்டாயிற்று. இந்த நேரத்தில், சர்ப்பலிங்க வாத்தியார் மூலம் எங்கள் பள்ளியில் தமிழ் மன்றத்தின் தலைவர், செயலர், பொருளாளர் பதவிகளுக்கு நான்காம், ஐந்தாம் வகுப்பு மாணவருக்கிடையே தேர்தல் நடத்தப்பட்டது. இந்தத் தேர்தல்தான் பிற்காலத்தில் நான் அரசியலில் ஈடுபடுவதற்கு முக்கியக் காரணமாக அமைந்தது. தமிழ் மன்றத் தலைவர் பதவிக்கு நானும் சுந்தரராஜனும் போட்டியிட்டோம். தேர்தலுக்கு முன்தினம் நான்காம் வகுப்பு மாணவர்களைச் சந்தித்து, எனக்கு வாக்களித்தால் அனைத்து மாணவர்களுக்கும் ஒரு நோட் புக் இலவசமாகக் கொடுப்பேன் என வாக்குறுதி அளித்தேன். என் வீட்டில் எதன் பொருட்டோ நோட் புக்குகள் குவிந்து கிடந்தன. தேர்தலில் நானே தலைவராகத் தேர்ந்தெடுக்கப்பட்டேன். தேர்தல், இப்படித்தான் எனக்கு அறிமுகமானது. இதனால் சர்ப்பலிங்க

260

வாத்தியாரோடு எனக்கு அதிக நெருக்கம் ஏற்பட்டது. அவர் வழியாக தி.க., பெரியார், அண்ணா, திராவிட நாடு, தனித்தமிழ்ப் போராட்டம் போன்ற விஷயங்களோடு நெருங்கிய தொடர்பு ஏற்பட்டது.

என் பாட்டியின் இறப்பிற்குப் பின், பூஜை புனஸ்கார விஷயங்களோடு இருந்த தொடர்பு அடியோடு அற்றுவிட்டது. தினமும் ஒரு கூட்டத்திற்குச் செல்வதும், போராட்டத்தில் கலந்து கொள்வதுமாக, என் பள்ளி வாழ்க்கை திசை திரும்பி விட்டது. சர்ப்பலிங்க வாத்தியார் என்கிற மனிதரை நான் சந்தித்திராவிட்டால், நான் ஒரு அரசியல்வாதியாக உருவாகியிருக்க மாட்டேன். ஒரு வியாபாரியாகவோ, ஒரு சித்த மருத்துவராகவோ மாறி விட்டிருப்பேன். ஒவ்வொருவர் வாழ்விலும் ஒரு ஞாபகமாகவோ, முதல் காதலாகவோ, குறும்புகளின் மகிழ்ச்சியாகவோ, நண்பர்களோடுள்ள கொண்டாட்டமாகவோ உள்ள பள்ளிப்பருவம் எனது வாழ்வில் - அரசியல் வாழ்வில் - பெரும் திருப்பு முனையாக அமைந்து விட்டது.

பள்ளிப் பருவத்தை நினைத்துப் பார்ப்பது, சில முகங்களையோ, சில நிகழ்ச்சிகளையோ நினைத்துப் பார்ப்பதாக இல்லை. ஒரு காலத்தை நினைத்துப் பார்ப்பதாகவே இருக்கிறது. வாழ்வில் சில முகங்களை நம்மால் மறக்க முடிவதில்லை. அவற்றில் ஆசிரியர்களின் முகங்களும் ஒன்றிரண்டு இருக்கக் கூடும்.

ஜெயமோகன்

தமிழ் இலக்கியத்தின் உச்சியைத் தொட்ட படைப்பாளி. அசுர வேகத்தில் எழுதுபவர். புனைவும், கட்டுரைகளுமாக வந்துள்ள புத்தகங்களின் எண்ணிக்கை நூறைக் கடந்துவிட்டது. 'விஷ்ணுபுரம்' 'பின்தொடரும் நிழலின் குரல்' 'காடு' 'வெள்ளை யானை' இவைகள் புகழ்பெற்ற நாவல்கள். ஐநூறுக்கும் மேற்பட்ட சிறுகதைகள் பிரசுரத்தில் வந்துள்ளன. பல மொழிகளிலும் இவைகள் மொழிபெயர்க்கப்பட்டுள்ளன. தனக்கெனப் பல ஆயிரம் வாசகர்களை உருவாக்கியுள்ளார். பலவிருதுகள் இவரின் படைப்புகளுக்குக் கிடைத்துள்ளன. தமிழிலும், மலையாளத்திலும் பல திரைப்படங்களுக்குக் கதை வசனம் எழுதுகிறார். 'அங்காடித்தெரு' 'நான் கடவுள்' 'கடல்' உட்பட இவர் எழுதிய வசனங்களில் உருவான திரைப்படங்களே.

தொடர்ந்து தன் எழுத்தின் மூலம் பெரும் அதிர்வுகளை உருவாக்குபவர். அதன் எதிர்விளைவுகளைப் பற்றி எந்தக் கவலையுமின்றி செயல்படுபவர்.

பேச்சு

என்னுடைய ஆசிரியர் “நித்ய சைதன்ய யதி’ ஒரு துறவி. நாராயண குருவினுடைய மூன்றாம் தலைமுறை மாணவர். உலகத்தில் பல பல்கலைக்கழகங்களில் உளவியல் வகுப்பு எடுத்தவர். உளவியல் மட்டுமல்ல தத்துவம் இலக்கியம் போன்ற வகுப்புகளும் எடுத்தவர். கடைசியாக அமெரிக்காவிலே உள்ள “Forton’ பல்கலைக்கழகத்தில் பணியாற்றினார். 1980-இல் இருந்து சுமார் 17 வருடங்கள் ஊட்டியில் இருந்தார். அந்தக் காலக்கட்டத்தில்தான் அவர் எனக்குப் பழக்கம். அவரைத்தான் என் ஆசிரியர் என்கிறேன். அவருடன் நீண்டகாலத் தொடர்பு எனக்கிருந்தது. அவரை நான் ஒரு பேட்டி எடுத்தேன்.

பிரான்சிலிருந்து ஒரு நண்பர் அவரைப் பார்க்க வருகிறார். பிரான்சில் “துலிப் மலர்கள்’ புகழ் பெற்றவை. துலிப் (கூதடுடிணீ) என்பது செயற்கையாக மனிதனால் உருவாக்கி எடுக்கப்பட்ட ஒரு மலர். கறுப்புநிற Tulip மலர் வரை இருக்கிறது. அலெக்ஸாண்டர் டுமோஸ் “Black Tulip’ என்றொரு நாவல் எழுதியிருக்கிறார். அந்த பிரான்ஸ் நண்பரிடம் எனது ஆசிரியர் Tulip மலர்களின் விதைகளைக் கேட்டு வாங்கி, பெரிய பாத்தி கட்டி Tulip விதைகளை விதைக்கிறார். அந்த பிரான்ஸ் நண்பரும் இவருடன் சேர்ந்து விதைக்கிறார். விதைத்துத் தண்ணீர் விடுகிறார்கள். எல்லா Tulip விதைகளும் முளைவிடுகின்றன. அப்போது “வார்க்கலா’விலிருந்து எனது ஆசிரியரின் சக துறவி ஒருவர் பிரான்சிலிருந்து வந்துள்ள நண்பரும், உலகளவில் புகழ்பெற்ற

உளவியல் அறிஞருமான “கீ.ஈ.லெய்ன்’ அவர்கள் எங்கள் கல்லூரியில் உரையாற்றினால் சிறப்பாக இருக்கும் என்று அழைக்கிறார். நித்ய சைதன்ய யதி அவர்கள் பிரெஞ்சு நண்பரை அழைத்துக்கொண்டு ஊட்டியிலிருந்து கிளம்புகிறார். கிளம்பும்போது அவருடைய குருகுலத்தில் யாருமில்லை. உடனே காவலாளியை அழைத்து, துலிப் விதைத்த பாத்திகளைக் காட்டி, இவற்றுக்கெல்லாம் மறக்காமல் தண்ணீர் விடு. நாளொன்றுக்கு எட்டுமுறை தண்ணீர் விட வேண்டும். கவனமாகப் பார்த்துக்கொள் என்று கூறிவிட்டுக் கிளம்புகிறார். பல்வேறு ஊர்களில் உரையாற்றிவிட்டு ஒருவாரம் கழித்து எனது ஆசிரியரும், அந்தப் பிரெஞ்சு உளவியல் நண்பரும் ஊட்டிக்குத் திரும்புகின்றனர்.

தோட்டத்தில் இவர் Tulip விதைத்த இடத்தில் வெண்டைக் காய் முளைத்திருந்தது. இவர்கள் அதிர்ச்சியில் காவலாளியை அழைத்து விசாரிக்கின்றனர்.

“நீங்க தண்ணி ஊத்தச் சொன்னீங்க. ஆனா வெதைக்க மறந்துட்டீங்க அதான் நான் வெண்டைக்காய் வெதச்சுட்டேன். அப்புறம் களை வளர்ந்துச்சு அத பிடுங்கி எறிஞ்சிட்டேன்’ என்றார். இந்தக் கதையைப் போலத்தான் நமது கல்வி முறையும் உள்ளது. அரிய மலர்களைப் பிடுங்கி எறிந்துவிட்டு கத்தரிக்காயையும், வெண்டைக்காயையும் பயிரிட்டுக் கொண்டிருக்கிறோம்.

இந்தியாவில் கல்வித்துறைப் பற்றி ஒரு திட்டமிடல் உருவானது 1953-இல்தான். நேருவின் ஆலோசகர்களாயிருந்த இடதுசாரி சிந்தனையாளரான P.N. ஹக்ஸரும், பொருளாதார நிபுணரான Dr. மஹாலானோபிஸ்ம் சேர்ந்து ஒரு கல்விமுறையை உருவாக்கினர். அதற்கு முன்பிருந்த கல்வி முறையை ஆராய்ந்து, இனிமேல் இந்தியாவிற்கு இது உகந்ததல்ல என்று முடிவெடுத்துப் புதியதோர் கல்விமுறையை அறிமுகப்படுத்துகின்றனர். அதில்தான், Scientific Thought என்ற சொல்லாட்சியை ஹக்ஸர் பயன் படுத்துகிறார். அறிவார்ந்த சிந்தனை மட்டுமல்லாது அறிவியல் பூர்வமான சிந்தனையை வளர்க்கக் கூடிய ஒரு கல்வி முறையை உருவாக்கினார்கள். அவர்கள் உருவாக்கிய கல்வி முறைதான் 1953 முதல் 1970 வரை இந்தியாவில் அமல்படுத்தப்பட்டது.

NCERT பாடத்திட்டம் பரிந்துரைக்கக் கூடிய பாடங்களில் உயரிய கருத்துக்கள் அடங்கியுள்ளன. ஒரு எழுத்தாளனாகிய நான் NCERT பரிந்துரைக்கக் கூடிய பாடங்களையே விரும்பிப் படிப்பேன். அவ்வளவும் தரமான புத்தகங்கள். அறிவியல் பூர்வமாக உருவாக்கப்பட்ட புத்தகங்கள். அந்தப் புத்தகங்கள் இந்தியச் சமூகத்தில் எந்தவொரு விளைவையும் ஏற்படுத்தவில்லை. ஏனெனில் அத்தகையப் புத்தகங்களைப் பயிற்றுவிக்கக் கூடிய ஆசிரியர்களை இந்தியாவால் உருவாக்க முடியவில்லை.

இந்தக் கல்விமுறையை ஏற்படுத்த நேரு அவர்கள் திட்டமிட்டபோது தரமான ஆசிரியர்களை உருவாக்கக் கூடிய அளவிற்கான நிதி இல்லை. 1953 - 1958 காலக்கட்டத்தில் இந்தியா மிகப்பெரிய பொருளாதார நெருக்கடியைச் சந்தித்தது. பீகார், உத்திரப் பிரதேசம் முதலான வட மாநிலங்களில் மிகப்பெரிய பஞ்சம் வந்தது. அதைச் சமாளிக்கவே நேரு போராடிக் கொண்டிருந்தார். ஏதாவது செய்து கல்வியை வளர்க்க வேண்டுமென்று நினைத்தார்கள்.

இந்தியாவில் கல்விக் கூடங்கள் தொடங்க முன்னோடியாக இருந்த மாநிலங்களில் தமிழகமும் ஒன்று. அதற்காக நாம் காமராஜருக்குத்தான் நன்றி செலுத்த வேண்டும். காமராஜரைப் போலவே முக்கியமான மற்றொருவர் நெ.து. சுந்தரவடிவேலு என்ற கல்வித்துறைச் செயலாளரும் ஆவார். காமராஜர் முதலமைச்சராக இருந்தபோது அதிகாரிகளிடம் கேட்கிறார். “ஒரு குழந்தை எத்தனை கிலோமீட்டர் நடந்து சென்று கல்வி கற்க முடியும்?’ என்கிறார். ஒன்றாம் வகுப்புக் குழந்தை 5 கி.மீ நடந்து சென்று வர முடியும் என்று கூறிகிறார்கள். அப்போது தமிழகம் முழுவதும் 10 கி.மீ-க்கு ஒரு பள்ளி வீதம் 60,000 பள்ளிகள் தேவை என்று கணக்கிடுகிறார்கள். அன்றைய நாட்களில் 3000 - 4000 பள்ளிகள்தான் தமிழகத்தில் இருந்தன. 60,000 பள்ளிகள் தொடங்க 20 வருடங்களும், பல கோடிகளும் செலவாகுமென்று அதிகாரிகள் கூறுகின்றனர். அப்போது, வெளிநாடுகளில் உள்ளது போன்ற Management எனப்படும் அரசு உதவிபெறும் பள்ளிகளைத் தொடங்கலாம் என்று ஒரு அதிகாரி கூறுகிறார். ஒரு ஊரில் பள்ளி தொடங்க இடம் கொடுத்தால் அரசாங்கம் அடிப்படை வசதிகளை செய்து தரும். காமராஜர் அந்த யோசனையை ஏற்று

வெறும் இரண்டே வருடங்களில் 60,000 பள்ளிகளைத் திறந்தார். எவ்வாறு சாத்தியமானதெனில் ஒவ்வொரு ஊரிலுமுள்ள கோயில் மண்டபங்களில் பள்ளிகள் தொடங்கப்பட்டன. ஜமீன்தார்களின் வீடுகளிலுள்ள மாட்டுத் தொழுவத்திலும் கூட, பள்ளிகள் திறக்கப்பட்டன. அங்கே பணி புரியும் ஆசிரியர்களுக்குப் பாதி ஊதியம் அரசாங்கம் கொடுக்கும். மீதி ஊதியம் ஊர்மக்கள் கொடுக்க வேண்டும். இந்தச் செய்தியை நான் இணையத்தில் எழுதிய போது அமெரிக்காவிலிருந்து ஒரு மூதாட்டி தொடர்பு கொண்டு அவர் ஒன்றாம் வகுப்பு ஆசிரியராய் பணியாற்றிய போது அரசாங்க சம்பளம் 2 ரூ முதல் 3 ரூ வரை கிடைத்ததாம். அப்போது அது பெரிய தொகை. ஊரில் உள்ளவர்கள் ஊரை ஏழாகப் பிரித்து ஒரு நாளைக்கு ஒரு வீடு வீதம் உணவளிப்பார்களாம். ஆசிரியர்ப் பள்ளியிலேயே தங்கிக் கொள்ளலாம். அரசாங்கம் தரும் 3 ரூபாயை ஊருக்கு அனுப்பலாம் என்று கூறினார். அப்படி ஆரம்பிக்கப்பட்ட பள்ளிக்கூடங்களில் இருந்த ஆசிரியர்களுக்கு, கல்விமுறையைப் புரிந்து கொண்டு பயிற்றுவிக்கக் கூடிய எந்தப் பயிற்சியும் அளிக்கப்படவில்லை. அதுதான் மிகப் பெரிய தவறு. அங்கு ஆரம்பித்ததுதான் நம்முடைய மிகப்பெரிய தவறு. அதன் பின் விளைவுகள், இதோ இன்று வருடத்திற்கு 2 1/2 லட்சம் பொறியியலாளர்கள் வெளியே வருகின்றனர். ஆனால் உலக அளவில் இந்தியா அறிவியலில் பூஜ்ஜியம் (அ) அதற்குக் கீழே ஒரு இடத்திலேயே இருக்கிறது. இந்தியாவிலிருந்து பேட்டண்ட் (Patent) வாங்கப்பட்ட, இந்தியாவிலிருந்து பதிவு செய்யப்பட்ட கண்டுபிடிப்புகள் என்று எதுவுமே கிடையாது. நாம் கண்டு பிடித்த சின்னச் சின்ன விஷயங்கள் கூட அங்குக் கண்டுபிடிக்கப்பட்ட விஷயங்களின் மறுபதிப்புதான். அறிவியல் கல்வி என்று ஒன்று இந்தியாவில் இல்லை. அறிவியல் பற்றிய தகவல்களைக் கற்றுக்கொள்ளக் கூடிய கல்விதான் இங்கே இருக்கிறது. ஆனால் அது அறிவியல் கல்வி கிடையாது. Scientific Thought என்பதே அறிவியல் கல்வி.

ஒரு குழந்தை சந்தேகம் கேட்டதென்றால், குவாண்டம் பிஸிக்ஸ் பற்றி ஒரு மூன்றாம் வகுப்புக் குழந்தை உங்களைக் கேட்கும்போது பொய் சொல்லாதீர்கள், மழுப்பாதீர்கள். Quantum physics பற்றி உங்களுக்கு என்ன தெரியுமோ அல்லது உங்களுக்குத் தெரிந்த எளிய வழியில் விளக்குங்கள். 30% அந்தக் குழந்தைக்கு புரியும் 70% அந்தக் குழந்தை புரிந்து கொள்ள முயற்சிக்கும். எந்தக் குழந்தையிடமும் எந்த அறிவியல் விஷயத்தையும் சொல்லலாம். குழந்தைகளின் புரிந்து கொள்ளும் சக்தி நீங்கள் நினைப்பதை விட 3 மடங்கு அதிகமாகத் தான் இருக்கும். எப்போதும் நாம் நினைப்பதைவிட ஒரு படி மேலாகத் தான் குழந்தைகள் நடந்து கொள்ளும். ஓர் இடத்தில் நிற்காமல் அடுத்த கட்டத்துக்குச் செல்லும் தீயைப் போல, தன்னுடைய எல்லைகளை ஒரு படி மேலே கொண்டு போகக் கூடிய துடிப்பு, எப்போதும் குழந்தைகளிடம் உண்டு. எந்தக் குழந்தைக்கும் அது புரிந்துகொள்ள முடியாத எந்த விஷயத்தையும் சொல்லாதீங்க. அவர்களுக்கு எது புரியணுமோ அதைச் சொல்லுங்க. இது என்னுடைய அனுபவம் கூட. நான் ஐந்தாம் வகுப்புக் குழந்தைக்கு அத்வைதம் என்றால் என்னவென்று சொல்லியிருக்கிறேன். சொல்லிப் பாருங்கள். அதற்கு நீங்கள் உங்களைத் தகுதிப் படுத்திக்கொள்ள வேண்டும். நீங்கள் தெளிவாக இருந்தால்தான் ஐந்து வயதுக் குழந்தைக்குச் சொல்லித்தர முடியும்.

எனக்குத் தெரிந்த எல்லாவற்றையும் என் குழந்தைகளிடம் பேசிக் கொண்டேயிருக்கிறேன். நூலகம் போன்ற என் வீட்டில் சிறுவயது முதலே தொடர்ச்சியாக வாசிக்கக் கூடியவர்களாக இருந்தனர். ஆனால் என் மகன் அஜிதன் மிகப் பெரிய தோல்வியையே பள்ளியில் கண்டிருந்தான். ஆறாம் வகுப்பு வரைக்கும் எந்தவொரு பாடத்திலும் அவன் பத்து மதிப்பெண்களுக்கு மேல் வாங்கினதேயில்லை. பத்தாம் வகுப்பில்தான் முதல்முறையாக சிவப்பு அடிக்கோடு போடாத ரேங்க் கார்டை நான் பார்க்கிறேன். அவனுக்கு மனவளர்ச்சி குறைவு என்ற அவன் ஆசிரியர்கள் சொன்னார்கள். அவன் அப்படி கிடையாது என்று எனக்குத் தெரியும். ஆறாம் வகுப்பு மாணவன் ஒருவன் நீலகண்ட சாஸ்திரியின் சோழர்கள் வரலாறு என்ற 700 பக்க புத்தகத்தை ஒரு வாரத்தில் படிக்க முடியுமென்றால் அவன் அசாதாரணக் குழந்தை கிடையாது. அ.கா.பெருமாள் எழுதின தென் குமரியின் கதை என்கிற ஒரு பெரிய வரலாற்று நூலை எட்டாவது படிக்கும்போது என்னுடைய பையன் பிழை திருத்தி இருக்கான். அந்தக் குழந்தைக்குப் பள்ளியிலே

வரலாற்றுப் பாடத்தில் நூற்றுக்கு ஏழு மதிப்பெண் கிடைக்கிறது. மனவளர்ச்சி குறைவு அவனுக்கல்ல. அவன் பிரச்னை, ஆரம்பத்தில் அவனை அடித்து மிரட்டி பயமுறுத்தி அவனுக்கு பள்ளிக்கூடத்தின் மேல் வெறுப்பை உருவாக்கிவிட்டார்கள். இரண்டாவது, அவனை அப்படி எதிர்பார்க்கவில்லை. ஆசிரியரை விட ஒரு படி கீழே இருக்கின்ற குழந்தைகள்தான் அடிபணியும். மேலே இருக்கின்ற, புதுசான குழந்தைகள் உங்களுக்குக் கீழ்ப்படியாமல் எதிர்த்தே நிற்கும். அது எதிர்க் கேள்வி கேட்கும். அதன் கியூரியாசிட்டி அப்படிப்பட்டது. அலக்சி டால்டாய்சின் ஒரு அற்புதமான கதை இப்படி ஆரம்பிக்கும். ஓர் ஆசிரியர் கரும் பலகையில்,

"இணைகோடுகள் எங்குமே சந்திக்காது' என்று எழுதிவிட்டு குழந்தைகளைப் பார்த்து எழுதிவிட்டீர்களா என்று கேட்கிறார். எல்லோரும் எழுதிவிட்டனர் ஒருவனைத் தவிர. "ஓல்கா, நீ ஏன் எழுதல?' 'இல்ல சார், ஏன் இணை கோடுகள் சந்திக்காது?' "ஏன்னா அது இணைகோடுகளாக இருப்பதால் அது சந்திக்காது' "இல்ல சார், இணைகோடுகள் ஏன் சந்திக்கக் கூடாது?' ஆசிரியர் சொல்கிறார், "இப்ப பார், இந்த கோட்டை நான் இந்த Board இன் எல்லைவரை இணைக்கிறேன். இணையுதா? இல்லையே?'

"சார், இந்த Board இணையல சார். அந்த சுவர் முடியற வரைக்கும் போனா இணையலாம் இல்லையா?' சுவரின் எல்லைவரை கொண்டு போனார்.

"இங்க இணையல இல்ல, அந்தப் பக்கம் போனா, அப்படியே அடுத்த ஊர்ப்பக்கம் போனா, அப்படியே அமெரிக்கா வரைக்கும் போனா, இணையாது என்று என்னால் எப்படிச் சொல்ல முடியும்? ஆசிரியருக்கு பயங்கரக் கோபம் வந்துவிட்டது. "எடு, புத்தகத்தை வெளியே போ' என்று அவனை வெளியே தள்ளிவிட்டு, மிகத் தளர்வான குரலில், "ஆகவே இணைகோடுகள் எங்குமே சந்திக்காது' என்று கதை செல்கிறது.

இங்கே உண்மையான தேடல் உள்ள மாணவனுக்கு இந்த வகையான ஆசிரியரைச் சந்திக்கவே முடியாது. அந்த ஆசிரியர், "இரண்டு கோடுகளுக்கும் இடையிலுள்ள தூரம் குறையாமல் இருந்தால்தான் அது இணைகோடுகள். தூரம்

269

குறையாமலிருக்கும்போது அது எப்படி இணைய முடியும். யோசித்துப் பாருங்கள்' என்று சொல்லியிருந்தால் அவன் அதைப் புரிந்துகொள்வான். ஆசிரியர் சொன்னதை அப்படியே நோட்டில் எழுதின அந்தப் பிள்ளைகள்தான் Housewife, குமாஸ்தா, கொத்தனார் ஆவார்கள். சிந்திக்கவே மாட்டாங்க. அந்தக் கேள்வி கேட்ட மாணவன்தான் சிந்தனையாளனாக மாறுவான். அவனுக்கு வாத்தியார் மிக அபூர்வமாகவே அமைவார்.

என் பையன் இத்தனை வயது வரைக்கும் அவன் மதிக்கக் கூடிய ஆசிரியரைக் கண்டடையவில்லை. நானும் அதே மதிரியான மாணவன்தான். பள்ளிக்கல்வியை முடிக்கவில்லை. கல்லூரிப் படிப்பை முடிக்கவில்லை. வீட்டை விட்டு ஓடிவிட்டேன். ஆனால் எனக்கு எல்லா வகுப்பிலும் குறைந்தது நினைவில் நிற்கக் கூடிய ஓரிரு ஆசிரியர்கள் இருந்தார்கள். அவர்கள் தான் ஜெயகாந்தனை எனக்கு அறிமுகப் படுத்தினார்கள். அவர்கள் தான் வைக்கம் அறிமுகம் செய்தார்கள். அவர்கள்தான் இந்தியாவின் மிகச் சிறந்த சிந்தனையாளர்களின் புத்தங்களைத் தந்தார்கள். நான் கல்லூரி முடித்துவிட்டு வந்த பிறகு கூட என்னைத் தேடி வந்து புத்தகம் தந்த ஆசிரியர்கள் இருக்கிறார்கள்.

என் மகன் விஷயத்துக்கு வருகிறேன். ஒரு நிபுணனாக அல்ல, ஒரு தந்தையாக உங்களிடம் இந்த விஷயத்தைப் பகிர்ந்து கொள்கிறேன். பள்ளியில் வெறுத்து ஒதுக்கப்பட்டிருந்த அஜிதன் ஒரு நாள் என் முதுகில் அமிர்தாஞ்சன் தடவிக் கொண்டிருந்தான். "அவனை ஏன் தொந்தரவு செய்கிறீர்கள்? நான் தேய்த்துவிட மாட்டேனா?' என்றபடி என் மனைவி அருகே வந்தாள். "நான் யார் மீது உயிரையே வைத்திருக்கிறேனோ அவங்கதான் தடவி விடணும்னு இதுல எழுதியிருக்கு' என்று நான் சொன்னேன். அவள் சென்று விட்டாள். ஒரு சொட்டு கண்ணீர் என்மீது விழுகிறது. "உண்மையிலேயே என்னை உனக்குப் பிடிக்குமாப்பா? என்மீது உனக்கு அன்பிருக்கா' என்று கேட்டான். அவன் வாழ்க்கையின் முக்கியமான தருணம் அது. நான் எங்கேயோ ஓரிடத்தில் சமரசம் செய்துகொண்டு ஒரு வழக்கமான தந்தையாக இருப்பதற்கு முயற்சி செய்து, ஒரு மோசமான தந்தையாக மாறி விட்டிருந்ததற்கு அடையாளம் அது.

“இந்த உலகத்திலேயே எனக்குப் பிடித்தவன் நீதான். நீ எனக்கு மகன் மட்டுமல்ல, மாணவனும்கூட. குருவாக இல்லாத ஒருவன் நல்ல தந்தையாக இருக்க முடியாது என்று நம்புபவன் நான். இதற்கு மேல நான் என்ன செய்ய முடியும்’ என்றேன்.

“‘இதுக்கு மேல படிக்க முடியலப்பா. அவங்க சொல்ற மாதிரி நான் மூளை வளர்ச்சி குறைந்தவன்தானேப்பா?”

“‘இப்ப நீ படிக்கிற இந்த புஸ்தகத்தைப்படிச்சு புரிந்து கொள்கிற ஒரு ஆசிரியரையாவது பார்த்திருக்கியா? இந்த புத்தகத்தைக் கொண்டு போய் உங்க ஸ்கூல்ல கொடு. அதுல ஒரு 60 பக்கத்தைப் படிக்கக் கூடிய ஒரு டீச்சரையாவது காட்டு. உன்னால் முடியவே முடியாது. அப்புறம் எப்படி நீ மூளை வளர்ச்சி இல்லாதவன் ஆவாய்? நீ படிக்கவே வேண்டாம். எனக்கு சினிமாவிலிருந்து அழைப்பு வருது. நான் சம்பாதிச்சுத் தரேன். உன் மொத்த வாழ்நாளில் நீ சம்பாதிக்கப் போற பணத்தை உன் இருபது வயதுக்குள் பேங்க்ல போட்டுட்டுப் போறேன். நீ எதையும் படிக்க வேண்டாம். தேர்வும் எழுத வேண்டாம். ஒரு வேலைக்கும் போக வேண்டாம். உனக்கு என்ன சௌகரியமோ, என்ன புடிக்குதோ அதை மட்டும் செய்” என்றேன். இன்றைக்குப் பொறியியல் படித்து 98.9 சதவீத மதிப்பெண் பெற்று ஒரு நிறுவனத்தில் வேலைக்குப் போகும் ஒரு பொறியியல் மாணவன் என்ன சம்பளம் வாங்குவானோ, அதைவிட மூணு மடங்கு அதிக சம்பளம் கொடுப்பதற்கு மூன்று இதழியல் நிறுவனங்கள் தயாரா இருக்கு. அவ்வளவு அழகிய ஆங்கில நடை கொண்ட எழுத்தாளன் அவன். இருபது வயதில் அவன் எழுதக் கூடிய நடையில் இன்றைக்கு எழுதக் கூடிய எழுத்தாளர்கள் ஓரிருவர்தான் இருப்பார்கள். பத்திரிகைக்கு அனுப்புங்கன்னு சில நண்பர்கள் சொல்கிறார்கள். நானும் அவனிடம் கேட்டேன். “பத்திரிகை சரிபட்டு வராதுப்பா. நான் கொஞ்ச நாள் அம்மாவே இருக்கப் போறேன்’ என்றான். சரியென்றேன் நான். இந்தியாவில் இன்றைய நிலைமை மாறி வருவதைப் பெற்றோர்கள் புரிந்து கொள்ளவில்லை. உங்களுக்கு என்ன பட்டம் இருக்கிறது என்பது முக்கியமல்ல. அந்தப் பட்டம் உங்களை அடுத்த கட்டத்துக்கு போவதற்கு எப்படி உதவுகிறது என்பதைத் தான் பார்க்கணும்.

+2 படிக்கும் மகளின் பள்ளியில் ஆலோசனைக் குழுக் கூட்டத்திற்குப் போயிருந்தேன். அப்பள்ளியின் ஃபாதர் சொல்கிறார். “மாணவர்கள் பாடங்களைப் புரிந்து கொள்ளக் கூடாது. புரிந்து கொண்டால் ஒரு வார்த்தைக்குப் பதிலாக வேறொரு வார்த்தை போடுவாங்க. அதனால் மார்க் குறைஞ்சிடும். 90% மார்க் எல்லோரும் வாங்கிடுவாங்க. 98% வாங்கணும்னா அச்சு அசல் அதில் என்ன இருக்கோ, அதை அப்படியே எழுதணும். அது என்னன்னே தெரியக் கூடாது. அந்த வார்த்தைதான் கண்ணுக்குப் படணும். அர்த்தம் தெரியக் கூடாது. இப்படித்தான் நாங்க பயிற்சி கொடுக்கிறோம்'

80 வயசானாலும் நான் மார்க்கே வாங்க மாட்டேன்னு போன வருஷமே சொல்லிவிட்டாள். கூட்டம் முடிந்து வெளியே வந்த ஒருவரிடம் “உங்கள் மகள் என்ன மார்க் வாங்குகிறாள்?' என்று கேட்டேன்.

“அவ 95% வாங்குகிறாள். 98% வாங்க வைக்கத்தான் முயற்சி பண்றேன். அவளை ஐந்து மணிக்கு மேல தூங்க விடுறதில்லை சார்' என்றார்.

“சரி இவள் 98% மார்க் வாங்கினால் என்ன கிடைக்கும்?' அவர் அந்த கோணத்தில் யோசித்ததே கிடையாது.

“ஒரு நல்ல பல்கலைக் கழகத்தில் இடம் கிடைக்கும்'

“ஆமாம் சார், ஆனா அதே பல்கலைக் கழகத்தில் ஐந்து லட்ச ரூபாய் நன்கொடை கொடுத்தா அவளுக்கு இடம் கிடைக்கும். 80% மார்க்கே போதும். இந்த 2 வருஷம் அவளை டார்ச்சர் பண்ணாம இருக்கிறதுக்கு. ஐந்து லட்ச ரூபாய்தானே. இவ்வளவு பெரிய கார் வச்சிருக்கீங்க. உங்களால முடியாதா என்ன?'

அவர் ரொம்பவும் அதிர்ந்துவிட்டார். நாம் அப்படி யோசிப்பதில்லை. அப்படித்தான் யோசிக்கணும். அந்த நேரத்தில அந்தப் பெண் எவ்வளவோ விஷயங்களைப் பண்ணலாம், கத்துக்கலாம். அப்படி அந்தப் பல்கலைக் கழகத்தில் சேர்ந்து புரிந்து படிக்கும் பெண்ணுக்குப் படிப்பு முடித்தவுடன் வேலை கிடைக்கும். புரியாமல் படித்த பெண்ணுக்கு வேலை கிடைக்காது. இந்த வித்தியாசம் நம் பெற்றோர்களுக்குத் தெரிவதில்லை.

எனது நண்பர்கள், வாசகர்கள் பலபேர் கணினித் துறையில் மிக முக்கியமான பதவியில் இருக்கிறார்கள். அங்கே ஒருவரை வேலைக்குத் தேர்வு செய்ய, எந்த வகையிலுமே அவர்களுடைய கல்வித் தகுதியைப் பொருட்படுத்துவது கிடையாது.

"90% மார்க் வாங்கியிருக்கிறாய். பரவாயில்லை. உன்னால் வேலை செய்ய முடியுமா?' என்றுதான் பார்ப்பார்கள். இந்தத் தகுதியை வைத்து வேலைக்குச் சேர்த்தாலும், இரண்டு வருஷத்துல தன் திறமையைக் காண்பிக்காவிட்டால் வெளியே அனுப்பி விடுவார்கள். கணிப்பொறித் துறையில் உள்ளே போகக் கூடிய பெண்கள் 2 வருடங்களில் வெளியே வந்து கல்யாணம் செய்து கொண்டு செட்டில் ஆகிவிடுகிறார்கள். ஏனெனில் அவர்களால் தாக்குப் பிடிக்க முடிவதில்லை. அவர்கள் எடுத்த 90% மதிப்பெண் எதற்கும் உதவாது.

இந்த பத்து, பதினைந்து ஆண்டுகளில் கணிப்பொறித் துறைகளில் நமக்கான இடம் நாம் நினைக்கிற மாதிரி இல்லை. இந்தியர்கள் கம்ப்யூட்டர் துறையில் மிகப்பெரிய இடத்தில் இருக்கிறார்கள் என்பதெல்லாம் வெறும் பேச்சு. விரல்விட்டு எண்ணக் கூடிய ஒரு சிலரைத் தவிர வேறுயாரும் பெரிய பதவியில் இல்லை. கம்ப்யூட்டர் துறையைப் பெரிய கட்டுமானம்னு எடுத்துக் கொண்டால், அதன் ஆர்க்கிடெக்ட், இன்ஜினியர் எல்லோரும் யூதர்கள், சீனர்கள், அமெரிக்கர்களாகத் தான் இருக்கிறார்கள். நம் இந்தியர்கள் எல்லோரும் கொத்தனார்களாக, சித்தாள்களாகத்தான் இருக்கின்றனர். அவர்கள் கொடுக்கும் வரைபடத்தில் இரவு பகலாகச் செங்கல் அடுக்குவதுதான் இவர்கள் வேலை. சாப்ட்வேர் எழுதுவது. ஆனா சாப்ட்வேர் உருவாக்குவது ரொம்ப ரொம்ப குறைவு. ஏனெனில், சாப்ட்வேர் என்றால் என்னவென்று தெரிந்திருக்கும் இன்ஜினியர்கள் இன்றைக்கு இந்தியாவில் 200 பேர்தான் இருப்பாங்க.

என்னுடைய நண்பன் கே.பி.வினோத் ஒரு நாளைக்கு ஒன்றரை மணி நேரம்கூட அலுவலகத்தில் இருக்கமாட்டார். நான் சென்னையிலிருந்தால் அவர்தான் என்சாரதி. "உங்களை வேலையை

விட்டு எடுத்திட மாட்டாங்களா?' என்று நான் கேட்பேன்.

"அதெல்லாம் செய்ய மாட்டாங்க. நானே அவர்களிடம், மிஷ்கின் கூட வேலை செய்யப் போறேன்னு சொன்னதும் என் சம்பளத்தைக் கூட்டிட்டாங்க. உங்க கூட போறேன்னு சொன்னா இன்னும் சம்பளத்தைக் கூட்டுவாங்களே தவிர, என்னை வேலையை விட்டுத் தூக்க மாட்டாங்க' என்றார்.

இந்த மொத்த தமிழகத்தின் ஏறத்தாழ பத்து கோடிப் பேரில் சாப்ட்வேர் என்றால் என்னவென்று தெரிந்திருக்கும் இருபது பேர்களுள் ஒருவர் இந்த வினோத். மற்றவர்கள் இவர் சொன்னதைத்தான் செய்வாங்க. ஏனென்றால் அறிவியல் சிந்தனை இருக்கிறதே அறிவியல் பூர்வமான சிந்தனை, அது அவர்களுக்குத் தெரியாது.

என் மகன் +2 முடித்த காலக்கட்டத்தில் அவன் படு தீவிர சுற்றுச் சுழல் புத்தகங்களை வாசித்துக் கொண்டிருந்தான். அதுதான் அவர் ஏரியாவாக இருந்தது. பெங்களூரிலிருந்த முக்கியமான அந்தக் கல்லூரியில் சேர்த்ததே ஒரு சுவாரசியமான நிகழ்வுதான். அவனுடைய நண்பரான அறிவியல் அறிஞர் ஒருவர்தான் கொண்டுபோய்ச் சேர்க்கிறார். பாதர் மதிப்பெண்களைப் பார்த்துவிட்டு, "ஜஸ்ட் பாஸ்தான் பண்ணியிருக்கான். இந்த கோர்ஸ் முக்கியமான கோர்ஸ். கொஞ்சம் கஸ்டமாச்சே' என்றார்.

அந்த நண்பர் அவரிடம், "நீங்கள் அவனிடம் பேசிப் பாருங்கள். அவன் என்னென்ன புத்தகங்கள் படிச்சிருக்கான்னு கேளுங்கள். பிடித்திருந்தால் சேர்த்துக் கொள்ளுங்கள்' என்றார்.

அவன் ரிச்சர்ட் டாக்கின்ஸ் உடைய ரேட்டர்ஸ் ஷோ ஆன் என்ற புத்தகத்தைப் படிச்சிருக்கேன் என்றான். அவருக்கு மிகப் பெரிய அதிர்ச்சி. அவரும் சுற்றுச் சூழலியல் படித்தவர்தான். அந்தப் புத்தகத்தைப் பற்றிச் சொல்லச் சொன்னார். இவன் அதைப் பற்றி இருபது நிமிஷங்கள் பேசினான். அவர் ஓ.கே சொன்னார். நானும் அங்கேயே இருந்தேன். "அட்மிஷன் கிடைக்குமா?' என்று நான் கேட்டேன்.

"என்ன சார் இப்படி கேட்டுட்டீங்க. எப்பவாவது இந்த மாதிரி பசங்க வந்து படிக்கிறதுக்குத்தான் இந்தக் கல்லூரியே கட்டி வச்சிருக்கோம்'

மூன்று வருடத்திற்குப் பிறகு "என்ன M.Sc., படிக்கப் போகிறாயா?' என்று கேட்டேன்.

"இல்ல, இனிமே நான் அறிவியல் படிக்க மாட்டேன். இந்தியாவில் யாருமே அறிவியல் படிக்க முடியாது' என்றான்.

அதுவே சிந்தனைக்குரிய ஒரு ஸ்டேட்மெண்ட் தான்.

"பத்தாவது படிப்பதற்குள் அறிவியலின் கொள்கைகளைப் புரிந்து கொண்டு அறிவியல் பற்று கொண்டால்தான், அதன்பிறகு அதில் ஓர் ஆய்வாளனாகவோ, அறிஞனாகவோ வரமுடியும். உதாரணமா, குரோமோசோம்னு ஒரு பாடம் இருக்கு. குரோமோ சோம்னா என்னன்னு ஒரு குழந்தையைக் கேட்டால், அவன் புரிந்து கொண்டதைத் தன் சொந்த வார்த்தையால் விளக்க முடிந்தால் அவனுக்கு குரோமோசோம்கள் பற்றித் தெரியும்னு அர்த்தம். அதைப் பற்றி அவனால் அடுத்த கட்டத்துக்கு யோசிக்க முடியும். பாடப்புத்தகத்துல இருப்பதை அப்படியே சொன்னா அவனுக்கு அதைப் பற்றித் தெரியவில்லைன்னு அர்த்தம். அவனால் சொல்ல முடியாது. ஏனென்றால் அப்படித்தான் அங்கே பயிற்றுவிக்கப் படுகிறது. இந்தியாவிலுள்ள சுற்றுச் சுழல் கல்லூரிகளில் இந்தக் கல்லூரியே மிகச் சிறந்தது. இங்கேயிருக்கிற மிகச் சிறந்த பத்து மாணவர்களைநான்பார்க்கிறேன். இவர்களும்சொல்லிக்கொடுக்கும் அந்தப் பாடங்களை அப்படியே திருப்பிச் சொல்பவர்களாகவே இருக்கிறார்கள். ஒருவருக்கும் கிடையாது.

இவங்க பெரும்பாலும் M.Sc., படிச்சு முடிப்பாங்க. ஏதாவது ஒருகல்லூரியில்,நிறுவனத்தில்வேலைக்குப்போவாங்க.பத்துபேரில் ஐந்து பேர் அமெரிக்கா போயிடுவாங்க. அந்த அமெரிக்கா போற ஐந்து பேரில் ஒருவர் புதிதாகப் பிறந்து வருவார். புதிதாக அங்கே போய் அறிவியல் என்னவென்று தெரிந்துகொண்டு முட்டி மோதி அறிவியலாளரா வந்துவிடுவார். அது ரொம்ப அபூர்வம். மீதி ஐந்து பேரும் லேப் அஸிஸ்டென்டா ஆயிடுவாங்க. நான் ஏன் இதைப் பண்ணனும். சம்பளம் கொடுப்பாங்க. அதுக்காகத்தான் பண்ணனும்.

275

எனக்கு சம்பளமே தேவையில்லைன்னு நீதான் சொன்னியே. அதுக்கு ஏன் படிக்கணும்? இனி நான் அறிவியல் படிக்க மாட்டேன்.

இந்தியாவில் இதுதான் கல்வி. மொத்த இந்தியாவிலும் யாருக்கும் எந்தக் குழந்தைக்கும் அறிவியல் கருத்துகள் சொல்லிக் கொடுப்பதில்லை. அறிவியல் பூர்வமான சிந்தனைகள் சொல்லிக் கொடுப்பதில்லை.

"சரி நீ என்ன பண்ணப் போறே?'

"இந்த ஒன்றரை வருஷடமா பிலாசபிதான் என் இடம்னு தெரிஞ்சுகிட்டேன். தத்துவம் சம்பந்தமாதான் படிக்கப் போறேன். அறிவியலை ஒரு நிறுவனமில்லாமல், ஆசிரியர் இல்லாமல் கற்றுக் கொள்ள முடியாது. ஆனால் தத்துவத்தைப் புத்தகத்தைப் படித்தே கற்றுக் கொள்ளலாம். யாருடைய உதவியும் தேவையில்லை'

எழுபதுகளுக்குப் பிறகு நம்முடைய கல்வி முறையில் அறிவியல் சிந்தனை என்ற ஒன்றையே முழுமையாக இழந்துவிட்டோம். அறிவியலின் ஒரு விஷயத்தை எப்போது ஒரு மாணவன் தன் சொந்த சொற்களால் சொல்ல முடியுமோ, அப்போதுதான் அறிவியல் சிந்தனை என்ற ஒன்று அவனிடம் இருக்கும். நாங்கள் ஆயிரம் புத்தகங்களை இருபது வருடங்களில் படிக்க முடிந்தாலும், உங்களின் சொந்தச் சிந்தனைகள் மாறினால்தான் அது உங்ககூட இருக்கும். வெளியிலிருந்து சிந்தனைகள் வராது. இன்று ஒரு மாணவன் எப்போது பட்டம் பெற்று வெளியில் வருகிறானோ, அந்த நிமிடம் அதுவரை படித்ததையெல்லாம் மறந்துவிட்டே வெளியில் வருகிறான். அதன் பிறகு வேறு எந்த வேலைக்குப் போகிறானோ, அந்தத் தேவைக்கானதை புதிதாகக் கற்றுக் கொள்கிறான். இந்தக் கல்வியால் என்ன பயன்? 1953இல் உலகப் புகழ்பெற்ற சிந்தனையாளரான கால்ச் போப்பர் என்பவர் The Logic of Science என்கிற புத்தகம் எழுதினார். இன்றுவரை அறிவியலின் பைபிள் என்று அறியப்படும் அப்புத்தகத்தில் அறிவியல் சிந்தனைன்னா என்னவென்று சொல்கிறார். அந்தப் புத்தகத்தின் சாராம்சத்தை ஒரு அமெரிக்கக் குழந்தை அதிகபட்சம் எட்டாம் வகுப்புக்குள் சொல்லிவிட முடியும். அதுதான் அறிவியல் சிந்தனையின் தொடக்கமென்பது.

அந்தப் புத்தகத்திலிருந்த சில அடிப்படைச் சிந்தனைகளைச் சொல்லுகிறேன். ஒன்று அறிவியல் உண்மைன்னா என்ன? அறிவியல் உண்மை என்பது, அது தன்னுடனே ஒரு நிறுவன முறையையும் கொண்டிருக்கும். அதாவது ஓரிடத்தில் கல்வி வளர்ச்சி அதிகமானால் அங்கே மருத்துவம் சம்பந்தமான பிரச்னையும் அதிகமாக இருக்கும். இது ஒரு ஸ்டேட்மெண்ட். உலகத்தில் எங்கேயெல்லாம் கல்வி வளர்ச்சி இருக்கிறதோ, அங்கேயெல்லாம் மருத்துவப் பிரச்னைகள் இருக்கும் என்ற காரணம் கண்டு கொள்ளலாம். இந்த வரியை சேர்க்கும்போதுதான் அது அறிவியல் உண்மை ஆகிறது. அது கூடவே வரும் அதை நிரூபிப்பதற்கான வழிமுறையைத் தாண்டி தானே சொல்லாத ஒரு வரிக்கு உண்மையோட அங்கீகாரம் கிடையாது. இரண்டு, தன்னைப் பொய்ப்பிப்பதற்கு ஒரு வாய்ப்பு அளிக்காத ஒரு வரிக்கு அறிவியல் உண்மையின். அங்கீகாரம் கிடையாது. இதைச் சொன்னவுடனே, "இல்லையே, இந்தோனேஷியாவுல கல்வி வளர்ச்சி அதிகமா இருக்கு. அங்க சுகாதாரப் பிரச்னையே இல்லையே' என்று வாதிடலாம். இப்படி வாதிடுவதற்கான ஓர் இடத்தை அந்தச் சிந்தனை கொடுக்க வேண்டும். அதுதான் அறிவியல் சிந்தனையின் இரண்டாவது definition இப்படி 15 definition அவர் கொடுக்கிறார். இதிலிருந்து இண்டக்சன்ஸ் கொடுக்கிறார். இன்டக்ஸன் என்றால் பினிஸ் சிந்தனையின் பொதுவான தகவல் கொடுப்பது. தொகுத்தல், பகுத்தல் என்று சொல்லலாம். அதிலிருந்து ஒரு அடிப்படை உண்மை நோக்கிப் போவதுதான் இன்டக்ஸன். இப்படி யோசிக்கக் கூடிய ஒரு குழந்தையை உருவாக்குகிறோமே, அவர்களே கொஞ்சமேனும் அறிவியல் சிந்தனையோடு இருப்பார்கள்.

இந்தக் கல்விமுறையை 1970களுக்குப் பிறகு போட்டி சார்ந்த கல்விக்காக முழுமையாக நாம் இழந்துவிட்டோம். இப்போது இந்த போட்டி சார்ந்த கல்விமுறை அதனுடைய பயனற்ற தன்மையை நெருங்கிக் கொண்டிருக்கிறது. இன்னும் பத்து வருடங்களில் நமக்கு சைனாதான் உலகளாவிய பெரிய போட்டியா இருக்கும். சீனர்கள் வெளி உலகிற்கு வந்து வெற்றி பெறுவதற்கு ஆங்கிலப் பயிற்சியின்மை பெரிய தடையாக இருந்தது. ஆனால் கடந்த பத்து வருடங்களில் சைனாவில் ஆங்கிலம் மிகப் பெரிய அளவில் வழங்கப்படுகிறது.

இன்றைக்குத் தமிழ்நாட்டில் கணிப்பொறித் துறையில் ஒரு கேம்பஸ் செலக்க்ஷனில் தேர்வாகிற மிகச் சிறந்த மாணவனுக்குத் பதினைந்தாயிரம் ரூபாய் சம்பளம் ஆனால் அதே சென்னையில் ஒரு டிரைவர் வேலைக்கு 20 ஆயிரம் சம்பளம். ஏனெனில் இந்தப் போட்டியான கல்விமுறை அதன் கடைசி கட்டத்தை நெருங்கிவிட்டது. இதற்கு எந்த மதிப்பும் மரியாதையும் கிடையாது. இந்தப் பதினைந்தாயிரத்துக்கு யார் வேண்டுமானாலும் உள்ளே போகலாம். போனபிறகு உனக்கு ஏதாவது தெரியுமென்று நிருபித்தால் மேற்கொண்டு சம்பள உயர்வு. அந்தப் பதினைந்தாயிரத்தில் அங்கே வாழவும் முடியாது. சொந்தமாக வீடாவது இருந்தால்தான் இருக்க முடியும். அப்ப, கொஞ்ச நாளிலேயே அதை விட்டுட்டு வேறு எங்காவது போய்விடுவான். இந்த நிலை ஏன் வருகிறதென்றால், சர்வதேச அளவில் முன்னால், நம்முடைய ஆட்கள் போய் வேலை பார்த்த இடங்களுக்கெல்லாம் இப்போது சீனர்கள் வந்துகொண்டிருக்கிறார்கள். இன்று ஒரு அமெரிக்கனுக்கு ஒரு சீனனை வேலைக்கு வைப்பதென்பது எளிதாகவும் லாபகரமாகவும் இருக்கு. ஏனெனில், சீனாவுடைய கல்விமுறை மிகச் சிறந்த அறிவியல் கல்விமுறை. நம்மைப் போல் உருப்போடும் கல்வி கிடையாது. விஷயம் தெரிந்த ஆள் அவன். அவனுக்கு ஆங்கிலம் தெரியாது. அவ்வளவுதான். ஆனா இப்ப அவன் அதையும் கற்றுக் கொள்கிறான்.

சில தினங்களுக்கு முன்னர் ஒத்திசைவு ராமசாமி என்ற ஒருவர் ஒரு பிளாக் எழுதுகிறார். IIT யில் கற்றவர். IIT யில் உயர்ந்த பதவிவரை வகித்தவர். அதன் பின் இந்தியாவின் முக்கியமான IIT நிறுவனங்களின் பிரசிடென்ட்டாக பல வருடங்கள் வேலை பார்த்தவர். திடீரென்று ஒருநாள் வேலையையெல்லாம் ராஜினாமா செய்துவிட்டுக் கல்வித்துறையில் ஏதாவது செய்யணும் என்பதற்காகப் பாண்டிச்சேரியில் அரவிந்தர் ஆசிரமம் நடத்தக் கூடிய ஒரு தலித் கல்விச் சாலையில் ஆறாயிரம் ரூபாய்க்கு அவங்க மனைவி ஆசிரியரா வேலை செய்யறாங்க. இவரும் ஒரு ஆரம்பப் பள்ளியில் ஆசிரியரா இருக்கார். ஆனால் இவர் நிபுணர்தானே. ஒரு குறிப்பிட்ட கணிப்பொறி நிறுவனம் வேலைக்கு ஆள் எடுக்க இவரை அணுகும். இந்தியாவிலுள்ள மாணவர்களை இவர்தான்

Interview வைத்து தேர்ந்தெடுப்பார். அவர் தன் blogஇல் எழுதுகிறார். ஏறத்தாழ நூறு பேரை தொலைபேசி வழியாக Interview செய்கிறார். இவர் கேட்கிற கேள்வியெல்லாம் படித்த விஷயங்களிலிருந்து அல்ல. அவன் சொந்த சிந்தனையிலிருந்து சொல்லக் கூடிய பதில்கள். “நீ அந்த இடத்தில் கம்ப்யூட்டரை திறந்து வைத்துக்கொள். கூகுள்ல பார்த்துகூட சொல். தகவல் அறிவது என்பது ஒரு விஷயமேயில்ல. நீங்க tablet வச்சிருந்தீங்கன்னா உலகத்துடைய ஞான வங்கி அங்க இருக்கும். எந்தக் கேள்வி கேட்டாலும் பதில் சொல்ல முடியும். மூளையில எந்தத் தகவலும் இருக்க வேண்டிய அவசியம் கிடையாது. அதனால எதை வேண்டுமானாலும் பார்த்துச் சொல்லு. ஆனா நான் கேட்ட கேள்விக்குப் பதில் சொல்லு’ என்று அவர் சொல்கிறார். கிட்டத்தட்ட 15 ஆயிரம் பேரிலிருந்து வடிகட்டி வடிகட்டித் தேர்ந்தெடுத்த 100 பேர்தான் இவர்கள். இவர் அந்த நிறுவனத்திடம், “ஏன் இவ்வளவு செலவும் கஷ்டமும்? ஒரு மணி நேரத்துல சைனாவிலிருந்து இந்த ஆட்களை எடுக்க முடியுமே, இதே அளவு தகுதிகளோடு’ என்கிறார்.

“இல்ல, தேசபக்திதான். நானும் தமிழன்தானே, அதனால தமிழ்நாட்டுப் பையன்களை எடுப்போமேன்னு பார்த்தேன்’

“நீ தொழில் பண்றியா? தேசபக்தி பண்றியா?’ தொழில் செய்வதென்றால் சீனாவுலருந்து ஆளெடு. தேசபக்தின்னா இந்த மடையன்களை எடுத்து, கொஞ்ச கொஞ்சமா சொல்லிக் கொடுத்துத் தேற்றிக் கொண்டுவா.

இப்படித்தான் இன்றைய நிலைமை இருக்கு. திரும்பத் திரும்ப தகுதியற்ற, தோற்று போகக் கூடிய, மனதுடைந்து பின் வாங்கக் கூடிய ஒரு தலைமுறையை நம் கல்வி நிறுவனங்கள் வெளியில் தள்ளிக்கிட்டிருக்கு. இன்னும் பத்து வருடங்களில் இந்த நிலைமை இன்னும் மோசமாகும். இன்ஜினியரிங் படித்துவிட்டு வெற்றிலை பாக்குக் கடையில வேலை பார்க்கும் ஆட்களா, வீட்டுக்கு கேஸ் போடும் ஆட்களா வந்திட்டு இருக்கக்கூடிய காலம் வரப் போகிறது. இந்த சூழ்நிலைக்கெதிராக எப்படி எதிர்வினை ஆற்றுவது என்பதுதான் மிக முக்கியமான கேள்வி. கேட்கிற கேள்வியைக் கொஞ்சமாவது புரிந்துகொள்கிற குழந்தையை உருவாக்கலாம்.

இதையெல்லாம் உடனடியாக மாற்றிவிடலாம் என்றெல்லாம் நான் சொல்லவில்லை. ஆனால் ஓரளவுக்கு நாம் என்ன சொல்லிக் கொடுக்கிறோமோ அதில் 20 சதவீதமாவது குழந்தைகளைப் புரிந்து கொள்ள முடியும் என்பதுதான். ஒரு கருத்தைச் சொல்லும்போது திரும்பச் சொல்லு, திரும்பச் சொல்லு, கரெக்ட்டா எழுதுன்னு சொல்கிற இந்தக் கல்வி முறையைக் கொஞ்சமாவது விட்டுவிடுங்கள். 30 பிள்ளைகளில் மூன்று பிள்ளைகளுக்காவது புரிந்து கொள்ளும் திறமையிருக்கும் என்று நினைக்கிறேன். அந்த மூன்று பேருக்காவது பாடத் திட்டத்தில் இருக்கிற விஷயத்தைப் புரிந்து கொள்ள வைக்க முடிந்தால், ஒரு பெரிய விஷயத்தை நாம் செய்கிறோம்னு அர்த்தம். அப்படிப் புரிந்து கொள்ளக் கூடிய குழந்தைகளால்தான் எதிர் காலத்தில் சாதிக்க முடியுமென்று நினைக்கிறேன். அப்படிப் புரிந்து கொள்ள வைப்பதற்கான முக்கியமான தகுதி ஒன்று இருக்கிறது. அது முதலில் நமக்குத் தெரிந்திருக்க வேண்டும்.

ஆரம்பப் பள்ளி ஆசிரியர்களுக்காக ஒரு போட்டித் தேர்வு வைத்தார்கள். தகுதித் தேர்வு. அத்தேர்வின் பதில் தாள்களை அந்தத் துறை சார்ந்த ஒருவர் எனக்குக் காட்டினார். "படிச்சுப் பாருங்க சார், இவர்களெல்லாம் ஆரம்பப்பள்ளி, உயர்நிலைப்பள்ளி ஆசிரியர்கள். அவ்வளவு பிழைகள். உங்களைப் பற்றிய ஒரு கேள்வியிருக்கு. என்ன பதில் இருக்கு பாருங்க சார்'

நிஜமாகவே ஒரு மாதிரி கைகாலெல்லாம் நடுங்க ஆரம்பித்துவிட்டது. ஏறத்தாழ அறுபதாயிரம், எழுபதாயிரம் சம்பளம் பெறக் கூடியவர்களுக்கு ஒரு மூன்றாம் வகுப்பு, நான்காம் வகுப்பு மாணவர்களுக்குக் கற்றுக் கொடுக்கக் கூடிய அடிப்படை தகுதிகூடக் கிடையாது. இதுதான் தமிழ்நாட்டு ஆசிரியர்களின் கல்வித் தகுதி. முதலில் தங்களைத் தகுதிப் படுத்திக் கொள்ள வேண்டும். கொஞ்சமாவது தாங்கள் படிக்க வேண்டும் இல்லையா? என்றைக்கு +2, டிகிரி முடித்தார்களோ, அத்துடன் சரி. அதன்பிறகு ஒரு வரி கூட படிக்காத ஆசிரியர்கள்தான் தமிழ்நாட்டில் இருக்கிறார்கள். இந்த ஆசிரியர்கள் சொல்லிக் கொடுத்து எந்தக் குழந்தை மேலே வர முடியும்.

பல வருடங்களுக்கு முன்னால், தினமணி ஆசிரியராக

இருந்த சம்பந்தம் எனக்கு மிகவும் நெருக்கமானவர். தினமணியில் ஆறு உதவி ஆசிரியர்கள் தேவை. தமிழில் முனைவர் பட்டம், இதழியல் பட்டப் படிப்பு உள்ளவர்கள் விண்ணப்பிக்கலாம் என்று விளம்பரம் வருகிறது. அப்போது நான் தினமணி ஆபீசுக்குப் போனேன். ஆசிரியர் என்னைப் பார்த்து, "இங்கப் பாரு, என்ன லட்சணத்துல எழுதியிருங்காங்கன்னு பாரு. தண்ணீர் பிரச்னை பற்றி தினமணிக்கு ஒரு தலையங்கம் இதுதான் கேள்வி. எழுதின அத்தனை பேருமே, "நீரின்றி அமையாது உலகுன்னு வள்ளுவர் சொன்னார் என்றே ஆரம்பிச்சிருக்காங்க. தினமணியில் என்றைக்காவது இப்படி தலையங்கத்தை ஆரம்பித்திருக்கிறார்களா? தினமணி படிச்ச ஒருவனாவது இதில் இருக்கிறானா? தமிழ் எம்.ஏ, படிச்சாலே கட்டுரை எழுதறதுக்கு ஒரு format கிடைத்துவிடுகிறது. அதை மாத்தவே மாட்டாங்க. "நீரின்றி அமையாது உலகு' தண்ணீர் குடிக்க மிகவும் அவசியமானது என்று ஒரு கட்டுரை ஆரம்பிக்கிறது. இது யாருக்குத்தான் தெரியாது. இந்த அரிய கருத்தை நியூஸ் பேப்பர் வழியாகத்தான் தமிழ்நாட்டுக்குச் சொல்ல முடியுமா? தண்ணீர் குடித்தால்தான் தாகம் அடங்குமென்ற அரிய கருத்தை'

நீங்கள் செய்த பெரிய தவறு இந்தக் கல்வித் தகுதியை வைத்தது தான். இந்த ஒரே காரணத்தால் எழுதத் தெரிந்த புத்திசாலி ஆட்களை வெளியே தள்ளிட்டு முட்டாள்கள் மட்டும் உள்ளே வந்தால் போதும்னு சொல்லிட்டீங்க. அப்பறம் முட்டாள்தானே வருவான். இந்தக் கல்வித் தகுதியை எடுங்க. தமிழில் அசலாக எழுதத் தெரிஞ்ச யார் வேண்டுமானாலும் விண்ணப்பிக்கலாம் என்று வைங்க. நல்ல ஆட்களா வருவாங்கன்னு சொன்னேன். அப்படி விண்ணப்பித்து மறுபடி ஆறுபேரையும் தேர்ந்தெடுத்தார்கள். அவர்கள் அனைவரும் இதழ்களில் கொஞ்சம் கொஞ்சம் வேலை பார்த்தவர்கள். யாரும் இவர்களைப் போல் கிடையாது. இதுதான் உண்மை.

இன்றைக்குத் தமிழ்நாட்டிலிருக்கும் தொலைக்காட்சிகளில் விசுவல் கம்யூனிகேஷன்ஸ் பையன்களை வேலைக்கு எடுக்க மாட்டாங்க. ஏன்னா அவர்கள் யூஸ்லெஸ் என்று மீடியாக்களுக்குத் தெரியும். "கேமரா கொண்டுபோய் உன்னால சூட் பண்ணிட்டு வரமுடியுமா? அப்படீன்னா வேலைக்கு வா? என்றால் அவனால்

சூட் பண்ண முடியாது. ஏனெனில் கேமராவின் முன்பக்கம் எது? பின் பக்கம் எது என்று அவனுக்குத் தெரியாது. ஆனா விஷுவல் கம்யூனிகேஷன்ல 98% மார்க் வாங்கின சர்ட்டிபிக்கேட் மட்டும் கையில இருக்கும். இதுதான் தமிழ்நாட்டில் நடந்து கொண்டிருக்கும் கல்விமுறை. இந்த முறைக்கு வெளியே இருக்கக் கூடிய சிலருக்க ாவது உதவ முடியுமா? அவர்களுக்கு எதையாவது சொல்ல முடியுமா? அதுதான் இன்றைக்குத் தேவைப்படுது.

அடிப்படையில் பெரிய மூட சொர்க்கம் ஒன்று இருக்கிறது. நான் ரயிலில் ஏ/சி கோச்சில் வரும்போது டாக்டர்களைப் பார்த்தால் மிகவும் எச்சரிக்கையாயிடுவேன். இந்த டாக்டர்கள் போல ஜமுக்காளத்தில் வடிகட்டின அசடுகளைப் பார்க்கவே முடியாது. ஆனா பெரிய அறிவு ஜீவிகள் என்ற நினைப்பு. மொத்த தமிழகமுமே அவர்களைக் கொண்டாடிக்கிட்டு இருப்பதாக நினைப்பு. கோவில்பட்டி அருகே ஒரு டாக்டரின் வண்டி கவிழ்ந்து கிடக்கு. ஒரு நண்பர் தங்கள் வண்டியை நிறுத்துகிறார்கள். கவிழ்ந்திருக்கும் வண்டியின் முன் டாக்டர் symbol போட்டிருப்பதைப் பார்த்துவிட்டு சாகட்டும்னு கிளம்பிச் சென்று விட்டார்கள். ஏனென்று கேட்டேன். "'டாக்டர்தானே சார். எத்தனை உயிர்களுக்குப் பாவம் செய்திருப்பார். செத்துத் தொலையட்டும் சார்" இதுதான் டாக்டர்களின் மேலுள்ள பொது மனப்பான்மை.

ஏறத்தாழ ஆசிரியர்கள் மேலேயும் அந்த அளவுக்குத் தமிழ்நாட்டில் வெறுப்பு இருக்கு. ஆசிரியர் பணி இன்றைய தமிழகத்தில் மதிக்கப்படக் கூடிய பணியே கிடையாது. ஆசிரியர்கள் என்பவர்கள் பெரும்பாலும் எதுவும் தெரியாதவர்கள். எந்த வகையிலும் தங்களைத் தகுதிப்படுத்திக் கொள்ளாதவர்கள். வாத்தியாருக்கு என்ன தெரியும்? இதுதான் பொதுவாக மாணவர்கள் மத்தியில் ஆசிரியர் பற்றிய மனப்பான்மை. இருபது வருடம் முப்பது வருடம் தங்களுடைய ஆசிரியர்களை ஞாபகம் வைத்திருந்த மாணவர்கள் சமூகம் இது. வாழ்நாள் முழுக்க ஏதாவது ஒரு ஆசிரியரின் பெயரைச் சொன்ன மாணவர்கள் இருந்தார்கள். இன்றைய நிலை அப்படியில்லை. முப்பது வயதுக்குக் குறைவான ஏறத்தாழ 25 ஆயிரம் வாசகர்கள் எனக்கு இருக்கிறார்கள். அத்தனை பேருடனும் எனக்குத் தொடர்பிருக்கு. இவர்களுக்கு

யாருக்குமே நினைவில் நிறுத்தக் கூடிய, மதிக்கக் கூடிய ஆசிரியர்கள் யாருமே கிடையாது. எனக்கு வரக்கூடிய எல்லாக் கடிதங்களும், இணையதளத்துல இருக்கும் கடிதங்களும் இப்படியே இருக்கும். “நான் இந்தத் துறையில படிச்சிருக்கேன். இந்த வேலைக்கு வந்திருக்கேன். இன்றைக்கு வரைக்கும் நினைத்துப் பார்க்கக் கூடிய ஒரு ஆசிரியரையும்ச் சந்திக்கவில்லை. முதல் முறையா உங்க இணைய தளத்துல இந்தக் கட்டுரையைப் படித்தேன். இப்போதுதான் ஒரு ஆசிரியரை சந்திக்கிறேன்’ என்று எழுதியிருக்கும். ஆசிரியர் என்று மதிக்கக் கூடிய ஒரு தலைமுறையைத் தமிழ்நாட்டில் உருவாக்கி வெளியில் அனுப்பிக்கொண்டிருக்கிறோம். இந்த எதார்த்தத்தை சிந்திக்க ஆரம்பிக்க வேண்டும். ஓரளவாவது நம்மைத் தகுதி படுத்திக்க முயற்சி செய்ய வேண்டும். இது ஒரு சாதாரண வேலை இல்லை.

ஒரு E.B. குமாஸ்தா இருக்கான். பணம் கட்ட வர்றவன் அவனை நினைத்துப் பார்க்க மாட்டான். அந்த இடத்தில் கெட்ட வார்த்தை சொல்லிட்டுப் போய்க்கிட்டே இருப்பான். ஆனா ஒரு ஆசிரியன் தப்பு பண்ணினால் இருபத்தைந்து வருஷம் சொல்லிக்கிட்டே இருப்பான்.

இந்தத் தகுதி தனக்கு இருக்கா என்று ஒரு ஆசிரியர் நினைத்துப் பார்க்க வேண்டும். தொடர்ந்து தன்னைத் தகுதிப் படுத்திக் கொள்பவன் தான் நல்ல ஆசிரியனா இருக்க முடியும் என்று புரிந்து கொண்டால் போதும்.

படிக்காத ஒருவர் எந்த ஒரு தேசத்திலும் ஆசிரியரா இருந்தது கிடையாது. ஐந்து வருடங்களுக்கு ஒருமுறை ஆசிரியர்களுக்கான மறு ஆய்வு செய்யப்படாத ஆசிரியர்கள் உள்ள ஒரே தேசம் இந்தியாதான். சிங்கப்பூரில் ஏழு வருஷத்தில் வேலையை விட்டு எடுத்துவிடுவார்கள். மறுபடியும் தேர்வு எழுதி, தேர்ச்சி பெற்றால்தான் திரும்பவும் வேலைக்குப் போக முடியும். அமெரிக்காவில் ஐந்து வருஷங்களுக்கு ஒருமுறை ஆசிரியர்கள் என்ன படித்தார்கள் என்றும், பேராசிரியர்கள் மூன்று வருடத்துக்கொருமுறை என்ன தகுதிப்படுத்திக் கொண்டார்கள் என்றும் தேர்வு வைக்கப்படுகிறது. அந்தத் தேர்வை இங்கே வைத்தால் கல்வித் துறையையே இழுத்து

மூடிவிட வேண்டியதுதான். அடிப்படையில் ஓரளவாவது ஆசிரியர்கள் தங்களைத் தகுதிப்படுத்திக் கொள்ள வேண்டும். அதன் பிறகு மாணவர்கள் ஓரளவாவது அறிவியல் சிந்தனைகளைப் புரிந்துகொள்ளச்செய்ய வேண்டும். தகவல்களை ஞாபகப்படுத்திக் கொள்வது இன்றையக் கல்வியே கிடையாது. ஒரு செல்போன் இருந்தால் உலகத்தின் அத்தனைத் தகவல்களையும் நம் கையில் கொண்டுவர முடியும். அந்த கான்சப்ட் புரிந்து கொள்பவர்கள்தான் இன்றைக்கு வாழ முடியும். வெறும் தகவல்கள் மட்டுமே தெரிந்து வைத்திருப்பவன் வாழவே முடியாது. கான்சப்டா புரிந்து கொள்ளக் கூடிய ஒரு பயிற்சியைக் குழந்தைகளிடம் கொடுக்க முடியுமா என்று பார்ப்போம்.

கட்டுரை

தேர்வு

இன்று அஜிதனுக்குப் பத்தாம் வகுப்புத் தேர்வு முடிவுகள். நாலைந்து நாட்களாகவே அருண்மொழி பதற்றமாக இருந்தாள். பதற்றத்தை எனக்கும் தொற்றவைக்க முயன்றாள். நான் பதற்றப்படக்கூடாது என்ற எண்ணத்துடன் இருந்தாலும் மெல்ல மெல்ல மாறிக் கொண்டிருப்பதாகவும் எனக்கு ஓர் எண்ணம்.

காலையில் அருண்மொழி எழுந்துவந்ததும் நான் என் வழக்கமான உபதேசத்தை ஆரம்பத்தேன். இதோ பார் அருணா, அவன் என்ன மார்க் வாங்கிறானோ அதான் அவன். அவன் எப்டி இருந்தாலும் அவன் நம்ம புள்ளை. அந்த மார்க் இந்த மார்க்னு அனாவசியமா நீ எதிர்பார்ப்புகளை வளத்துக்காதே.. அதை அவன் மேலே சுமத்தி அவன் மனசில கவலைய வளர விடக்கூடாது. தயவு செஞ்சு நான் சொல்றதைக் கேள். மார்க்கைப்பத்தி நீ அலட்டிக்கிடாதே. அவன் வாங்குற மார்க்கை அவனே வந்து சொல்லட்டும். நல்ல மார்க்கா இருந்தா சந்தோஷப்படுவோம்... இல்லேண்ணா விட்டிருவோம்.

“இல்ல ஜெயன், ஒரு நாறூறாவது இல்லாட்டி அவன் ஃபஸ்ட் குரூப் எடுக்கமுடியாது... சரி, உனக்கு எல்லாரையும் தெரியும்... ஆனா முந்நூத்தி எழுபத்தஞ்சாவது எடுக்கணும்ல?” நான் எரிச்சலுடன் “ஏன் ஃபஸ்ட் குரூப் எடுக்கணும்னு ஏதாவது வேண்டுதலா? மத்த குரூப்லயும் புள்ளைங்க படிக்குதுல்ல? பேசாம இரு. பாஸ் ஆனாபோரும். அதுகூட எதிர்பார்ப்பா இல்ல.” அவள் சோகமாக “நான் அதுக்காச் சொல்லல்லை” என்றாள்.

"நீ எதுக்காகவும் சொல்லவேண்டாம்." "நல்லாத்தான் எழுதியிருக்கான்னு சொன்னான்." "அது அவன் சொல்றது. அவன் கையெழுத்தைப்பத்தி உனக்குத்தான் தெரியுமே"

எல்லாச் சிக்கல்களும் ஆரம்பித்தது அங்கிருந்துதான். அதற்கு முக்கியமான காரணமும் நானே. முதிரா இலட்சியவாதங்கள். அப்போது தருமபுரியில் வேலைபார்த்தோம். எல்.கே.ஜியில் பையனைச் சேர்க்க முனைந்தபோது "நல்ல ஸ்கூல் அது இதுண்ணு சொல்றதெல்லாம் சும்மா டுபாக்கூர்" ஏதாவது ஒரு ஸ்கூலிலே போய் எழுத்து கத்துக்கிடணும். அவ்வளவுதான். இது இப்ப என்ன? எந்த ஸ்கூல் வீட்டு பக்கத்துல இருக்கோ அதுல சேக்கணும். அதான் நல்லது.சும்மா குழந்தைகளை அங்க இங்கன்னு வேன்லயும் ஆட்டோலயும் போட்டு அலைக்கழிக்கக் கூடாது என்றேன்.

அதை அவளும் ஏற்றுக் கொள்ளவே அவனை அருகே செந்தில்நகரில் ஒரு பள்ளியில் சேர்த்தோம். அங்கே கூலிவேலைக்கு ஆளெடுப்பதுபோல வீட்டில் சும்மா இருக்கும் பெண்களை வைத்து வகுப்பு எடுத்தார்கள். "இப்பவே படிப்பு அது இதுண்ணெல்லாம் ஓவர் எக்ஸைட் ஆகவேண்டாம்" பிள்ளை அவன் பாட்டுக்கு வளரட்டும். கொஞ்சம் தெளிஞ்சதுக்குப் பிறகு அவனே படிப்பான் என்றேன். சதா குழந்தைகள் படிப்பைப் பற்றியே பேசும் சக ஊழியர்கள் மேல் இருந்த கசப்பும் எகத்தாளமும் அப்படிச் சொல்லவைத்தன. அவனுடன் இரவு பகலாக விளையாடுவதில் காட்டிய உற்சாகத்தை அவன் என்ன படிக்கிறான் என்பதில் செலுத்தவில்லை.

யு.கெ.ஜி. முடித்து ஒன்றாம் வகுப்பு குமரி மாவட்டத்தில் பத்மநாபபுரம் பள்ளியில். அங்கேசென்றபோது அவர்கள் சொன்னார்கள், பையன் சராசரிக்கும் மிகக் கீழே, அவனுக்கு எழுதவே வரவில்லை என. சோதித்துப் பார்த்தால் அது உண்மை. அவனுக்கு ஒன்றுமே தெரியாது. மெல்லமெல்ல அவனைப் பயிற்றுவிக்க முயன்றபோதுதான் மெல்லமெல்ல அதன் உள் விஷயங்கள் எனக்குத் தெரிந்தன. அஜிதனுக்கு சிறுவயதிலேயே இடது கைப்பழக்கம். அதை பொதுவாகக் கவனித்திருந்தோம் என்றாலும் பெரிதாக எடுத்துக் கொள்ளவில்லை. அடிதடி, நுட்பமான வேலை என்றால் மட்டும்தான் இடது கை. அவன் பள்ளியில் அவனை முரட்டுத்தனமாக வலது கைக்குப் பழக்கியிருக்கிறார்கள். அவன்

அதற்கு ஒத்துவராதபோது அவனை தொடர்ந்து அடித்திருக்கிறார்கள். அந்தப் பள்ளி பாதிரிமார்கள் நடத்துவது. "டிசிப்ளின் இருந்தா எல்லாம் வந்திரும்சார்.." என்பார் அந்த பாதிரியார். கூட எப்போதும் கையில் கம்புடன் ஒரு கன்யா ஸ்தீரீ.

சின்ன வயதில் மழலையர் பள்ளிக்குப் போகமாட்டேன் என்று அவன் தொடர்ந்து அடம்பிடிப்பான். அது சிறுவயதில் என் வழக்கமும் கூட. நான் ஐந்தாம் வகுப்புவரை அடம் பிடித்தவன். "நீ இப்டி ராப்பகலா அவன்கிட்டே கொஞ்சி குலவினா அவன் எப்டி ஸ்கூலுக்குப் போவான்..?" என்று அருண்மொழி சொல்வாள். அதற்காக அவனைக் கொஞ்சாமல் விடமுடியுமா? நான் அவனிடமிருந்து புதிதாகக் கற்றுக் கொண்டே இருந்த நாட்கள் அவை. "இப்டி பையன் கிட்டே பேசிட்டே இருக்கக் கூடாது சார். அப்றம் அவங்க செல்லம் கொஞ்ச ஆரம்பிச்சிருவாங்க" என்றார் பக்கத்து வீட்டுக்காரர். 'கொஞ்சிட்டுப்போறான் சார்!' .அதை அப்போது அப்படித்தான் எடுத்துக் கொண்டிருந்தேன். ஆனால் அவன் மனதில் பள்ளிக் கல்வி பற்றி மிக ஆழமான ஒரு கசப்பை, எதிர்ப்புணர்வை அந்த மழலையர் பள்ளி உருவாக்கியிருந்தது.

நான் அவனை மீண்டும் இடது கைக்கு மாற்ற முயன்றேன். அது இன்னும் சிக்கலை உருவாக்குகிறது என்று தோன்றவே விட்டுவிட்டேன். வலது கைக்குப் பழகிவிட்டிருந்தான். ஆனால் எழுத்துக்கள் மிக மிகச் சிக்கலாக இருக்கும். ஆச்சரியமாக, சிலசமயம் அப்படியே கண்ணாடிப்பிம்பம் போலவே முழு வார்த்தையையும் எழுதிவிடுவான். அவனை பயிற்றுவிக்க முயலும்தோறும் அவனுக்குப் பீதியும் விரக்தியும் ஏற்பட்டது. முதல் பத்து நிமிடங்களுக்குப் பின் அப்படியே மூளை ஸ்தம்பித்து விடும். அதன் பன்னர் ஒரு சொல் கூட கற்பிக்க முடியாது.

சுந்தர ராமசாமியிடம் இதைப்பற்றிச் சொன்னேன். "நீங்க டீச் பண்ணாதீங்கோ. பிள்ளைகளை டீச் பண்றதுக்கு சுத்தமா தகுதியில்லாத ஆள் அவங்க அப்பாதான். இப்ப உள்ள தேவை ஏபீசீடீ சொல்லிக் குடுக்கிறது. நீங்க அவன் எதிர்காலத்தைப் பத்தி கவலைப்பட்டு அவன்மேல ஏறி உக்கார டிரை பண்ணுவீங்க. டியூஷன் வைங்க அப்டியே விட்டிருங்க செடிகள்லாம் பாறையையே மீறி வளந்திருது. குழந்தைகளுக்கு எல்லாத்தையும் தாண்டி வளரக்கூடிய உயிர்ச்சக்தி இருக்கு" என்றார்.

அப்போது ஆரம்பத்த டியூஷன். ஆனால் டியூஷன் ஆசிரியர்கள் என்னைத் தெருவில் பார்த்தால் புலம்புவார்கள். "இ-ங்கிற எழுத்தை மட்டும் ஒரு ரெண்டாம் கிளாஸ் பையனுக்கு ஒரு வாரமாச் சொல்லித்தாறேன் சார். என்ன சார் சொல்றது?" அவன் எப்படியோ ஒன்றைக் கற்றுக் கொண்டான். மூளை வளர்ச்சி இல்லாத குழந்தைகளின் சில பாவனைகள். இதை எங்கோ அவன் கவனித்திருக்க வேண்டும். ஆசிரியைகள் எது சொன்னாலும் வாயை ஒருமாதிரி காட்டுவான். மண்டையை உருட்டுவான். அவர்கள் மெல்லமெல்ல அவனை அடிப்பதை நிறுத்தவே அதைத் தொடர ஆரம்பத்தான். ஆனால் இது வெளியேதான். வீட்டில் அவன் அசாதாரணமான சுட்டி. அவனுடைய நகைச்சுவை உணர்வையும் சாகசத்தன்மையையும் நான் ஒவ்வொரு கணமும் வியந்துகொண்டிருந்தேன்.

இரண்டாம் வகுப்பு ஆசிரியை என்னிடம் சொன்னாள் "சார் பையனுக்கு எதாவது டிரீட்மெண்ட் எடுங்க சார். பொறவு சொல்லலேண்ணு சொல்லப்படாது" அடிவயிற்றைக் கவ்விய அச்சத்துடன் "என்ன மேடம்?" என்றேன். "அவனுக்கு பரெய்ன் குரோத்ல என்னமோ பிரச்சினை இருக்கு சார்". நான் கடும் சினத்துடன் "சும்மா எதாவது சொல்லி அவன் வாழ்க்கைய கெடுத்திராதீங்கஅவனுக்கு ஒண்ணுமில்லை. கைமாறி எழுத வச்சதினால கொஞ்சம் எழுத்து மோசமா இருக்கும்.. அதுக்காக?" என்றேன். எனக்கு கண்ணீரே வந்துவிட்டது. "நாங்க சொல்லியாச்சு.. இனி எங்கமேலே பழி சொல்லக்கூடாது." "ஏய், இனி இந்தபேச்சை எவளாவது எடுத்தீங்கண்ணா வெட்டிப் போட்டிருவேன்." என்று தெருவில் நின்று கூவினேன். பையனை அணைத்தபடி கிட்டத்தட்ட ஓடினேன்.

அருண்மொழியிடம் சொன்ன போது அவள் கதறி விட்டாள். ஒன்றும் தெரியாமல் அஜிதனும் அழுதான். அவனையே பார்த்தேன். உண்மையிலேயே மூளைத்திறனில் ஏதாவது சிக்கலா? வீடு முழுக்க புத்தகங்கள். இரவுபகலாக புத்தகம் பார்க்கும் புத்தகப் பிரியன் அவன். அந்தவயதிலேயே நான் அவனுக்குப் பலநூறு கதைகளைச் சொல்லியிருந்தேன், கணிசமான கதைகளை அவனே மீண்டும் சொல்வான். மொத்த ராமாயண, மகாபாரதத்தையே அவனுக்கு நான்கு நான்கு மணிநேரம் வீதம் சொல்லி,

கேசட்டில் பதிவு செய்து வைத்திருந்தேன். அதில் "தசரதனுக்கு நாலு மனைவி... மனைவீண்ணா..." என நான் இழுக்க "எங்க அம்மா உனக்கு மனைவிதானே..மேலே சொல்லு" என அவன் மழலையில் சொல்லும் இடம் என் நண்பர்களால் மிக விரும்பபட்டிருந்தது மந்தபுத்தி என்று சொல்லும்படி என்ன இருக்கிறது? ஒருவேளை வளர வளரத்தான் தெரியுமோ? ஒன்றும் புரியவில்லை.

சிலநாட்கள் கழித்துதான் அவன் பள்ளியில் அப்படி நடிப்பதைக் கண்டுபிடித்தேன். ஆனால் அது அவனுக்கே தெரியாது. அவனுக்கு எல்லா மிஸ்சும் 'கெட்டமிஸ்' 'தடிச்சி மிஸ்' தான். ஆசிரியர்கள் அவனை மனமார வெறுத்தார்கள். அவனது கல்வி வாழ்க்கையில் அவனை விரும்பிய ஒரு ஆசிரியரை ஒன்பதாம் வகுப்பு வரை அவன் காண நேர்ந்ததில்லை. எல்லாப் பாடங்களிலும் அவனுக்கு சிவப்பு மைதான். எப்போதோ ஒருமுறை எழுபது மதிப்பெண் கணிதத்துக்கு வாங்கியது தவிர்த்தால், அவன் எப்போதுமே தேர்வுகளில் வென்றதில்லை. அவனது வகுப்புப் பாட நூல்கள் எழுதப்படாமலிருக்கும். அவற்றை ஆசிரியர்கள் அவனை அடித்து வதைத்துப் பார்த்தபின் வேறு பையன்களை வைத்து எழுத வைப்பார்கள். அந்த எழுத்துக்களை இவனது எழுத்துக்களுடன் ஒப்பிட்டுப் பார்த்து அருண்மொழி கண்ணீர் விட்டு அழுவாள்.

ஆனால் மூன்றாம் வகுப்பு முதல் அவன் பெரும் வாசகன். ஒரே இரவில் சிவகாமியின் சபதத்தை வாசிக்கும்போது அவன் ஐந்தாம் வகுப்பில் படித்துக் கொண்டிருந்தான். அப்போது தமிழில் அவனுக்கு நூற்றுக்கு பூஜ்யம் மதிப்பெண் அளித்தாள் ஆசிரியை. சோவியத் ருஷ்ய வெளியீடுகளான அறிவியல்நூல்களை இரவு பகலாகப் படிப்பவனுக்கு அறிவியலில் ஒரே பாடத்தில் ஒரே வினாவைக்கூட எழுதத் தெரியவில்லை. முனைவர் ஏ.கே.பெருமாளின் அத்தனை வரலாற்று நூல்களையும் ஆறாம் வகுப்புக்குள் அவன் வாசித்திருந்தான், வரலாற்றில் ஒருபோதும் இரட்டை இலக்க மதிப்பெண் வென்றதில்லை.

வீட்டுக்கு வந்திருந்த நண்பர் பாவண்ணனிடம் புலம்பிய போது அவர் சொன்னார், "தம்பிக்கு அறிவில்லைன்னா அறிவான பிள்ளைகளே உலகத்திலே இல்லைண்ணு அர்த்தம்..அவனுக்குச் சொல்லிக்குடுக்க டீச்சர்களால முடியலை. கவலைப் படாதீங்க.. அவனே படிப்பான்." முதல் பிரச்சினை எழுத்துதான். ஃபூக்கோ

சொல்லியிருக்கிறார் என்று நினைவு, நம் பண்பாட்டில் முதலில் குழந்தையின் விரல்களுக்கு ஆக்ரோபேடிக்ஸ் சொல்லிக் கொடுக்கிறோம் என. அதைக் கற்காமல் உலகமே அவனுக்கு இல்லை. எழுத முடியாமையில் இருந்து உருவான கசப்பு காரணமாகப் பள்ளிமேலேயே கடும் துவேஷம்.

அதன்பின் நாகர்கோயிலில் புகழ்பெற்ற கிறித்துவப் பள்ளியில் அவனைச் சேர்த்தோம். அவன் வாழ்க்கையை நரகமாக்கியது அந்தப் பள்ளி. கூடவே என் வாழ்க்கையையும். அனேகமாக தினமும் எனக்கான கட்டளைகள். அதன்படிப் பள்ளிக்குச் சென்றால் கொலைக்குற்றவாளியை நடத்துவது போல நடத்துவார்கள். மணிக்கணக்காக யார் யாருக்காகவோ காத்திருக்க வேண்டும். முதலில் ஃபாதர். அவரிடம் அனுமதி பெற்றபின் ஸிஸ்டர். அவர் சொன்னபின் வகுப்பு ஆசிரியை. அதன் பின் பாட ஆசிரியை. ஒவ்வொருவரும் எனக்கு உபதேசங்கள் அளிப்பார்கள். வசைபாடுவார்கள். மிரட்டுவார்கள். என் இது நாள் வரையிலான வாழ்க்கையில் நான் மிக அதிகமாக எங்காவது அவமானமும் சிறுமையும் பட்டிருக்கிறேன் என்றால் அந்தப் பள்ளியில்தான்.

அஜிதனை அவன் ஒரு உதவாக்கரை என்றும், முட்டாள் என்றும் முழுமையாக நம்பச் செய்தது அந்தப் பள்ளி. அந்தப் பள்ளி அளித்த அழுத்தம் காரணமாக, நானும் அக்காலத்தில் அவனிடம் சற்றே கடுமையாக நடந்துகொண்டேன். நாலைந்துமுறை அவனை அடித்திருக்கிறேன். 'முன்னேற்ற' சீட்டைத் தூக்கி வீசியிருக்கிறேன். புத்தகங்களைக் கிழித்து எறிந்திருக்கிறேன். அதன் பின் அவனை அணைத்து கண்ணீருடன் சமாதானம் செய்வேன். இரவில் தூங்கும் அவனைப் பார்த்தபடி நிற்பேன். என் தந்தைக்கு நான் கடுமையான மன உளைச்சல்களை அளித்திருக்கிறேன். ஆன்மீகத்தேடல் அது இது என்று வீட்டை விட்டு ஓடியிருக்கிறேன். என்னைப் புரிந்தபோது அவர் மனம் உடைந்து பலநாட்கள் ஆஸ்பத்திரியில் கிடந்திருக்கிறார். அந்தப் பாவம்தான் என்னைத் தொடர்ந்து வந்து கொண்டிருக்கிறதா என மனம் ஏங்கும்.

அவன் ஆறாம் வகுப்பு படிக்கும்போதுஒருநாள் என் கழுத்துவலிக்காக காயத்திருமேனி எண்ணையைப் போட்டு நீவி விட அவனிடம் சொன்னேன். நான் குப்புறக் கிடக்க அவன் என் மீது அமர்ந்திருந்தான். அருண்மொழி அவ்வழியாகச்சென்றாள்.

என்னிடம் "ஏன், சொல்லியிருந்தா நான் போட்டுவிடமாட்டேனா?" என்றாள். "இதில போட்டிருக்கு. உலகத்திலேயே நமக்கு யாரை ரொம்பப் பிடிக்குமோ அவங்கதான் போட்டு விடணும்ணு" என்றேன்.

சட்டென்று முதுகில் கண்ணீர் சூடாக விழுவதை அறிந்தேன். எழுந்து பார்த்தால் அழுது கொண்டிருந்தான். 'என்னடா? என்னடா?' என்றேன். பதில் சொல்லாமல் குறுகி அமர்ந்து அழுதான். 'என்னடா?' என்று கேட்டபோது உனக்கு நெஜமாவே என்னைய ரொம்ப பிடிக்குமா? என்றான் என்னடா இது முட்டாத்தனமா கேட்டுட்டு. அப்பாக்கு உலகத்திலேயே உன்னைத்தான் ரொம்பப் பிடிக்கும்... இதுகூட தெரியாதா உனக்கு? என்றேன். அப்படியே சீறல்போன்று ஒலி எழுப்ப அழுதான். நான் நெனைச்சேன், உனக்கு என்னைப் பிடிக்கல்லேண்ணு. நீ பெரிய ஆளு. புக்கெல்லாம் எளுதறே காலேஜ் சாரெல்லாம் உன்னைத் தேடி வராங்க.. நான் மக்குதானே.. எனக்கு ஒண்ணுமே தெரியல்ல. அதான் நீயும் அம்மாவும் என்னை அடிக்கிறீங்க. நான் இனிமே ஸ்கூலுக்கு போகல்லை.. என்னைய ஓட்டலிலே சேத்துவிடு.. நான் கஷ்டப்பட்டு வேலை செஞ்சு ரூபா கொண்டுவந்து அம்மாட்ட குடுப்பேன்.

அந்த நிமிடத்தில் என் நெஞ்சு பொங்கியதை இப்போதும் கை நடுங்காமல் எண்ண இயலவில்லை. எப்போதோ அந்த ஓட்டல் பேச்சு அருண்மொழி வாயில் வந்திருக்கிறது- படிக்காவிட்டால் ஓட்டல் வேலைக்குத்தான் போக வேண்டும் என்று. அப்படியே அவனை அணைத்துக் கொண்டேன்.

"நீ மக்குண்ணு யாருடா சொன்னா?" "எங்க மிஸ் எல்லாருமே சொல்றாங்க. அம்மாவும் சொன்னாங்க.. நீ கூட சொன்னே.." நான் அவனை அணைத்து "நீ மக்குன்னா உலகத்திலே யாருமே புத்திசாலி இல்லை. அப்பா உன் மேல உள்ள ஆசையிலதானே அப்டி சொன்னேன்" என்றேன்.

அன்று அவனிடம் வெளியே கூட்டிப்போய் பேசினேன். நான் ஒரு மாணவனாக எத்தனைக் கொடுமைப் படுத்தப்பட்டேன் என்று சொன்னேன். என்னைப் பெரும்பாலான ஆசிரியர்கள் வெறுத்தார்கள். அடித்தார்கள். எனக்குக் கணக்கு கொஞ்சம்கூட வரவில்லை. என் அப்பா என் விருப்பத்தை மீறி என்னை வணிகவியல் பாடத்தில்

சேர்த்தார். நான் அதில் ஒரு முறைகூடத் தேர்ச்சி பெறவில்லை, படிப்பை முடிக்கவும் இல்லை.

"எங்க அப்பாட்ட பணம் இல்லை. அதனால பயப்பட்டார். நான் அப்டி இல்லை. பணம் வேணும்ணா அதை நான் சம்பாதிப்பேன். அதனால் நீ இனிமே உனக்கு பிடிச்சதை மட்டும் படி... உனக்கு வேண்டிய பணத்தை நானே சம்பாதிக்கிறேன்" என்றேன். "இனி மூணுமாசம். இந்த பள்ளிகூடத்திலே இருந்து உன்னைக் கூட்டிட்டுப்போய் கவர்மெண்ட் ஸ்கூலிலே சேக்கிறேன்.. அங்க உங்கிட்ட யாருமே படிக்கச் சொல்ல மாட்டாங்க. நான் இனி ஒருமுறைகூட உங்கிட்ட படிக்கச் சொல்லமாட்டேன்.. மார்க் என்னன்னே கேட்க மாட்டேன்.. இனிமே உன்னை யாருமே படிப்பு விஷயமா திட்ட மாட்டாங்க... போருமா?"

மறுவருடம் அரசினர் பள்ளியில் சேர்த்தபோது நண்பர்கள் எதிர்த்தார்கள். நீலகண்டன் அரவிந்தன் "நீங்கள் உணர்ச்சி வசப்படுறீங்க. இதெல்லாம் அப்டி முடிவுசெய்ற விஷயம் இல்லை" என்றார். வசந்தகுமார் மட்டும்தான் "சேர்த்து விடுங்க ஜெயன் படிப்பு வரலேண்ணா என்ன, போராடி ஜெயிக்கிற புத்தி வரட்டும்" என்றார்.

ஏழாம் வகுப்பு முதல் அரசாங்கப் பள்ளி. அப்பள்ளி அவனுக்குக் காட்டிய உலகமே வேறு. வீட்டில் சாப்பாடு இல்லாமல் பையன்கள் மதியம் சாப்பிடாமல் பசித்திருப்பார்கள் என்ற தகவல் அவன் உலகையே பல நாட்கள் பல மாதங்கள் கொந்தளிக்கச் செய்திருக்கிறது. தனிமையில் அதை எண்ணி அவன் கண்ணீர் விட்டிருக்கிறான். அவனது சக மாணவர்கள் சனி ஞாயிறில் கூலிவேலைக்குச் சென்று வருவார்கள் என்பதை ஏற்றுக் கொள்ளவே அவனுக்குக் கஷ்டமாக இருந்தது. பெரும்பாலான நாட்களில் அவன் கொண்டுபோகும் சாப்பாட்டைப் பையன்கள் சாப்பிட அவன் சத்துணவாக அளிக்கப்படும் உணவை உண்பான். மீன், இறைச்சி கொண்டுபோகும் நாட்களில் பெரிய டிபன் கேரியர் நிறைய கொண்டுசென்றாக வேண்டும். எங்கே முத்தாரம்மன் கோயிலில் கஞ்சி ஊற்றினாலும் பையன்களுடன் சேர்ந்து போய்ச் சாப்பிட்டு விடுவான். அவனைப்போன்ற பையன்கள் வளரும் பருவத்து வயிற்றின் தீவிரத்தால் அலைவதை அவனே அவர்களுடன் வாழ்ந்து கற்றான்.நானே ஒருமுறை அவனை ஒரு அன்னதான வரிசையில்

அமர்ந்திருப்பதைக் கண்டேன்.

புதிய பள்ளி அவனுக்கு நண்பர்களை அளித்தது. நண்பர்கள் அவனுக்குத் தன்னம்பிக்கையையும் உற்சாகத்தையும் அளித்தார்கள். பள்ளிக்கு மகிழ்ச்சியாகச்செல்லும் அஜிதனை முதல்முறையாகக் காண ஆரம்பித்தோம். அவன் படித்த கிறித்தவப் பள்ளியில் பள்ளிக்குள் நுழைந்த மறு கணமே வரிசை உருவாகிவிடும். எப்போதும் ஆசிரியர்களின் கண்காணிப்பு இருக்கும். விளையாட்டுகூட விளையாட்டு ஆசிரியரால் அளிக்கப்படும் ஒரு பயிற்சி மட்டுமே. ஒருவரோடு ஒருவர் பேசுவதும் சிரிப்பதும் கடுமையான குற்றம் அங்கே. அத்தனை வருடங்கள் அத்தகைய பள்ளிகளில் படித்தும்கூட அவன் நட்பு என்றால் என்ன என்று அறிந்தது இல்லை. அதைவிட மோசமான விஷயம், நட்பு என்றால் தவறு என்றே கற்பக்கப்பட்ட குழந்தைகள் அங்கே படித்தார்கள். அந்தஸ்து,சாதி,மதம்நோக்கிக்கணக்கிட்டேநட்புகொள்ளவேண்டும் என்று அங்குள்ள குழந்தைகளுக்குச் சொல்லப்பட்டிருந்தது.

இதை ஒரு கொள்கையாகச் சொல்லவில்லை. இப்போ தெல்லாம் எனக்கு கொள்கை என்றாலே பயமாக இருக்கிறது. பள்ளிக்கல்வியை இப்போது நேர் பாதிக்கு மேல் நாம் பாதிரிமார்கள் அல்லது துறவியர் கையில் ஒப்படைத்திருக்கிறோம். அவர்கள் அதற்கான தகுதி கொண்டவர்கள்தானா என்றே எனக்கு ஐயமாக இருக்கிறது. பொதுவாகவே அவர்கள் உலக நிராகரிப்பை இயல்பாகக் கொண்டவர்கள். உற்சாகம், உயிர்துடிப்பு அனைத்தையும் அவர்கள் மீறல்களாகவே காண்கிறார்கள். கொஞ்சம்கூட படைப்பூக்கம் அவர்களிடம் இருப்பதில்லை. அவர்களின் உலகம் ‘கூடாதவற்றின்’ தொகை. அவர்களின் ஞானம் என்பது விலக்குகளின் பட்டியலே. அவர்களிடம் புத்துலகம் நோக்கி உற்சாகமாக மலர்ந்தெழ வேண்டிய குழந்தைகளை நாம் ஒப்படைக்கலாமா? அவர்களின் பள்ளியில் பயின்ற மாணவர் ஒரு ‘பயிற்றுவிக்கப்பட்ட’ மூளையாக ஆகலாம். லௌகீகமாக வெல்லலாம். ஆனால் அவன் இழப்பவை அவன் அடைவனவற்றை விட பல மடங்கு அதிகம் அல்லவா?

இப்போது அந்தப் பள்ளியில் ஆசிரியை வகுப்பில் இல்லாதபோது மாணவர்களைக் கண்காணிக்க ‘குளோஸ்டு சர்க்யூட்’ காமிராக்களை பொருத்தியிருப்பதாகவும், அதைச் சொல்லியே பெற்றோர்களைக் கவர்வதாகவும் சொன்னார்கள்.

நம்பவே முடியவில்லை. கண்காணிப்பின் அடக்குமுறையைப் பற்றி எழுதிய ஃபூக்கோ இங்கேவந்து கற்றுக் கொள்ள வேண்டும்.

இந்த அரசுப்பள்ளியில் எல்லாமே கட்டற்றுதான். சட்டை கிழியாமல் அஜிதன் பள்ளி விட்டு வரும் நாட்கள் குறைவு. சண்டைகள் சச்சரவுகள். அதைவிட தீவிரமான நட்புகள். பரீட்சைக்கு முந்தையநாள் இரவில் கூப்பிட்டு பொங்கும் பேரார்வத்துடன் ஸிலபஸ் என்ன என்று கேட்கும் சக மாணவன் அஜய்குமார் தான் அஜிதனின் உயிர்நண்பன். ஒருவனின் பையில் இருந்து பணத்தைப் பிடுங்கி இன்னொருவன் சாப்பிடலாம். 'எங்க வீட்லே அம்மை தேங்காத்தொவையலையே போட்டு கழுத்தறுக்கிறாடா. பணமில்ல பாத்துக்கோ... உங்கம்மைட்ட நல்ல கோளியா குடுத்தனுப்பச் சொல்லு' என்று எந்தவிதமான கூச்சமும் இல்லாமல் சொல்லியனுப்பலாம். இந்த உலகமே வேறு. அஜிதனுக்கு அழுக்கில்லா சீருடை அணிந்து போகும் 'கான்வெண்ட்' பையன்கள் மேல் உள்ள இளக்காரமும் நக்கலும் சாதாரணமல்ல. "என்னடா பண்ணுவீங்க?" "கொடுமைல்லாம் ஒண்ணும் பண்றதில்ல அப்பா டேய், இங்கவாடான்னு கூப்பிட்டு மண்டையிலே ஒரு தட்டுத் தட்டி அனுப்பிருவோம். முறைச்சான்னா மட்டும்தான் அடி"

ஆனால் நான் அவனைக் கைவிட்டுவிட்டதாக நண்பர்கள் சொன்னது தவறு என நானறிவேன். அவனுடன் எப்போதும் பேசிக் கோண்டே இருந்தேன். அவன் பேசுவதைக் கேட்டுக் கோண்டே இருந்தேன். அது ஒரு கடமையாக அல்ல. உண்மையிலேயே பையன்களின் உலகம்போல உற்சாகமான ஓர் உலகம் வேறு இல்லை.நகைச்சுவை உணர்வு கொண்ட அஜிதனைப்போன்ற ஒரு பையனின் உலகம் குமிழியும் கொப்பளிப்புமான ஒன்று ஒரு டீம் பையன்க அவனுகளுக்குள்ள பேசறது வேற லேங்வேஜ் அப்பா.. அதில ஒருத்தனை தனியா கூப்பிட்டேன். சின்னப்பையன். 'டேய் என்ன பாசைடா பேசறீங்க?'ன்னு கேட்டேன். அதுக்கு அவன் 'தெலுங்குடப்பிங் அண்ணா'ன்னு சொல்றான்.

மேலும் அவனிடம் நான் எதைவேண்டுமானாலும் பேசலாம். அத்வைதத்துக்கும் விசிஷ்டாத்வைதத்துக்கும் உள்ள வேறுபாடு. தல்ஸ்தோய் ரயில் நிலையத்தில் இறந்ததில் உள்ள குறியீட்டு அர்த்தம். வீட்டுக்குத் தொடர்ந்து வந்துகொண்டே இருக்கும்

பேராசிரியர்கள், விமரிசகர்கள், ஆய்வாளர்கள் அனைவருக்கும் அவனைத் தெரியும். அவர்கள் பேசுவது அவனுக்குப் புரியும் என்று அவர்கள் அறிவார்கள். அவன் கேட்டு அறிந்து வளர்வது ஓர் அறிவார்ந்த உலகம். அவனது மோகமே அதில்தான். ''தோளுக்குமேலே வளர்ந்தா தோழன்னு சொல்றாங்களே அப்பா'' ''ஆமாடா. அது ரைட்டுதான்..'' ''அப்றம் சொல்லு மச்சி.'' என்பது அவன் பாணி. ''என்னடா சினிமாக்கு போனியா?'' என்று ஒருநாள் விளையாட்டாக கேட்டேன் ''இந்த பார். நான் போனா உன்னால இந்த ஜென்மத்திலே கண்டுபிடிக்க முடியாது. நீயே ஒரு தத்தக்காபித்தக்கா எங்க போனாலும் நான் கூட்டிட்டுபோகணும் உன்னை. சினிமாவுக்குப் போகல்லை. தெரியாம போக மாட்டேன் போருமா?''

ஒரு கட்டத்தில் அஜிதனுக்குப் புனைகதைகளில் ஆர்வம் போய் இயற்கையியலில் ஆர்வம் பறந்தது. அதற்கு முதற்காரணம் சு.தியடோர் பாஸ்கரன் இரண்டாம் காரணம் அ.முத்துலிங்கம் அது தீயாகப் பற்றிக் கொள்ள அதிலேயே நாட்கள். பறவைகளை பார்ப்பது 'லைஃப் லிஸ்ட்' தயாரிப்பது [117] அதைப்பற்றிய நூல்களை சேகரிப்பது என ஒரு உக்கிரமான பொழுதுபோக்கு பற்றிக் கொண்டது. 'நேஷனல் ஜ்யாக்ரஃபக்' சேனலில் ஒரு நிகழ்ச்சிக்குப் பிறகு பெயர்கள் ஓடிக் கொண்டிருந்தன. ''எவ்ளவு பேரு..'' என்றேன். ''அந்த லிஸ்டுல ஒரு நாள் ஜெ.அஜிதன் பேரும் இருக்கும்'' என்றான். பிறகு சிறிய சிரிப்புடன் ''அந்த ஏரியால உள்ளவங்க யாருக்கும் ஜெயமோகன்னா யாருண்ணே தெரிஞ்சிருக்காது. அய்யாதான் பெரிய ஆளு அங்கே''

ஒரு கனவு உருவாகிவிட்டிருப்பதை நான் கண்டேன். வெற்றியும் தோல்வியும் காலத்தின் அளவிலா ஆட்டத்தில் எங்கோ எப்படியோ தீர்மானமாகிறது.ஆனால் இதேவயதில் என்னை அலைக்கழித்தது இதேபோன்ற ஒரு பெருங்கனவுதான். உக்கிரமான மின்சாரம் ஓடும் கம்பிபோல என்னை அது தகிக்க வைத்தது அன்று. அந்தத் தகிப்பைக் கண்டேன். இளமைக்கு அழகு அத்தகைய கனவுதான்.

அவன் படிப்புமீது கவனம்செலுத்துவதாகவும் அதற்குக் காரணம் அந்த கனவே என்றும் அருண்மொழி சொன்னாள். வாக்குறுதியின்படி நான் மதிப்பெண்களைக் கவனிப்பதில்லை.

சிலமாதம் முன்பு சொன்னான் "இப்ப நீ வேணுமானா மார்க்கைப் பாக்கலாம்". சிரித்தபடி "வேண்டாம்" என்று பேனாவை மூடினேன்.

ஒன்பது மணிக்கு இணையத் தொடர்பு மூலம் தேர்வு முடிவுகளைப் பார்த்தேன். அருண்மொழி பதற்றமாக இருந்தாள். அவனும் பதற்றமாகவே இருந்தான். நான் பதற்றமில்லை என்று சொல்லிக் கொண்டேன். மதிப்பெண்கள். ஐநூறுக்கு நாநூற்று அறுபது. 92 சதவீதம். கணிதத்தில் 99. அறிவியலில் 97. மதிப்பெண்கள் குறைந்தது தமிழில்தான், கையெழுத்து காரணமாக. "அப்பா உன் மூஞ்சியிலே கரிய அள்ளி பூசிட்டேன்ல?" என்றான் சிரித்தபடி. "ஆமாடா" என்றேன். "சும்மா ஜாலியாச் சொன்னேன்பா. உனக்காகத்தானே நான் படிச்சதே"

சாயங்காலம் அ.கா.பெருமாள் வந்தார். "நல்ல மார்க்.. இனி எதுக்கு சர்க்கார் ஸ்கூல்? பேசாம கான்வெண்டிலே சேருங்க" என்று பல பக்கங்களில் இருந்தும் உபதேசங்கள் வந்தன என்பதை அவரிடம் சொன்னேன். "அதுபின்னே நம்மாளுக புத்தி அப்டித்தானே போகும்?" என்றார்.

ஆனால் இப்போது இதெல்லாம் நாம் சொல்லும் இடத்தில் இல்லை. அஜிதன் அவனே போய் அரசுப்பள்ளியில் தலைமையாசிரியரை பார்த்து விண்ணபப்ப் படிவமே வாங்கிவந்துவிட்டான். "ஃபஸ்ட் குரூப் கெடைக்குமா?" என்றான். "கெடைக்குமாவா? கூப்பிட்டு உக்கார வச்சு குடுப்பாங்க." என்றார் அ.கா.பெருமாள். "பிள்ளைகளுக்கு மார்க் இருந்தாலே பெத்தவங்களுக்கு ஒரு கெத்துதான்"

நாளை மறுநாள் மதிப்பெண் அட்டை கிடைக்கும். அதற்கு அடுத்த நாள் சேர்த்துவிடவேண்டும். நான் "நீ போனால் போதாதா அருணா?" என்றேன். அஜிதன் "இல்லப்பா நீ வரணும்.. நீ தான் வரணும்." என்றான்.